शहीद भगतसिंग

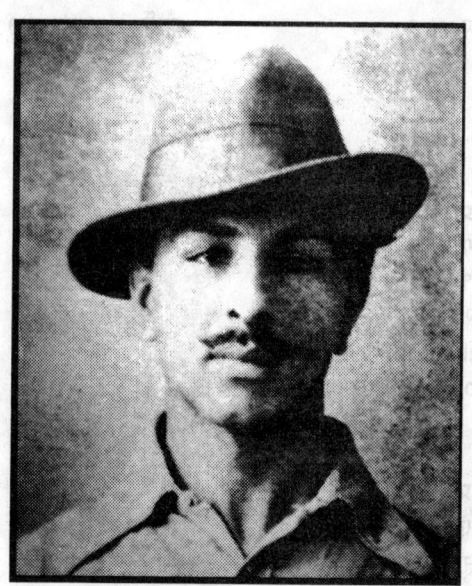

प्राचार्य व. न. अिंगळे

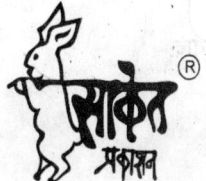

साकेत प्रकाशन

शहीद भगतसिंग
चरित्र
प्राचार्य व.न. अंगळे

■

प्रकाशन क्रमांक - ११०३
पहिली आवृत्ती - २००७
चौथी आवृत्ती - २०१९
पाचवी आवृत्ती - २०२२

प्रकाशक
साकेत बाबा भांड,
साकेत प्रकाशन प्रा. लि.,
११५, म. गांधीनगर,स्टेशन रोड,
औरंगाबाद - ४३१ ००५,
फोन- (०२४०)२३३२६९२/९५.
www.saketprakashan.in
saketpublication@gmail.com

■

पुणे कार्यालय
साकेत प्रकाशन प्रा. लि.,
ऑफिस नं. ०२, 'ए' विंग, पहिला मजला,
धनलक्ष्मी कॉम्प्लेक्स, ३७३ शनिवार पेठ,
कन्या शाळेसमोर, कागद गल्ली,
पुणे -४११ ०३०
फोन- (०२०) २४४३६६९२

■

अक्षरजुळणी : धारा प्रिंटर्स प्रा.लि.
औरंगाबाद

■

मुद्रक :
प्रिंटवेल इंटरनॅशनल प्रा. लि., जी-१२,
एम.आय.डी.सी., चिकलठाणा, औरंगाबाद.

■

मुखपृष्ठ : संतुक गोलेगावकर

■

किंमत : १७५ रुपये

Shaheed Bhagatsingh
Biography
Principal V. N. Ingle

© सौ. विजया व. अंगळे
'तपस्या,' कर्मवीरनगर,
बार्शी - ४१३ ४११.

ISBN-978-93-5220-057-3

इन्कलाब जिंदाबाद!
सन १९३० च्या सोलापूरच्या उठावानंतर
मार्शल लॉ पुकारला.

हुतात्मा किसन सारडा

हुतात्मा मलप्पा धनशेट्टी

हुतात्मा जगन्नाथ शिंदे

हुतात्मा अ. रसूल कुर्बान हुसेन

त्यावेळी सोलापूरच्या या क्रांतीकारकांना फाशी देण्यात आले.
या चार हुतात्म्यांना शहीद भगतसिंग यांचे हे चरित्र
नम्र भावनेने अर्पण!

भगतसिंग यांची विविध रुपे

लेखकाचे मनोगत

अमर शहीद भगतसिंगच आजच्या नवयुवकांचे खरे आदर्श!

नवयुवक हाच क्रांतीचा अग्रदूत असतो. पण आज आपल्या नवयुवकांपुढे आदर्शच उरले नाहीत. जवळजवळ सर्वच क्षेत्रांत भ्रष्टाचार हा शिष्टाचार बनला आहे. त्यात खाउजाच्या (खाजगीकरण, उदारीकरण आणि जागतिकीकरण) प्रभावामुळे तरुण पिढी चंगळवादाला बळी पडत आहे. व्यसनाधिन बनत आहे. त्यामुळे आपल्या राष्ट्राच्या प्रगतीसाठी त्यांच्या शक्तीचा योग्य उपयोग होत नाही. नवयुवक पंगू तर राष्ट्रही पंगू बनते. तशी आपल्या देशाची परिस्थिती बनू पाहत आहे. या पार्श्वभूमीवर शहीद भगतसिंग यांची जन्मशताब्दी दि. २८ सप्टें. २००६ पासून वर्षभर साजरी होणार असल्याच्या बातम्या वर्तमानपत्रातून झळकू लागल्या. भगतसिंग यांच्या जीवन-कार्यावर लहान मोठी पुस्तकेही प्रकाशित होऊ लागली. ही घटना नवयुवकांच्या मरगळलेल्या मनाला चेतनादायी ठरत आहे. कारण भगतसिंग हे नवयुवकांचे क्रांतिकारक नेता होते. निधर्मी लोकशाही समाजवादी सत्ता भारतात आणण्यासाठी त्यांनी आपल्या जीवनातील क्षण न् क्षण कामी लावला. शेवटी तर ते अगदी तरुण वयात हसत हसत फासावर चढले. त्यावेळेपासून शहीद भगतसिंग हे क्रांतीचे प्रतीक बनले आहेत. क्रांतियात्रेत सामील होणा-या नवयुवकांचे ते दीपस्तंभ झाले आहेत. आजच्या नवयुवकांनी शहीद भगतसिंग यांच्या जीवनकार्यापासून आणि बलिदानापासून स्फूर्ती घ्यावी. त्यांनी भगतसिंग यांचे आदर्श आपल्या व्यक्तिमत्त्वात मुरवावेत. त्या आदर्शानुसार भारताचा निधर्मी लोकशाही समाजवादी राष्ट्राचा आदर्श जगात उभा करावा. त्यासाठी नवयुवकांनी शहीद भगतसिंग यांच्या जन्मशताब्दी वर्षात प्रतिज्ञाबद्ध होउन कामाला लागावे, ही आजच्या भारतवासीयांची तीव्र इच्छा आहे. आळसावलेला, चंगळवादाच्या गुंगीत

अडकलेला आजचा नवयुवक भगतसिंग यांच्या त्यागानं दिपून जाईल, क्रांतीने बेफाम होईल आणि नवीन क्रांतीसाठी कटिबद्ध होईल, अशी मला आशा वाटते. म्हणूनच 'भगतसिंग यांची क्रांतियात्रा' हा चरित्र ग्रंथ सिद्ध झाला आहे.

भगतसिंग यांचा जन्म दि. २८ सप्टें. १९०७ चा, तर दि. २३ मार्च १९३१ रोजी त्यांना फाशी दिले गेले. भगतसिंग यांना फक्त तेवीस वर्षे, पाच महिने आणि सव्वीस दिवसांचं आयुष्य लाभलं! आयुष्याची लांबी तशी फारच आखूड! पण त्यांच्या जीवनाची खोली जितकी खोल तितकीच त्यांच्या जीवनाची उंची आभाळाला भिडणारी! उंचच उंच!

तुरुंगातील शेवटच्या तीन वर्षांच्या काळातील भगतसिंग यांचा वैचारिक विकासाचा, क्रांतिकारक कृत्यांचा आलेख विशेषकरून या चरित्रग्रंथात दाखवलेला आहे. भारतमातेच्या स्वातंत्र्यासाठी, भारतातील नाही रे वर्गासाठी समता आणि बंधुभाव निर्माण करण्यासाठी फाशीच्या तख्तावर हसत हसत चढण्यात त्यांनी जे धैर्य दाखवले, हे हौतात्म्य फार फार मोठं- होतं! खूप खूप उंचीचं होतं! भगतसिंग यांना त्यानं क्रांतीचं प्रतिक बनवलं! दिवस आठवडे, महिने आणि वर्ष या कालगणनेत मोजलं तर भगतसिंग यांचं आयुष्य अत्यंत अल्प! पण त्यांचं कर्तृत्व, त्यांचा धगधगता ध्येयवाद, त्यांचं ढळढळीत देशप्रेम वादातीत होतं. त्यांची तडफ लेनिनची होती. त्यांचे विचार कार्ल मार्क्सचे होते. निधर्मी, समाजवादी लोकशाही भारत उभा करण्यासाठी त्यांनी केलेलं बलिदान पाहिलं तर कुठलाही माणूस त्यांच्यापुढे नतमस्तक झाल्याशिवाय राहत नाही.

भगतसिंग यांची वाट काट्याकुट्यांनी आणि खाचखळग्यांनी भरलेली होती. ती एक क्रांतीची यातनामय यात्रा होती. या क्रांतियात्रेत भगतसिंग घडत होते. विचारानं प्रौढ बनत होते. कृतीनं शूरवीर होत होते. क्रांतिविचारानं प्रज्वलित होत होते. ही क्रांतियात्रा आजच्या नवयुवकांनी अभ्यासली पाहिजे, असा माझा आग्रह आहे.

– २ –

भगतसिंग केवळ क्रांतिकारकच नव्हते तर उत्तम पत्रकारही होते. निधर्मी-समाजवादी लोकशाहीची गस्त घालणारे ते हाडाचे पत्रकार होते. तेवढ्याच तोलामोलाचे ते चांगले वाचक-लेखकही होते. अशा या जगावेगळ्या हुतात्म्याचं यातनामय, नाट्यमय जीवन चरित्र आणि कार्य हे महाकाव्याला शोभेल असंच आहे. म्हणून त्यांची ही क्रांतियात्रा भावी पिढ्यांना अखंड प्रकाश प्रेरणा देत राहणार आहे, अशी मला खात्री वाटते.

तुरुंगातील भगतसिंगाच्या जीवनातील शेवटची तीन वर्षे म्हणजे स्वातंत्र्य युद्धात लढणा-या महायोद्ध्याची दर्दभरी-वीरश्रीयुक्त कहाणीच आहे. तुरुंगात डांबलेला-हातापायात बेड्यांनी जखडलेला भगतसिंग ब्रिटिशांच्या अन्यायी, अत्याचारी साम्राज्यशाहीला धक्क्यावर धक्के देणारा, ब्रिटिशांना हादरून टाकणारा आणि स्वातंत्र्य चळवळीला, लोकांना चेतना देणारा असा महानायकच होता. या काळात भगतसिंग विचाराने-आचाराने शेतकरी, कामकरी, युवक, दलित आणि स्त्रिया या दुर्बल घटकांना जागे करणारा जागल्या होता. त्यांना एकत्र आणून भारतात कष्टक-यांची समाजवादी सत्ता आणण्याचे आवाहन आणि आव्हान करणारा दूरदर्शी प्रतिभावंत-प्रज्ञावंत पंडित आणि प्रेरक शक्ती होता.

भगतसिंग यांना छोटसंच आयुष्य लाभलं म्हणून ते नाउमेद, निराश कधीच झाले नव्हते. ते जीवनावर प्रेम करणारे कवी-हृदयाचे महावीर होते. ते नेहमी आशावादी होते. त्यांना त्यांच्या अल्प आयुष्याबाबत गर्व होता. त्या आयुष्याच्या महात्मतेबद्दल अभिमान होता. आपल्या स्वप्नातील क्रांती ही निश्चित प्रत्यक्षात साकार होणार याबद्दल ते निश्चिंत आणि ठाम होते. भगतसिंग यांनी आपल्या आयुष्याच्या शेवटी काय सांगितलंय?

"असेलही माझे आयुष्य चारच दिवसांचे! पण माझ्या आकांक्षेची मशाल शेवटचा श्वास असेपर्यंत माझ्या हृदयात पेटती राहील आणि उद्या जरी मी नसलो तरी माझ्या आकांक्षा देशाच्या आकांक्षा होऊन साम्राज्यवादी आणि भांडवलदारी शोषणकर्त्यांचा शेवटपर्यंत मुकाबला करीत राहतील."

"माझा माझ्या देशाच्या भवितव्यावर विश्वास आहे. मी विश्वाच्या मानवतेला नव्या युगाकडे वळताना पाहतो आहे. माझा मानवाच्या शौर्यावर व त्याच्या बाहुबलावर विश्वास आहे. म्हणून मी आशावादी आहे. प्रेषिताविषयी बोलावयाचे झाल्यास, जर त्यांनी पृथ्वीवरच स्वर्ग निर्माण करण्याचा प्रयत्न केला असता तर आज जगाची अशी दुर्दशा दिसली नसती जी आपण आज पाहत आहोत. प्रेषितांनी पृथ्वीवर स्वर्ग निर्माण करण्याऐवजी आकाशात स्वर्ग दाखवला म्हणून ते निर्माते होऊ शकत नाहीत."

"आजचा नवा मानव हवेत महाल बांधू इच्छित नाही. त्याने आपल्या स्वर्गाचा पाया पृथ्वीच्या याच जमिनीवर खणण्यास सुरुवात केली आहे. आजच्या प्रत्येक मानव प्रेषित आहे म्हणून माझा मानवावर विश्वास आहे."

भगतसिंगाचा हा आत्मविश्वास नवयुवकांनीच सार्थ करायचा असतो. भगतसिंगाचा अमर आत्मा तुम्हास गर्जून सांगतोय : "नवयुवकांनो, तुम्ही सिंह आहात. भेकड सशासारखे बिळात लपून काय बसलात? झोपेतून उठा, चालायला लागा, धावायला लागा, थांबू नका. थांबला तो संपला, हे वचन

विसरू नका. अभ्यास करा, त्यावर विचार करा. विचाराप्रमाणे आचार करा. संघटित व्हा. नाही रे समाजघटकांसाठी संघर्ष करा. त्यांच्यासाठीच भारतात निधर्मी समाजवादी प्रणालीचं प्रजातंत्र आणायला सिद्ध व्हा. धर्म-पंथ-वर्ण, जातीपाती, प्रांत-भाषा, रंग हे भेद गाडून टाका. एक नवी भेदरहित, पिळवणूकरहित समाजवादी समाजरचना उभी करण्याच्या क्रांतीला कार्यप्रवण व्हा. मी व्यक्त केलेल्या विश्वासाला तडा जाणार नाही, असंच तुमचं विचार करणं, उच्चार करणं, आचार करणं, नव्या युगाची, नव्या क्रांतीची हाक ऐका. क्रांतीचा घेतलेला वसा टाकू नका. तो जपून ठेवा. हे माझं आवाहन आणि आव्हान तुम्हीच पेलणार आहात. कारण जग गदगदा हालवून सोडण्याची शक्ती तुम्हा नवयुवकातच आहे. म्हणून उच्च आवाजात बोला, इन्कलाब जिंदाबाद! साम्राज्यशाही मुर्दाबाद! भांडवलशाही मुर्दाबाद! समाजवादी प्रजातंत्र जिंदाबाद! इन्कलाब जिंदाबाद!"

- ३ -

भगतसिंग यांच्या वेळची भारताची परिस्थिती आणि आजची परिस्थिती यात काय फरक पडलेला आहे? गोरे साम्राज्यवादी गेले आणि त्याजागी एतद्देशीय काळे भांडवलदार राज्यावर आले. इंग्रज जसे 'फोडा-झोडा' आणि राज्य करा हे तत्त्व वापरून हिंदुस्थानवर राज्य करीत होते. तीच नीती आजचे राज्यकर्ते नावे बदलून करीत आहेत. भगतसिंगाच्या काळात जेवढे सांप्रदायिक वा जातीय दंगे झाले, त्यापेक्षा आजच्या काळात ते वाढलेले आहेत. पूर्वी ब्रिटिश साम्राज्यवादी भारतीयांची पिळवणूक करून देशाला लुटत होते. आज सरंजामदार आणि भांडवलदार राज्यकर्ते जनतेची लूट करून स्वतःचे उखळ पांढरे करून घेण्यात मश्गुल आहेत. आज 'खाउजा': खाजगीकरण, उदारीकरण आणि जागतिकीकरण यांच्या नावावर नवी भांडवलशाही आणि नवा साम्राज्यवाद हळूहळू हातपाय पसरू लागला आहे. त्यामुळे शेतक-यांच्या आत्महत्येने हजाराचा आकडा ओलांडला आहे. कामगारांचे संप, मोर्चे काढण्याचे हातपाय छाटले गेले आहेत. दलितावर आजही अन्याय-अत्याचार होतच आहेत. आदिवासी बालकांच्या कुपोषणामुळे झालेल्या मृत्यूच्या बातम्या दररोजच्या वर्तमानपत्रात भरभरून वाहात आहेत, तर दलित स्त्रियांना नागवे करून गावातून त्यांच्या धिंडी काढल्या जात आहेत.

आरक्षणाच्या नावावर समाजात ताणतणाव आणि दंगली माजविल्या जात आहेत. तरुण विद्यार्थ्यांपुढे चंगळवादाचे चवदार तुकडे फेकून त्यांना धुंदीत ठेवून त्यांना राजकारणात ओढले जात आहे आणि त्यांना आपल्या हातातील कळसूत्री बाहुल्या बनविले जात आहे. क्रांतीच्या अग्रदुतांना निष्क्रिय बनविले जात आहे. त्यासाठी आजही भगतसिंगाच्या व्यक्तिमत्त्वातील सद्गुणांच्या आदर्शचा कित्ता नवयुवकांनी गिरवला पाहिजे. याचा अर्थ भगतसिंग यांच्यासारखे फासावर लटकण्याची आज गरज नाही. हे प्रथम लक्षात घेतले पाहिजे. आणि काळाला अनुरूप ठरतील,

समाज परिवर्तनाला पूरक ठरतील आणि संपूर्ण क्रांतीला प्रेरक ठरतील असे भगतसिंग यांचे काही गुण वा आदर्श नवजवानांनी आपल्या डोळ्यापुढे सतत ठेवून भगतसिंग यांच्या क्रांतियात्रेत सक्रिय सहभागी झाले पाहिजे.

- ४ -

आजच्या तरुणाईनं भगतसिंग यांचा पहिला गुण आत्मसात करायला पाहिजे तो म्हणजे त्यांचे ग्रंथप्रेम, त्यांचे पुस्तकाचे वेड! त्यांची अभ्यासू वृत्ती, त्यांची विचार करण्याची विवेकवादी वृत्ती! ग्रंथ गुरू आहेत. ते संस्कृतीसंरक्षक आणि संस्कृतीवाहक आहेत. लहानपणी त्यांचे चुलते अजितसिंग यांच्या घरात एक ग्रंथालय होते. त्यातील जवळपास सारे ग्रंथ किशोरवयातच भगतसिंग यांनी वाचून टाकले होते. नॅशनल कॉलेज, लाहोर येथे प्रवेश घेतल्यानंतर त्यांच्या वाचनाला एक शिस्त लागली, एक दिशा मिळाली आणि त्याने 'नवजवान भारत सभा' नावाचा एक पक्ष काढल्यानंतर ते स्वतःलाच अभ्यास करण्याचे वारंवार बजावत होते. 'मी नास्तिक का आहे?' या आपल्या निबंधात ते म्हणूनच रोखठोकपणे लिहितात..."तो पर्यंत मी स्वप्नाळू आदर्शवादी क्रांतिकारक होतो. त्या वेळेपावेतो आम्ही फक्त अनुयायी होतो. सर्व जबाबदारी स्वतः पेलण्याची वेळ आमच्यावर त्यानंतर आली. अपरिहार्य अशा दडपशाहीमुळे पक्षाचे अस्तित्वच मुळी काही काळ अशक्य वाटू लागले होते. उत्साही कॉम्रेडस् नव्हे तर नेतेच आमची हेटाळणी करू लागले. एखाद्या दिवशी आमच्या स्वतःच्या कार्यक्रमांच्या व्यर्थतेची मलासुद्धा खात्री पटणार की काय अशी भीती मला काही काळ वाटायची. ती वेळ म्हणजे माझ्या क्रांतिकारक आयुष्यातला निर्णायक क्षण होता. महत्त्वाचे वळण होते. 'अभ्यास कर' अशी हाक माझ्या मनात कानाकोप-यात निनादू लागली. प्रतिस्पर्ध्यांनी उपस्थित केलेल्या चर्चेला तोंड देता येणे शक्य व्हावे म्हणून अभ्यास कर. तुझ्या निष्ठेच्या बाजूने युक्तिवाद करण्यासाठी भरभक्कम दारूगोळा (अर्थात विचारांचा) जमवण्याकरता अभ्यास कर. मी अभ्यासाला सुरुवात केली. माझ्या सुरुवातीच्या श्रद्धा व ठाम मते यात नंतर ठळक बदल झाले. आमच्या आधीच्या लोकांचा फक्त हिंसक कृतींवर भर होता. त्या स्वप्नाळूपणाची जागा गंभीर विचारांनी घेतली. गूढवाद आणि आंधळी निष्ठा विरून गेली. वास्तववाद ही आमची निष्ठा बनली. अत्यंत आवश्यक असेल तेव्हाच बळाचा वापर करणे योग्य ठरले व अहिंसा हे लोकचळवळीसाठी अपरिहार्य धोरण ठरले. हे सर्व कार्यपद्धतीविषयी झाले. सर्वात महत्त्वाची गोष्ट म्हणजे ज्या आदर्शासाठी आम्ही लढत होतो. त्याबद्दल आम्हाला स्पष्ट कल्पना आली. त्या काळात प्रत्यक्ष कृतीच्या क्षेत्रात फारसे काम नसल्यामुळे जगातल्या इतर क्रांत्यांमधल्या आदर्शाचा अभ्यास करायला मला भरपूर वेळ मिळाला.' भगतसिंग यांचे हे आत्मनिवेदन आजच्या तरुणांपुढे दीपस्तंभाप्रमाणे प्रकाश दाखविणारे आहे. अभ्यास कशासाठी करायचा? हे त्यात

स्पष्ट नमूद केले आहे. आपली भविष्यातली नवी दुनिया नवयुवकांनाच उभी करावी लागणार आहे. त्यासाठी भगतसिंग यांचे 'वाचन वेड' प्रत्येकाने स्वीकारले पाहिजे. भगतसिंग जेवत असतांना, चालत असतांना पुस्तके वाचत असत. प्रवासात त्यांच्या कोटाच्या खिशात दोन-तीन पुस्तके असायची. जेव्हा खोलीवर निवांत वेळ मिळे तेव्हा तर ते सतत वाचीत असत. तुरुंगात अन्नत्याग सत्याग्रह करीत असले तरी ग्रंथाचे वाचन चालू असे. त्यांनी आपल्या बालमित्राला- जयदेवला तुरुंगातून लिहिलेले पुस्तकांची मागणी करणारे पत्र म्हणजे पुस्तकांविषयी भगतसिंग यांची भूक व्यक्त करते. त्यांच्या तुरुंगातील डायरीत अनेक पुस्तकांच्या नोंदी सापडतात. तुरुंगात असताना त्यांचे वकील त्यांना तुरुंगातून शिक्षा कमी करून घेण्यासाठी दयेचा अर्ज करायला सांगायला आले असताना त्यांनी जीव वाचविण्यासाठी सरकारकडे दयेचा अर्ज केला नाहीच. पण त्या वकिलास तुरुंगात पुस्तके पाठवून देण्याबाबत पुन्हा पुन्हा बजावले. फासावर जाण्यापूर्वी तर ते कॉम्रेड लेनिनचे चरित्र वाचण्यात ब्रम्हानंदाचा आनंद उपभोगत होते !

आजच्या नवयुवकांनी ग्रंथ हे विश्वासघात न करणारे विश्वासू मित्र असल्याचे समजून घेऊन भगतसिंग यांच्याप्रमाणे ग्रंथाशी जवळीक साधली पाहिजे. ते ग्रंथ वाचले पाहिजेत आणि त्यावर विचार करून स्वतःची मते बनविली पाहिजेत, म्हणजे ते भगतसिंग यांच्याप्रमाणे खरेखुरे क्रांतिकारक होतील.

- ५ -

जीवनाच्या कुठल्याही क्षेत्रात आपणाला यश मिळवायचे असेल, तर आपल्या मातृभाषेचा व इतर भाषांचा अभ्यास केला पाहिजे, हे भगतसिंग यांचे स्वतःचे ठाम मत होते. विद्यार्थी दशेत असतांनाच त्यांनी 'पंजाबच्या भाषेचे आणि लिपीचे प्रश्न' हा निबंध पंजाब हिंदी साहित्य संमेलन प्रसंगी लिहिला होता. त्यासाठी त्यांना त्या काळात म्हणजे १९२४ मध्ये ५० रु.चे बक्षीसही मिळाले होते. भगतसिंग अव्वल दर्जाचे लेखक होते, हा आदर्श प्रत्येकानं गिरवावा असाच आहे. त्यांनी तुरुंगात असताना काही पुस्तके लिहिली होती. त्यातील चार पुस्तके अत्यंत महत्त्वाची होती. ती येणेप्रमाणे - १. आयडियल ऑफ सोशालिझम (समाजवादाचा आदर्श), २. दी डोअर टू डेथ (मृत्यूच्या दारात), ३. आटोबॉयोग्राफी (आत्मचरित्र) आणि ४. दी रेव्होल्यूशनरी मुव्हमेंट ऑफ इंडिया विथ शॉर्ट बायोग्राफिकल स्केचेस ऑफ दि रेव्होल्यूशनरीज (भारतातील क्रांतिकारी आंदोलन आणि क्रांतिकारकांचा संक्षिप्त जीवन परिचय). पण दुःखाची गोष्ट ही आहे की, सुरक्षेच्या दृष्टीने ही पुस्तके एका हातून दुस-या हाती, दुस-याच्या हातून तिस-या हाती जाता जाता कोठे गेली, ती कुठे गायब झाली हे पुन्हा समजलंच नाही. त्यामुळे भगतसिंग यांच्या जीवनचरित्राला आणि त्यांच्या विचाराला आपण सारे मुकलो आहोत.

भगतसिंग जसे श्रेष्ठ प्रतीचे लेखक होते, तसेच ते उच्च दर्जाचे पत्रकारही होते! त्यांनी वर्तमानपत्रे विकून काही दिवस त्यावर पोट भरले होते. काही वर्तमानपत्रात सहसंपादक म्हणूनही त्यांनी काम केले होते. त्यांनी पत्रकार म्हणून खूप लिहिले होते. ते सामाजिक बांधिलकी मानणारे आणि सामाजिक न्याय मिळावा म्हणून बेंबीच्या देठापासून लिहिणारे पत्रकार होते. त्यांनी अनेकविध नांवे परिधान करून जहाल ज्वालाग्राही लेख लिहिले. 'युवक', 'एक पंजाबी युवक', 'विद्रोही', 'बी.एस्. सिंध', 'श्रद्धानंद', 'हबळराज' 'बलवंत' इत्यादी टोपण नावांनी भगतसिंग यांनी 'सा. मतवाली', 'सा. प्रताप', 'किरती', 'महाराथी' इत्यादी वर्तमानपत्रात पुष्कळ लिखाण केले आहे. या सर्व लेखांची शीर्षके आणि ते लेख मुळातून वाचायचे असतील तर त्यांनी राजकमल पेपर बॉक्स, नवी दिल्ली आणि पटना येथून प्रकाशित केलेले आणि जगमोहनसिंह आणि चमनलाल या लेखकद्वयांनी संपादन केलेले 'भगतसिंह और उनके साथियोंके दस्तावेज' हा ग्रंथ जरूर वाचावा.

आजच्या नवयुवकांनी पत्रकार भगतसिंग यांच्यासारखं सामाजिक बांधिलकी बाळगणारा पत्रकार होण्याचं ध्येय बाळगायला काय भीती आहे? शहरातून अनेक पिवळी पत्रकारिता बाळगणारे पत्रकार पैसे कमावण्यासाठी आणि पाट्यां झोडण्यासाठी पत्रकार म्हणून काम करतात, पण खरे पत्रकार-लोकमान्य टिळक, समाजसुधारक आगरकर, आचार्य अत्रे आणि मुख्यतः भगतसिंग यांच्यासारख्या ध्येयवादी पत्रकारांची आज आपल्या देशाला गरज आहे. त्यातल्या त्यात भारत हा खेड्यांचा देश असल्याने ग्रामीण वास्तववादी पत्रकारांची आज देशाला गरज आहे. योजनांच्या प्रवाहाचं पाणी प्रत्येक गोरगरिबांच्या चंद्रमौळी झोपडीझोपडीपर्यंत पोहोचवायला अशा ग्रामीण ध्येयवेड्या पत्रकारांची खरेच मोठ्या प्रमाणावर गरज आहे. 'नाही रे' समाज घटकांची दुःखं वेशीला मांडणारे, गोरगरिबावरील अन्याय-अत्याचाराला वाचा फोडणारे भगतसिंग यांच्यासारखे आदर्श पत्रकार कोण असू शकेल? म्हणून भगतसिंग यांचा हाही आदर्श तरुणांनी मोठ्या निष्ठेने गिरवावा, अशी माझी नवयुवकांना कळकळीची विनंती आहे.

- ६ -

भगतसिंग यांचा तिसरा आदर्श म्हणजे त्यांचा धगधगीत ध्येयवाद, ज्वलंत आणि जळजळीत क्रांतिकारकत्व हे होय! हा आदर्श पेलण्यास कठीण असाच आहे. या क्रांतिकारकत्वात अनेक गोष्टी येतात. त्यात अंधश्रद्धेचं निर्मूलन येतं. त्यात वर्ण-जातीपातीचंही निर्मूलन वा मोडतोड येते, त्यात विषमतेचं निर्मूलन येतं, त्यात धर्माला गचांडी आणि देवाला सेवानिवृत्त करण्याचा विवेकवादही येतो. या क्रांतिकारकत्वात समाजपरिवर्तन जसं येतं, तसंच जुन्या सामाज्यशाही व भांडवलशाही राज्यपद्धतीचा

विध्वंस येतो आणि नवी निधर्मी समाजवादी प्रजातंत्र सत्तेची स्थापनाही येते. हे सारं भगतसिंग यांच्या झंझावाती क्रांतिकारकत्वात येतं! हा आदर्श पेलणं अवघड वाटतं; पण जो माणूस संवेदनशील आहे. ज्याला न्यायाची चाड आणि अन्यायाची चीड आहे. ज्याला गरिबांबद्दल गौतमबुद्धाची करुणा वाटते, ज्याला कार्ल मार्क्सचं कामगाराचं पिळवणूकरहित राज्य यावं अस वाटतं, ज्याला जगात फक्त माणुसकीच सर्वश्रेष्ठ वाटते, ज्याला सामाजिक न्याय हा जगात शांतता आणील आणि या शांततेतून जग सुखी-समाधानी आणि समृद्ध होईल असं वाटतं. त्याला भगतसिंग यांच्या क्रांतिकारकत्वाचा आदर्श आचरणात आणायला अवघड वाटणार नाही. त्यात नवयुवक तर उर्जेचा स्त्रोत! क्रांतिकारकत्व हा त्यांचा आत्मा! म्हणून नवयुवकांना हा भगतसिंग यांचा आदर्श नक्कीच स्वीकारणं सोपं जाणार आहे. 'युवक' हा भगतसिंग यांचा निबंध या संदर्भात वाचकांनी जरूर वाचावा. त्या निबंधात काव्य आणि क्रांती हे एकजीव झालेले आहेत. नवयुवकांनी तर या निबंधाची पारायणे करावीत, असा हा निबंध आहे. त्यातील काही वाक्ये नमुन्यादाखल येथे देतो.

"यौवन काळ हा मानवी आयुष्यातील वसंत ऋतू आहे. विधात्याने दिलेल्या सगळ्या शक्ती कंध फुटावा तशा सहस्त्रधारांनी कोसळू लागतात... क्रांतिकारकांच्या खिशामध्ये बॉम्ब आणि वीर योध्याच्या हातामध्ये खड्ग तशी मानवाच्या शरीरात ही तरुणाई!... युवकांच्या पराक्रमाच्या कहाण्यांनी जगाचा इतिहास समृद्ध आहे... युवकच मायभूमीच्या यश दुंदुभीचा उच्चारण आहे. तोच तिच्या विजय रथाच्या अग्रस्थानी आहे."

"तो महासागराच्या उत्तुंगलाटासारखा उन्मत आहे. महाभारतातील भीष्म पर्वाच्या प्रथम ललकारीसारखा भयावह आहे. पहिल्या वाहिल्या चुंबनासारखा रसपूर्ण आहे. तो रावणाच्या अहंकारासारखा बेदरकार आहे. प्रल्हादाच्या सत्याग्रहासारखा दृढ आणि अटळ आहे... सृष्टीला पडलेलं एक न उलगडलेलं कोडं आहे. युवक! ईश्वराच्या रचनाकौशल्याचा एक उत्कृष्ट नमुना!... तो मनात आणील तर सा-या समाजाला हलवून सोडेल; अवघ्या देशाचं भले करेल; सा-या राष्ट्राचं वर्तमान उज्ज्वल करील. मोठ मोठी साम्राज्ये उलथून टाकेल, पतितांचं उत्थान करणं, सा-या जगाला प्रगतिपथावर नेणं त्याच्याच हातात आहे... प्रत्येक समाजाचा भाग्यविधाता युवकच तर असतो... खरा युवक जराही न अडखळता हसत हसत मृत्यूला आलिंगन देतो. बेड्यांच्या तालात राष्ट्रप्रेमाचं गाणं गातो आणि फाशीच्या तख्तावर हट्टाने आरूढ होतो." असे नवयुवकच अमर शहीद भगतसिंग यांचे आदर्श जपू शकतात. नवयुवकच भगतसिंगाच्या स्वप्नातले निधर्मी समाजवादी प्रजातंत्र उभे करू शकतात. भारतातील नवयुवक ही आव्हाने पेलायला मागे कसा राहील?

दिनांक २८ सप्टेंबर २००६ पासून वर्षभर भगतसिंग यांची जन्मशताब्दी साजरी करायचा निर्णय समाज विज्ञान अकादमीनं "शहीद भगतसिंग जन्मशताब्दी समिती" स्थापन करुन घेतला. त्या समितीचे अध्यक्ष म्हणून सर्वोच्च न्यायालयाचे निवृत्त न्यायमूर्ती आदरणीय श्री. पी.बी. सावंत असल्याचं समजलं! या जन्म शताब्दी समितीनं पुणे येथे २६ ऑगस्ट २००६ रोजी राज्यकार्यशाळा आयोजित केलेली! त्या कार्यशाळेला मी उपस्थित राहिलो. भगतसिग यांचं चरित्र लिहीत असल्याचं तिथं जाहीर केलं! मी दि. १० ऑगस्ट २००६ रोजी चरित्र लेखनाला प्रारंभ केलाच होता. कर्मवीर डॉ. मामासाहेब जगदाळे संस्थापित श्री शिवाजी शिक्षण प्रसारक मंडळ, बार्शी या संस्थेचा जनरल सेक्रेटरी म्हणून मी १ जुलै २००६ ला कामाला लागलो होतोच. मंडळाची कामे फारच! त्यातून वेळ काढून रोज थोडेबहूत लिहीत होतो. 'भगतसिंग यांची क्रांतियात्रा' हे चरित्र लिहायला सुरुवात केली. दि. १० ऑगस्ट २००६ रोजी आणि चरित्र लेखन लिहून पूर्ण केले ३० ऑक्टों. २००६ रोजी!

हे चरित्र लिहायला घेतलं असं माझ्या मित्र मंडळीत जाहीर केलं, तेव्हा प्राचार्य डॉ. चंद्रकांत मोरे यांनी त्यांच्याकडं असलेलं ईश्वरचंद्र लिखित 'भगतसिंह' ही बालकांसाठी लिहिलेली ४८ पानांची चरित्रात्मक पुस्तिका मला आणून दिली. पुण्याला जन्मशताब्दीच्या कार्यशाळेला गेलो तेथे मिळतील त्या पुस्तिका खरेदी केल्या. मी संस्थेच्या कामानिमित्त औरंगाबादला गेलो तेव्हा माझे साहित्यिक आणि प्रकाशक मित्र श्री. बाबा भांड यांच्याकडे गेलो होतो. भगतसिंग यांच्यावर लिहितोय हे समजताच त्यांनी मला राजकमल प्रकाशन, नवी दिल्ली-पाटणा यांनी जगमोहन सिंह व चमनलाल यांनी संपादित केलेलं 'भगतसिंह और उनके साथियों के दस्तवेज' हा हिंदी ग्रंथ मला दिला. माझे सुहृद मित्र प्रा. तानाजी ठोंबरे यांनी त्यांचेकडील भगतसिंग यांच्यावरील दोन पुस्तके दिली. तर माझे मित्रवर्य प्रा. सुंदर गव्हाणे यांनी शहीद भगतसिंग यांच्यावर हिंदी भाषेत निघालेला मार्च २००६ मधील 'राजधर्म'चा विशेषांक मला पाठवून दिला. बार्शी येथील श्री शिवाजी महाविद्यालयाच्या ग्रंथालयातून भगतसिंग यांच्यावरील हिंदीमधील दोन पुस्तके मिळाली. संदर्भग्रंथ वाचणं, माहितीची टिपणं काढणं आणि कालक्रमानुसार प्रसंगाची मांडणी करणं हे काम धुमधडाक्यानं सुरू झालं. नेहमीप्रमाणे माझ्या हस्तलिखिताचे पहिले वाचक अर्थात प्राचार्य डॉ. चंद्रकांत मोरे आणि दुसरे वाचक प्रा. पी.एन्. इंगळे (ग्रंथपाल) होते. त्यांनी अगत्यानं काही चांगल्या सूचना केल्या, या सा-या मित्रांची ऐनवेळची मदत मला चरित्र लिहिताना फार मोलाची ठरली. त्यांची मैत्री आणि प्रेम असेच वाढत जावो, ही अपेक्षा!

माझे नेहमीचे प्रकाशक श्री. बाबा भांड यांनी थोड्याच अवधीत हा सर्वांगसुंदर चरित्रग्रंथ प्रकाशित केला! त्याबद्दल त्यांच्या साकेत प्रकाशन प्रा. लि. चे मालक श्री. साकेत भांड याचं तोंड भरून कौतुक करतो.

हा चरित्रग्रंथ वाचकांना नक्कीच आवडेल, असं वाटतं! वाचकांनी आपल्या प्रतिक्रिया थेट मला कळवाव्यात. त्याचा उपयोग या चरित्र ग्रंथाची दुसरी आवृत्ती छापताना करता येईल. इन्कलाब जिंदाबाद! भगतसिंग जिंदाबाद!!

दिनांक : २८ नोव्हें. २००६
महात्मा ज्योतिबा फुले स्मृतिदिन.

- व.न. अिंगळे
'तपस्या' कर्मवीर नगर,
बार्शी. (जि. सोलापूर)

शहीद भगतसिंग

(१)

शूरवीरांचा पंजाब प्रांत. त्या प्रांतातील लायलपूर जिल्हा. त्या जिल्ह्यातील 'बंगा' हे छोटंसं खेडं! त्या खेड्यातील निर्मळ निसर्ग. तशीच निर्मळ मनाची माणसं. कष्टकरी शेतकरी. काळ्या मातीत दिवसभर घाम गाळायचा आणि रात्री शीख धर्मरिवाजानुसार भजनात दंग व्हायचं! सारे भाईचा-याने सुखी जीवन जगणारे!

अशा कष्टकरी, प्रामाणिक आणि समाधानी खेडुतांपैकी सरदार किशनसिंह नावाचा एक शूरवीर. त्याच्या पत्नीचं नांव विद्यावती. साधी, सात्त्विक आणि सरळमार्गी गृहिणी! सरदार किशनसिंग यांचं घराणं शौर्याबद्दल मशहूर. इंग्रजी-परकी सत्तेविरुद्ध लढणारं! झुंज देणारं! हिंदुस्थानला स्वातंत्र्य मिळवून देण्यासाठी प्राणार्पण करण्यास तत्पर असलेलं! त्यांच्या घराण्यातील अनेक शूरवीर पूर्वजही इंग्रजांविरुद्ध लढलेले! या लढवय्या कुटुंबात पारतंत्र्यातील गुलामी घालवून हिंदुस्थान स्वतंत्र करण्याचं क्रांतीकारक लाल रक्त नेहमी सळसळत होतं. अशा लढवय्यांना, वीरांनाच क्रातिकारक म्हटलं जातं!

पूर्वजांप्रमाणं किशनसिंह हाही शूर लढवय्या क्रांतिकारक होता. त्याचे धाकले दोन भाऊही त्याच्या पावलावर पाऊल टाकून इंग्रजांविरुद्ध संघर्ष करीत होते. इंग्रजांना हाकलून देण्यासाठी त्यावेळी जी चळवळ उभी राहिली होती, त्यात हे तिघेही भाऊ हिरिरीने भाग घेत होते. इंग्रजांविरुद्ध सशत्र बंड केल्याच्या आरोपाखाली त्या तिघांनाही तुरूंगात डांबून ठेवले होते. ते तुरूंगात होते तरीही त्यांचे आत्मे स्वतंत्र होते. त्यांची स्वातंत्र्याची उर्मी तुरुंगाच्या भिंतीत कोंडली तरी ती वरचेवर उफाळून वरच येत होती. अधून मधून त्यांना घरच्या आठवणी यायच्या. थोडीशी बेचैनी वाटायची. मन घराकडं ओढ घ्यायचं!

दिनांक २८ सप्टें. १९०७ हा दिवस 'बंगा' खेड्यात सोनेरी दिवस ठरला. किसनसिंहाच्या पत्नीला या दिवशी सुर्योदयाच्या वेळी मुलगा झाला. हा त्यांचा तिसरा मुलगा. हा मुलगा जन्मला त्याच्या आगे मागे किशनसिंह आणि त्यांचे दोन भाऊ अजितसिंह आणि स्वर्णसिंह अशा तिघांचीही तुरुंगातून सुटका झाली. अजितसिंह हे लाला लजपतराय यांच्या सोबत शेतकरी चळवळीत काम करीत होते. इंग्रज सरकारने त्यांना बर्मामध्ये मंडालेच्या तुरुंगात डांबून ठेवले होते. पण लोकक्षोभाच्या भितीमूळे सरकारने त्यांना १९०७ मध्ये मुक्त केले होते. किशनसिंहानाही इंग्रजांनी नेपाळमध्ये पकडले होते व त्याच दरम्यान सोडले होते. सर्वात धाकले चुलते स्वर्णसिंह यांच्यावरही सरकारी खटला चालू होता. पण त्यांनाही त्याचवेळी जमानतीवर मुक्त केले होते. आपली तुरुंगातून सुटका होण्यात ह्या नव्या जन्मलेल्या बालकाचाच पवित्र पायगुण असावा, या कल्पनेनं त्यांच्या घरात आणि बंगा गावात आनंदाची हिरवळच निर्माण झाली. म्हणून त्या बाळाचं नांव 'भगतसिंह' असं ठेवण्यात आलं. भगतसिंह म्हणजे 'भागोंवाल' किंवा 'भाग्यवान' या अर्थाने सारे त्याला लाडाने, मायेने 'भगतसिंह' म्हणून हाका मारायचे! **महाराष्ट्रात भगतसिंहाऐवजी 'भगतसिंग' हे नांव सर्रास वापरले जाते.** आपलं नांव ऐकून बाल भगतसिंगही हसून टाळ्या पिटायचा! हा आनंदाचा ठेवा सापडल्याप्रमाणे आई-विद्यावतीही हरखून गेलेली! घरातील पुरुषमाणसे वर्षातील बरेच दिवस इंग्रजांविरुद्ध लढण्यात रानावनात किंवा तुरुंगात असायचे आणि विद्यावती आपल्या जावांबरोबर दुःखी, कष्टी होऊन संसाराचा गाडा ओढायची! भगतसिंगच्या जन्माने घरात 'आनंदीआनंद गडे, जिकडे तिकडे चोहीकडे' अशी स्थिती झाली होती.

हाच भगतसिंग पुढे आपल्या शौर्याने, बुद्धिमत्तेने आणि उदात्त ध्येयाने स्वातंत्र्य, समता आणि गोरगरिबांच्या सुखाच्या स्वप्नांची पूर्तता करण्यासाठी वेडा झाला आणि त्यासाठी तो आपल्या मित्रासमवेत राजगुरू, सुखदेव यांच्याबरोबर आपल्या वयाच्या चोविसाव्या वर्षी हसत हसत फासावर लटकला. या हुतात्म्याचे शेवटचे शब्द होते 'इन्कलाब झिंदाबाद' तोच या कहाणीचा नायक! या नायकाची ही क्रांतियात्रा!

(२)

भगतसिंग यांचं सारं आयुष्य फक्त चोवीस वर्षांचं! पण हे छोटंसं आयुष्य जर बालपणापासून आपण बारकाईनं पाहिलं तर आपण एका निष्कर्षाप्रत नक्कीच याल. अभिमन्यूप्रमाणेच भगतसिंगानं क्रांतीचा मूलमंत्र आईच्या गर्भात वाढत असतानाच आत्मसात केला होता. तो ज्यावेळी माता विद्यावतीच्या गर्भात वाढत होता, त्यावेळी तिचे पती आणि

दोघे दीर इंग्रजांविरुद्ध लढताना जंगल तुडवीत असायचे, त्यावेळी ते केव्हाही रानटी श्वापदाचे भक्ष्य बनण्याची शक्यता होती, तर कधी इंग्रज पोलिसांच्या गोळीला बळी पडण्याचीही तिच्या मनात भीती असे. या भीतीमुळेच ती बिचारी रात्र रात्र झोपेविना तळमळत पडायची. इंग्रज राज्यकर्त्यांना शिव्याशाप द्यायची. हा तिचा इंग्रजांविरुद्धचा सात्त्विक संताप गर्भात वाढणा-या गर्भाच्या आत्म्यात एकरूप होत असायचा. म्हणूनच भगतसिंग केवळ तीन-साडेतीन वर्षांचा असताना तो इंग्रजांच्याविरुद्ध लढायच्या बाता करायचा. त्यात त्याचे पणजोबा-आजोबा-वडील-चुलते सारे या इंग्रजांविरुद्ध हालअपेष्टा भोगत लढले, लढत राहिलेले. या सा-या गोष्टी विद्यावती भगतसिंगाला अंगावरचे दूध पाजताना, मुखात घास भरवताना मोठ्या पोटतिडकीने सांगत असायची.

भगतसिंग तिस-या वर्षाचा असतानाच त्याची समज दहा वर्षाच्या मुलासारखी तेज होती. त्याचं बोलणंही खूप शहाणपणाचं होतं. इंग्रजांविरुद्ध लढण्यासाठी भाले-तलवारीपेक्षा बंदुका त्याकाळी महत्त्वाच्या मानल्या जात. त्या मिळविण्यासाठी त्याचे वडील आणि चुलते जीव धोक्यात घालून पोलिस चौकीवर हल्ले करायचे. या सा-या गोष्टी विद्यावती बाळ भगतला तिखट-मीठ लावून सांगायची. तेव्हा भगतसिंग बंदूक हवी म्हणून हट्ट धरायचा. तिने त्याला खेळण्यातली बंदूकही घेऊन दिली होती. ती बंदूक घेऊनच तो नेहमी फिरत असे. मुलांबरोबर लुटूपुटूची लढाई त्या बंदुकीनेच जिंकायचा.

उन्हाळ्याचे दिवस. विद्यावती बाळ भगतला घेऊन शेतात गेली होती. आंब्याच्या झाडाखाली ते गार सावलीत विसावले होते. त्या झाडाला पुष्कळ आंबे लागलेले. आंबे राखणा-याने एक पाडाचा आंबा भगतसिंगला दिला. तो त्याला खूप आवडला. त्यानं आईला विचारलं. “हे झाड मोठं कसं होतं?” “त्याचं रोप शेतात प्रथम लावावं लागतं.” आई त्याला सांगू लागली, “त्या रोपाला खत घालावं लागतं. पाणी द्यावं लागतं. मग ते दहा वर्षांत असं मोठं होतं. त्याला असे गोड आंबे लागतात.” हे ऐकून भगतसिंगानं मनाशी काहीतरी निश्चय केल्याचा भाव दाखविला.

एके दिवशी तिस-या प्रहरी भगतसिंगाचे वडील किशनसिंह आणि त्यांचे मित्र गावाबाहेर फिरायला निघाले. छोटा भगतसिंगही आपली छोटी बंदूक खांद्यावर टाकून त्यांच्याबरोबर चालू लागला. किशनसिंह आणि त्यांचे मित्र बोलत बोलत पुढे गेले. थोड्या वेळाने मागे वळून पाहतात, तो भगतसिंग रस्त्यावर दिसेना. तेव्हा त्याला शोधण्यासाठी ते परत फिरले तर भगतसिंगची स्वारी शेतात बसून खड्डा खणून त्यात कसलं तरी रोप लावत असलेली दिसली.

त्यांना आश्चर्य वाटले. त्यांनी त्याला विचारले, "अरे तू कसले रोप लावतो आहेस?"

"बाबा, मी या शेतात बंदुकीचं रोप लावतोय. या शेतात मी बंदुकीची रोपं लावणार. त्याची मोठी झाडं झाली म्हणजे त्याला बंदुका लागतील. त्या बंदुकीच्या साह्याने आपले सारे लोक इंग्रजांविरुद्ध लढतील आणि इंग्रजांना येथून पळवून लावतील." हे सांगताना भगतसिंगचे डोळे एका आगळ्याच तेजानं चमकत होते.

(३)

बाळ भगतसिंग घरात सर्वांचा लाडका होताच; पण गावातही सर्वांचा लाडका होता. त्याची उंच शेलाटी शरीरयष्टी, गोरा रंग, तेजस्वी डोळे, मनाचा खंबीरपणा, बुद्धीची झेप, मैत्रीची भावना आणि तार्किक गोड वाणी यामुळं तो बंगा खेड्यातल्या मुलांचा नायकच झाला होता. सर्वांना त्याच्या बुद्धीचं, तार्किक बोलण्याचं आणि शहाणपणानं वागण्याचं कौतुक वाटायचं. पण त्याचं विशेष कौतुक त्याच्या आजोबांना- बाबा अर्जुनसिंह यांना वाटत होतं. हा आपला नातू भविष्यात फार मोठा माणूस होणार हे त्यांनी तो लहान असतानाच ताडलं होतं. भगतसिंगचे वडील आणि चुलते नेहमी इंग्रजांविरुद्ध लढण्यात बाहेरच असायचे. बाबा अर्जुनसिंहाचं लढण्याचं वय राहिलं नव्हतं. ते घरीच असायचे. भगतसिंगच्या रूपातला एक नवा झुंजार योद्धा घडविण्याचं त्यांनी मनावर घेतलं होतं. नातू भगतसिंगचं पालनपोषण त्यांच्या देखरेखीखालीच होत होतं. आर्य समाजाचं वातावरण घरात होतं. शीख धर्मापेक्षा आर्य समाजाचे तत्त्वज्ञान घराच्या अंगवळणी पडलं होतं. आर्य समाजी वेद मानणारांना आस्तिक मानत पण ते वर्णव्यवस्था मानत नव्हते. शूद्रातिशूद्रांना आणि स्त्रियांना वेद वाचण्याचा अधिकार ते मान्य करायचे. घरात शूद्रातिशूद्रांना मोकळेपणाने वावरता येत होतं. शिवाशिवीचं कर्मकांड घरात नव्हतं. सामाजिक समता आणि बंधूता या तत्वांवर नेहमीच भर असायचा. समाजपरिवर्तन आणि स्वातंत्र्य प्राप्तीसाठी बाल भगतसिंगवर ते सुसंस्कार करत असायचे. त्यामुळे भगतसिंग लहानपणी गावातील दलितांच्या घरातही मुक्तपणे वावरायचा. त्यांच्या हातची भाजी-भाकरी आवडीनं खायचा. समाजातील दलितांना प्रगती करण्याची संधी मिळाली पाहिजे. त्यांना मानानं वागवलं पाहिजे, हे आर्य समाजाचे तत्त्वज्ञान बाबा अर्जुनसिंह बाल भगतसिंगमध्ये संस्कारातून संक्रमित करीत होते.

भगतसिंगाचं नांव शाळेत घालण्यापूर्वी आर्य समाजाच्या रीतिरिवाजानुसार बाल भगतसिंगाला यज्ञोपवित धारण करण्याचा कार्यक्रम आजोबा अर्जुनसिंहानी आयोजीत केला

होता. ब्राह्मण आपल्या लहान मुलांची मुंज करतात तसाच हा कार्यक्रम. यज्ञोपवीत धारण करताना त्यांनी भगतसिंगला शिकविलेला गायत्री मंत्र त्यानं न चुकता गायला होता. त्यानंतर आजोबांनी बाळ भगतसिंगकडून प्रतिज्ञा म्हणून घेतली होती. ती प्रतिज्ञा साधारणतः खालीलप्रमाणे होती. "मी भगतसिंग प्रतिज्ञा करतो की, माझे वडील, आजोबा आणि पूर्वजांनी हिंदुस्थानला इंग्रजांच्या गुलामगिरीतून मुक्त करण्याचं व्रत घेतलेलं आहे. हिंदुस्थानला स्वातंत्र्य मिळविण्यासाठी हा माझ्या पूर्वजांचा वसा मी घेतलाय. तो मी सोडणार नाही. तो प्राणपणानं जोपासीन. हिंदुस्थानला खरं स्वातंत्र्य मिळवून देण्यासाठी मी वर्णव्यवस्थेमधील विषमता आणि शूद्रातिशूद्रांचं शोषण थांबविण्यासाठी, समाजातील नाही रे वर्गाचं उत्थापन करण्यासाठी माझ्या शरीरातील रक्ताचा शेवटचा थेंब असेपर्यंत झुंजत झगडत राहीन. समाजपरिवर्तनासाठी प्राणाची आहुती देण्याचा प्रसंग आला तरी या प्रतिज्ञेच्या विरोधी आचार नव्हे तर विचारही करणार नाही."

ही प्रतिज्ञा घेतल्यानंतरच त्याच्या गळ्यात यज्ञोपवीत घातले गेले. ते घालताना बाबा अर्जुनसिंह गंभीर होऊन उद्‌गारले होते, "बाळ, भगतसिंग, तुला देशसेवा आणि समाजसेवेसाठी परमेश्वराला वाहिले आहे. अर्पण केले आहे. त्यात तुला यश मिळावे; हा माझा आशीर्वाद आहे!" त्यानंतर भगतसिंगने आजोबा, मातोश्री, चूलते यांच्या पायावर डोके ठेवून दर्शन घेतले. त्यावेळी त्याच्या मुखमंडलावर चैतन्य विलसत होतं.

(४)

भगतसिंगचं शाळेत जायचं वय झालं तेव्हा आजोबांनी त्याचं नांव बंगा या आपल्या गावातील शाळेत घातलं. आजोबांकडून भगतसिंगची शाळेत नाव घालण्यापूर्वी अक्षर-आकडे यांची ओळख झाली होतीच. वाचन-लेखनाची त्याला मुळातच आवड होती. त्यामुळे वर्गातील अभ्यासात तो इतर मुलांपेक्षा बराच वरच्या नंबरवर असायचा. त्याचं हस्ताक्षर सुंदर होतं, तसंच त्याचं लेखनही त्याच्या वयाच्या मानानं तर्कशुद्ध होतं. त्यामुळे तो गुरुजींचा आवडता झाला होता. त्याच्या प्रेमळ, खेळकर स्वभावामूळे तो विद्यार्थ्यांतही प्रिय होता. तो त्यांचा नेताच बनला होता. त्याच्या बरोबरीची मुलं त्याच्याशी आदरानं वागायची, तर त्याच्यापेक्षा वयानं मोठी असलेली मुलं शाळा सुटल्यावर त्याचं कौतुक करायची. त्याला खांद्यावर बसवून शाळेत आणायची आणि खांद्यावर बसवूनच घरी आणून सोडायची. तो भविष्यात कुणीतरी मोठा माणूस होईल, लोकनेता होईल, असा गावातील गावक-यांचा आणि त्याच्या मित्रांचा होरा होता.

इंग्रज सरकारबद्दल तर त्याच्या मनात पुरेपूर राग भरला होता. त्याचे वडील किशनसिंह नेहमीच इंग्रजांविरुद्ध लढत असल्याने कधी तरी घरी यायचे. वडील त्याच्या वाट्याला फारच कमी वेळा यायचे. त्यामुळे इंग्रज सरकार हे भगतसिंगाच्या बालमनात पक्के बसले होते. त्याचे चुलते स्वर्णसिंह यांना इंग्रज सरकारने पकडून तुरुंगात टाकलेले. त्यांचा मृत्यू तुरुंगातच आजारी पडून, इंग्रज तुरुंगाधिका-याने औषधोपचार करण्याचे मुद्दाम टाळल्यामुळे झाला. त्याचे कारणही इंग्रज सरकारच! दुसरे चुलते अजितसिंह हे इंग्रजांविरुद्ध लोकसंघटन करण्यासाठी परदेशी गेलेले. तेही कधी येणार हे अनिश्चित होते. धाकल्या चुलत्यांची भगतसिंगवर भारी माया होती. तेही त्याच्यापासून दूर गेलेले. त्याचे कारणही इंग्रज सरकार! गोरगरिबांचं अज्ञान आणि दारिद्र्य हेही या इंग्रज सरकारमुळंच.

वडील आणि दोन्ही चुलते घरापासून लांब. भगतसिंगची आई विद्यावती आणि दोन्ही चुलत्या एकत्र बसल्या म्हणजे साहजिकच त्यांना आपल्या पतिदेवांची आठवण यायच्या. त्या आठवणी काढून त्या रडू लागत. हे पाहून पहिली-दुसरीत असलेला भगतसिंग मोठ्या माणसाचा आव आणून मोठ्या हिमतीने त्यांना दिलासा देत म्हणायचा, "आई, काकू तुम्ही रडू नका. मी जेव्हा मोठा होईन तेव्हा इंग्रजांना मी पळवून लावीन आणि काकांना-वडिलांना परत घेऊन येईन, मग तर झालं?" हे त्याचे बोल ऐकून त्या स्त्रिया आपलं दुःख विसरायच्या. डोळ्यातील अश्रू पुसायच्या आणि त्याला जवळ घेऊन त्याचे मायेने पापे घ्यायच्या. अशावेळी भगतसिंग त्यांना छोटा देवदूतच वाटायचा! भगतसिंग शाळेत होता त्यावेळची अशीच एक आठवण सांगितली जाते. त्या आठवणीतून 'मुलाचे पाय पाळण्यात दिसतात' या वचनाची सत्यता पटते.

चौथीचा वर्ग. वर्गशिक्षक काही वेळेसाठी काही महत्त्वाच्या कामासाठी बाहेर गेलेले. भगतसिंगाला वर्ग सांभाळायला सांगून! तेव्हा भगतसिंगानं सा-या मुलांना शांत राहायला सांगितलं! आणि तो स्वतः तात्पुरता शिक्षक बनला. त्यानं वर्गमित्रांना एक प्रश्न विचारला,

"मित्रहो, तुम्ही मोठं झाल्यावर कोण होणार?"

अर्थात प्रत्येक मुलाचं उत्तर वेगळं असणार. एक म्हणाला, "मी डॉक्टर होणार!"

दुसरा म्हणाला, "मी इंजिनियर होणार!" तेव्हा भगतसिंग त्याला म्हणाला, "तू इंजिनियर होऊन शेतक-यांच्या शेतीमधील पिकांसाठी पाणी साठविण्यासाठी एक भक्कम तलाव बांध!" तिसरा मुलगा म्हणाला, "मी सरकारी ऑफिसात मोठा ऑफिसर होणार!" त्यावर भगतसिंग त्याला म्हणाला, "मोठा ऑफिसर हो, पण गोरगरिबांची कामं करताना

त्यांच्याकडून पैशाची मागणी करू नकोस. लाच खाणं हा गुन्हा आहे!"

चौथा विद्यार्थी म्हणाला, "मी मोठा झाल्यावर मोठा व्यापारी होणार. खूप श्रीमंत होणार!" त्यावर भगतसिंग त्याला म्हणाला, "व्यापारी हा समाजातील महत्त्वाचा घटक आहे. पण भरमसाठ नफा कमविण्यासाठी धान्यात, औषधात भेसळ करू नकोस. सचोटीनं धंदा कर. पैशानं मोठा श्रीमंत झाला नाहीस तरी चालेल. मनानं तू खूप श्रीमंत होशील! गरिबांचा तुला दुवा मिळेल!"

पाचवा मित्र म्हणाला, "मी मोठा झालो की, लग्न करणार! बंगला बांधणार! गाडीतून फिरणार!" त्यावर भगतसिंग त्याला म्हणाला, "लग्न करणं हे काही मोठं ध्येय होऊ शकत नाही. ध्येय नेहमी उच्च असावं. त्यात पराभव झाला तरी चालेल; पण छोटं ध्येय म्हणजे गुन्हाच असतो, असं आजोबा मला नेहमी सांगतात. घरटी काय पक्षीही बांधतात. त्यापेक्षा समाजमंदिर बांधायचं ध्येय, उच्च ध्येय होईल नाही का?"

तेव्हा एक छोटुकला विद्यार्थी उठला आणि भगतसिंगला म्हणाला, "भगतभय्या, मोठा झाल्यावर तू कोण होणार आहेस ते नाही सांगितलंस!"

"मित्रा, मी या प्रश्नाचं उत्तर देणारच होतो." भगतसिंग बोलू लागला, "मी मोठा झाल्यावर देशाला स्वातंत्र्य मिळविण्यासाठी इंग्रजांविरुद्ध शौर्याने लढणार! स्वातंत्र्यामध्ये गोरगरीब दीन-दलितांना सुखी करण्यासाठी प्राणाची बाजी लावणार! इंग्रजांना हिंदुस्थानातून हाकलून लावण्यासाठी जे जे करायला लागेल, ते ते करण्यास मी थोडाही कचरणार नाही. त्यामध्ये भले माझे प्राणही गमवावे लागले तरी बेहत्तर! मग मी लग्न कसं करणार? लग्नं करायला-संसार करायला मला वेळच मिळणार कुठला? आणि लग्नात अडकून मी एखाद्या निष्पाप-सुंदर मुलीचं आयुष्य बरबाद करणार नाही."

हे ऐकून सा-या मुलांनी टाळ्या पिटल्या. गुरुजी वर्गात आले, तर टाळ्यांचा कडकडाट चालूच होता.

(५)

आपल्या बंगा गावातील शाळेतच फक्त भगतसिंग शिकत नव्हता. तो घरीही शिकत होता. आजोबा अर्जुनसिंह यांच्या करड्या शिस्तीत आणि आजी-जयकौरच्या भावभ-या मायेच्या सावलीतही तो शिकत होता. घरात जुन्या वर्तमानपत्राच्या फाईली होत्या. त्या तो वाचायचा. सुफी अंबाप्रसाद, लाला हरदयाळ आणि चुलते अजितसिंह यांनी लिहिलेली पुस्तकेही

कपाटात होती. तीही भगतसिंगने वाचून टाकली होती. त्यातून त्याचेवर संस्कार होत होते. त्याच्या व्यक्तिमत्त्वात न्यायाबद्दल चाड आणि अन्यायाबद्दल चीड पुरेपूर भरली होती. गरिबांवरील होणा-या अन्यायाविरुद्ध लढण्याचे बीज त्याच्या मनात त्याचवेळी पडले होते. ते चांगले रुजूही लागले होते.

गावात चौथीनंतर वर्ग नव्हते. त्यामूळे भगतसिंगला परगावी शिकायला पाठवायचे ठरले. पण आपला नातू आपल्यापासून दुरावू नये म्हणून आजी जयकौर त्या ठरावाला विरोध करायची. आई विद्यावतीला वाटायचे की, भगतसिंगाला गावीच ठेवावे व एखाद्या शिक्षकाला सांगून त्याची पुढील शिक्षणाची सोय करावी; पण आजोबांनी कोणाचेही ऐकले नाही. आजोबा कट्टर आर्य समाजी, राष्ट्रीय बाण्याचे गृहस्थ. शहरातील सरकारी शाळेत जाऊन तेथे दररोज आपल्या नातवाने 'गॉड सेव्ह दी किंग' ही प्रार्थना म्हणून गुलामी वृत्ती वाढवावी या विरुद्ध मताचे ते होते. म्हणून त्यांनी भगतसिंगचे नाव लाहोर येथील डी.ए.व्ही. हायस्कूल या राष्ट्रीय विचाराच्या वसतिगृहयुक्त असलेल्या शाळेत घातले. अशा राष्ट्रीय शाळा म्हणजे स्वतंत्र बाण्याचे, सुशिक्षित तरुण देशभक्त तयार करण्याचे कारखानेच! राष्ट्रीय शाळा म्हणजे स्वातंत्र्याच्या चळवळीत काम करण्यासाठी तरुणाईला प्रेरणा देणारी क्रांतिकेंद्रेच मानली जात. अशा शाळेत भगतसिंग सुसंस्कारित होऊ लागला होता. घडत होता. वाढत होता. विविध विषयावर वाचन-चिंतन-चर्चा करीत होता.

वाचन हा भगतसिंगाचा छंद होता. तो वाचनवेडा विद्यार्थी होता. महाराष्ट्राचे दैवत आणि हिंदवी रयत स्वराज्य स्थापन करणा-या शिवाजीचं चरित्र त्यानं मन लावून वाचलं होतं. त्यांच्या गनिमी काव्यानं तर तो उत्तेजित झाला होता. त्यांच्यातील धैर्य आणि धाडस या गुणांवर तो लुब्ध झाला होता. महाराणा प्रतापच्या पराक्रमानं तो प्रेरित झाला होता. गुरुगोविंदसिंह तर त्याच्या ओठावर खेळत होते. १८५७ चं स्वातंत्र्ययुद्ध हे त्याचं स्फूर्तिस्थान झालं होतं. स्वातंत्र्यलढ्याच्या चळवळीचा अर्थ त्याला चांगलाच उमजला होता. जनआंदोलनं आणि उग्र निदर्शनं त्यानं जवळून अनुभवली होती. ब्रिटिशांच्या अन्यायाविरुद्ध आणि पिळवणुकीविरुद्ध हा शाळकरी विद्यार्थी पेटून उठत होता. डी.ए.व्ही. वसतिगृहयुक्त हायस्कूलमधील वातावरणही भगतसिंगच्या क्रांतिकारक व्यक्तिमत्त्वाला पोषक होतं.

तेथे त्याला पहाटे पाचला उठावं लागे. मातृभूमीची प्रार्थना म्हणावी लागे. त्यानंतर जोर-बैठका, पळणं आदी व्यायाम करावा लागे. त्यानंतर न्याहरी. न्याहरीनंतर दुपारचं जेवण. दिवसभर शाळा. शाळेनंतर खेळ आणि सातच्या सुमाराला रात्रीचं जेवण आणि

जेवणानंतर दहा वाजेपर्यंत अभ्यास! भगतसिंगाला क्रमिक पुस्तकापेक्षा अवांतर वाचनात गोडी जास्त. तो मध्यरात्रीपर्यंत वाचत बसायचा. खरं म्हणजे रात्री दहानंतर कुणीही जागायचं नाही हा तिथला नियम. सा-या खोल्यातले दिवे त्यावेळी मालवायचा कडक नियम. पण भगतसिंग कंदिल जवळ घेऊन त्यावर चादर लपेटून अभ्यास करायचा. चादरीतून प्रकाश बाहेर पडत नसे. तो दहानंतर झोपला असेच सारे समजायचे. पण खोलीतील मुलांना त्याचं हे रहस्य ठाऊक होतं. पण ते त्याची वाच्यता कुठंही करीत नसत. कारण भगतसिंगाला ते आपला नेता मानत होते. भगतसिंगला आदराने वागवत होते. असा हा अवलिया विद्यार्थी रविवारच्या वसतिगृहाच्या सभेत उत्स्फूर्तपणे विविध विषयांवर बोलायचा. त्यामुळे तो सर्व शिक्षकांचा आणि मुख्याध्यापकांचा आवडता विद्यार्थी बनला होता. 'हा विद्यार्थी भविष्यकाळात मोठा क्रांतिकारी नेता होईल;' असा सा-यांना विश्वास वाटत होता.

सातवीच्या वर्गात प्रवेश घेण्यापूर्वीच भगतसिंगला सामाजिक जबाबदारीची आणि सामाजिक न्यायासंबंधीची जाण आली होती. तशी इंग्रजी सत्तेच्या गुलामगिरीची चीडही त्याच्या नसानसात भिनली होती. ही चीड त्याच्या घराण्याच्या जणू वारसानं मिळालेली देणगी होती, असे म्हणावे लागेल. त्यामुळे तो या वयात गदर पार्टीच्या परदेशातील संघटनेबाबत आणि त्यांच्या भारतातील स्वातंत्र्याच्या लढ्याबाबतच्या बातम्या वाचायचा. सरकार गदर पार्टीच्या नेत्यांना कडक शिक्षा करीत असलेलं पाहून त्या वयातही तशा आंदोलनात भाग घेण्याची ऊर्मी त्याच्या उरात उसळत असायची! पहिल्या महायुद्धाच्या बातम्यांमध्ये त्याला तसा रस नव्हता; पण स्वातंत्र्यासाठी लढा देणारे, शिक्षा भोगणारे, फासावर जाणारे नेते त्याला आदरणीय, पूजनीय वाटत होते.

शाळेच्या अभ्यासात भगतसिंग तसा दक्ष होता. तो जे शालेय परीक्षेत यश मिळवीत होता. त्याबद्दल समाधानी होता. त्याबाबत त्याने आजोबांना लिहिलेल्या तर्कशुद्ध पत्राचा उल्लेख महत्त्वाचा वाटतो. तो पत्रात लिहितो - "संस्कृतमध्ये मला १५० पैकी ११० गुण मिळाले आहेत. इंग्रजीमध्ये १५० पैकी ६८ गुण मिळाले आहेत. तसे १५० पैकी ५० गुण मिळाले तरी पास होता येते. तेव्हा ६८ गुण घेऊन मी चांगल्यात-हेने पास झालोय. कुठल्याच गोष्टींची काळजी करू नका." भगतसिंगाला संस्कृतमध्ये जितकी आवड होती तितकाच तिरस्कार त्याला इंग्रजी भाषेबद्दल वाटत होता.. इंग्रज राज्यकर्त्यांबद्दल लहानपणापासून वाटत असलेली घृणा काही अंशी भाषेबद्दलही संक्रमित झाली असल्यास नवल नाही.

(६)

भगतसिंग त्यावेळी सातवीच्या वर्गात शिकत होता. महात्मा गांधीजींनी इंग्रजी सत्तेविरुद्ध नुकतीच कुठं असहकार चळवळ सुरू केली होती. त्याचाच एक भाग म्हणून शाळेमध्येही हे असहकाराचे लोण पोहोचले होते. त्यात भगतसिंगाने मोठ्या तडफेने भाग घेतला होता. याच सुमारास दिनांक १३ सप्टें. १९१९ रोजी अमृतसर येथील जालियनवाला बागेत दुर्दैवी हत्याकांड घडले. जालियनवाला बागेत हजारो लोक स्वातंत्र्य चळवळीच्या सभेसाठी एकत्र जमलेले होते. त्या निष्पाप आबालवृद्ध आणि तरुण स्वातंत्र्यप्रेमी लोकांवर जनरल डायरने मशिनगनने अचानक येऊन गोळ्या झाडल्या. लोकांना पळून जायलाही वेळ मिळाला नाही. शेकडो निरपराध लोक या इंग्रजांच्या राक्षसी गोळीबारात बळी पडले. त्यांच्या रक्ताने जालियनवाला बाग विद्रूप झाली. या क्रूर घटनेचे पडसाद भारतभर उमटले. इंग्रजी राज्यसत्तेचा ठिकठिकाणी धिक्कार होऊ लागला. ही घटना म्हणजे स्वातंत्र्यासाठी बलिदान करणा-यांची गौरवगाथा बनली. स्वातंत्र्यसंग्रामाचा आदर्श मेरुदंड ठरला.

ही दुःखद बातमी भगतसिंगला कळली. त्यावेळी तो लाहोरच्या शाळेत शिकत होता. शिक्षणासाठी त्याचे आई-वडील-बहीण लाहोरलाच घर करून राहात होते. ही क्रौर्याची परिसीमा गाठणा-या शोकांतिकेची बातमी ऐकून शाळकरी गडी भगतसिंग दुसरे दिवशी शाळेला न जाता तडक अमृतसरला जायला निघाला. पायी पायी. लाहोर ते अमृतसर अंतर थोडे थोडके नव्हते. १६ मैलाचे होते. बारा-तेरा वर्षाच्या या कोवळ्या युवकाने ते अंतर पार करून अमृतसर गाठले. तेथील वातावरण कमालीचे तंग आणि ताणलेले होते. जागोजागी बंदुकधारी सैनिक उभे होते. त्याची भगतसिंगला भीती वाटली नाही. तो लपत-छपत पोलिसांचा डोळा चुकवून जालियनवाला बागेत गेला. बागेतील जमीन रक्ताने माखलेली. ती पाहून त्याच्या डोळ्यातून अश्रू ओघळले. त्या रक्तांकित मातीवर ते पडले. त्याने त्या भूमीला-त्या मातीला, भारतमातेला मनोभावे वंदन केले आणि ती माती दोन्ही हाताने बाटलीत भरून घेतली आणि परत लाहोरला धूम ठोकली.

लाहोरमधील त्याच्या घरी आजी-आजोबा, आई आणि चुलत्या-मालत्या काळजी करीत बसलेल्या. भगतसिंग शाळेतून कसा आला नाही? कुठे गेला असेल तो? जालियनवाला बागेत पोलिसांनी त्याला पाहिले असते तर काय झाले असते? कल्पनाही करवत नाही. पुढे फाशीच्या तख्तावर हसत हसत मान द्यायला तयार झालेल्या तरुणाचा हा बारा-तेरा वर्षाचा शाळकरी मुलगा बाप होता. Child is the father of man या तत्त्वानं! त्यावेळी जालियनवाला बागेतील

रक्ताळलेली माती घेऊन येताना बाल भगतसिंगच्या मनात कसले थैमान उसळले असेल? इंग्रज राज्यकर्त्यांच्या या क्रौर्याचा, अत्याचाराचा बदला घेण्याच्या- चालता चालता- कितीतरी वेळा त्याने शपथा घेतल्या होत्या. त्याचे डोळे अंगार बनले होते. त्यात खून उतरला होता.

तो उशिरा घरी आला. सगळ्यांचा जीव भांड्यात पडला. घरी आला तरी तो कुणाशीही बोलला नाही. तो जरा गंभीर झाला होता. तेव्हा त्याची बहीण बेबी अमरकौरने त्याला प्रश्न केला. "तू सकाळी शाळेत गेलास, तर आता इतक्या उशिरा घरी येतो आहेस. दिवसभर तू कोठे गेला होतास? दुपारपासून आई-आजी, मी, काकू आम्ही सर्वजण तुझीच वाट पाहत होतो. आईनं तर अजूनही अन्नाचा एक कणही घेतला नाही. ती तुझीच वाट पाहत देवघरात प्रार्थना करते आहे."

हे ऐकून त्याने आपण अमृतसरला कसे चालत गेलो आणि जालियनवाला बागेतील आपल्या बांधवांच्या रक्तानं माखलेली माती कशी बाटलीत भरून आणली याची कथा रंगवून सांगितली आणि तो म्हणाला, "इंग्रजांनी क्रूरपणाने बंदुकीच्या गोळ्यांनी मारलेल्या आपल्या बांधवांच्या रक्तानं भिजलेली माती मी या बाटलीत भरून आणलीय. ही माती म्हणजे आपली माता आहे. तिला नमस्कार कर. ही मातीच आपल्याला इंग्रजांविरुद्ध बंड करायला प्रेरणा देणार आहे."

त्याच्या बहिणीनं त्या बाटलीतील मातीला हात जोडून नमस्कार केला. ती बाटली तिनं देवघरात नेली. तिथं त्या मातीची माहिती आईला सांगितली. दोघांनी त्या मातीची पूजा केली. फुलं वाहिली. आई-आजीला बाल भगतसिंगच्या या कर्तुकीचं कौतुक वाटलं. आईनं तर त्याच्यावर मीठ-मिरच्या ओवाळून जळत्या चुलीत टाकल्या; तर आजीनं त्याच्या गालाचा मुका घेत आणि त्याच्या दोन्ही कानशिलावर दोन्ही हाताच्या बोटांनी स्पर्श करून दोन्ही हात आपल्या कानशिलावर आणून बोटे कडकडा मोडली आणि उद्‌गार काढले, "इडा पिडा टळो आणि बळीचं राज्य येवो."

शेतकरी, कामगार, श्रमिक, दलित, महिला यांच्या प्रगतीसाठी, सुख-समाधान आणि समृद्धीसाठी बळीचं राज्य यावं हे स्वप्न हिंदुस्थानातील करोडो भगिनी माता आपल्या उराशी बाळगून आहेत! इंग्रजांना या देशातून हाकलून देऊन हे बळीचं राज्य आणण्याची बाल भगतसिंगानं मनोमन प्रतिज्ञा केली!

(७)

भगतसिंगनं बालवयातच इंग्रजी राज्य इथं कसं आलं आणि कसं रुजलं, याची माहिती करून घेतली होती. भारतीय राष्ट्रीय काँग्रेसच्या सन १८८५ मध्ये स्थापन झालेल्या व सनदशीर मार्गाने अर्ज-विनंत्या करून इंग्रजाकडून काही सुविधा पदरात पाडून घेण्याचं मवाळ धोरण आणि पुढं लाल-बाल-पाल या त्रिमूर्तींनी त्यांचं जहाल चळवळीत केलेलं रूपांतर त्याला आवडलं होतं. त्याच वर्षी रशियात क्रांती झाली, कामगारांची समाजवादी सत्ता लेनिननं स्थापन केली आणि त्याच वेळेला भारतात गांधीजींचं राजकारणात पदार्पण झालं. त्यांनी जगाला अहिंसा आणि सत्याग्रह ही नवी शस्त्रं गरिबांच्या हाती दिली. या दोन नेत्यांनी जगात समता आणि ममतेचं राज्य यावं याची सुरूवात केली.

बाल भगतसिंगनं जेव्हा प्राथमिक शिक्षण संपवलं होतं, त्याच वेळी भारतीय स्वातंत्र्याच्या लढ्याची सूत्रं निःशस्त्र सेनापती म. गांधी यांच्या हाती आली होती. या दोन्ही नेत्यांकडं तो अभ्यासू दृष्टीनं, विस्मयानं पाहत होता. पण त्याचा ओढा म. गांधींच्या अहिंसा सत्याग्रहापेक्षा लेनिनच्या सशस्त्र क्रांतिकडेच थोडा झुकलेला होता.

भगतसिंग सहा वर्षांचा असतानाच, म्हणजे मार्च १९१३ मध्ये अमेरिकेत हिंदुस्थानातील क्रांतीकारी लढवय्यांनी सॅन फ्रान्सिस्को येथे 'गदर' नावाचे वर्तमानपत्र काढण्याचा निर्णय घेतला आणि तेच नाव पुढे 'गदर पार्टी' म्हणून रूढ झाले. या क्रांतिकारी पक्षाचे अध्यक्ष आणि सचिव होते अनुक्रमे बाबा सोहनसिंह भवना आणि लाला हरदयाल. या पार्टीने राजकारण धर्ममुक्त केले. म्हणजेच पहिल्यापासून त्यांनी धर्मनिरपेक्षतेचे तत्त्व अंगिकारले. हिंदू-मुसलमान ऐक्यावर त्यांचा भर होता. स्पृश्यास्पृश्य भेदभावाला या पार्टीत वाव नव्हता. पक्षाचे सचिव लाला हरदयाल तर म्हणत की, स्वातंत्र्य चळवळीच्या या काळात प्रार्थनेची वेळ निघून गेलेली आहे. आता तलवार हाती घेण्याची वेळ आली आहे. गदर पार्टीचे कार्यकर्ते स्वतःला अराजकवादी म्हणवून घेत होते. त्यांना कुठल्याही परिस्थितीमध्ये समाजात आर्थिक समानता आणायची होती. ही पार्टी आंतरराष्ट्रीय स्तरावर काम करीत होती. 'केवळ भारतातच नव्हे तर जगात जेथे जेथे गुलामी, विषमता आणि पिळवणूक होत आहे, त्या त्या देशात क्रांती केली पाहिजे,' असे पार्टी चे धोरण होते. ही गदर पार्टी इंग्रजी सत्तेच्या विरोधात सशस्त्र संघर्षाचे काम करीत होती. इंग्रजांना भारतातून हाकलून देऊन येथे अमेरिकेसारखी लोकशाही प्रजातंत्राची स्थापना करण्याचे त्यांचे स्वप्न होते.

त्याच वेळी सन १९१७ मध्ये रशियन क्रांती झाली. त्या क्रांतीने सारा युरोप-आशिया

प्रभावित झाला. गदर पार्टी त्यास अपवाद नव्हती. या पार्टीने पहिले महायुद्ध चालू असताना भारतात इंग्रजांविरुद्ध सशस्त्र उठाव केला होता; पण महायुद्ध समाप्त होताच सन १९१८ मध्ये इंग्रजांनी ही चळवळ दडपण्यासाठी 'रोलॅक्ट ॲक्ट' नावाचा राक्षसी कायदा पास केला. या कायद्यातील तरतुदीमूळे इंग्रज राज्यकर्त्यांना कोणालाही न्यायालयीन चौकशी न करता तुरुंगात डांबण्याचा अधिकार मिळणार होता. त्याचे पर्यवसान १३ एप्रिल १९१९ रोजी पंजाबातील अमृतसर येथील जालियनवाला बागेतील हत्याकांडात झाले होते. गदर पार्टीच्या लोकांनाही इंग्रज राज्यकर्त्यांनी पकडून तुरुंगात डांबले होते. कित्येकांना जन्मठेपेच्या आणि फाशीच्या शिक्षा झाल्या होत्या. त्या बातम्या ऐकून बारा-तेरा वर्षांचा भगतसिंग दुःखाने तडफडत होता. रागाने फुत्कारत होता. इंग्रज राज्यकर्त्यांविरुद्ध लढण्यासाठी त्याचे बाहू स्फूरण पावत होते. त्याने शाळा सोडण्याचा आणि स्वातंत्र्यलढ्यात झोकून देण्याचा निश्चय केला.

(८)

जालियनवाला बागेतील हत्याकांडामुळे इंग्रजांची जगभर नाचक्की झाली होती. हत्याकांडातील रक्तपाताने भारतीय तरुणांची माथी भडकली होती. गावोगावी आणि घरोघरी, शाळा-काँलेजातून इंग्रजी राज्यकर्त्यांचा निषेध-धिक्कार होऊ लागला होता. इंग्रजांना हाकलून देण्याची चर्चा टिपेला पोहोचली होती. गांधीजींनी लोकांची नाडी ओळखली. स्वातंत्र्यलढ्यात जास्तीत जास्त भारतीयांना सहभागी करून घेण्याची हीच संधी आहे, याची जाणीव त्यांना झाली आणि त्यांनी १० मार्च १९२० साली 'संपूर्ण असहकाराची' गर्जना केली. सरकारी नोक-या सोडा, शाळा-कॉलेजेस बंद करा, कोर्ट-कचे-या बंद करा, वकिली सनदेचा त्याग करा, सरकारला कर भरू नका, जमिनीचा सारा देऊ नका. या बंदमध्ये शेतकरी, कामगार, विद्यार्थी-शिक्षक आणि सरकारी नोकर बहुसंख्येने भाग घेऊ लागले.

अशा वातावरणात भगतसिंग मागे कसा राहणार? त्याने नववीत असतानाच शाळा सोडली आणि चळवळीत भाग घेण्याचा निर्णय आपला मित्र जयदेव गुप्त मार्फत आपल्या वडिलांना कळविला. भगतसिंगच्या निर्णयाला त्यांनी विरोध केला नाही. कारण तेही या चळवळीत सक्रिय होतेच.

स्वातंत्र्य चळवळीतील कार्यकर्त्यांसह भगतसिंग असहकाराच्या मिरवणुकात भाग घेऊ लागला. परदेशी कपड्यांची होळी करू लागला. घोषणा देऊ लागला. इंग्रजांची कार्यालये बंद पाडू लागला. इंग्रजांना कसल्याही प्रकारचे सहकार्य न देण्याबद्दल सभेतून बोलू लागला.

मोर्चे-हरताळ यामध्ये भाग घेऊ लागला. १४ नोव्हें. १९२१ रोजी आपल्या वडिलांना लिहिलेल्या पत्रात त्यांनी खालील मजकूर ताजा कलम मध्ये लिहिलाय. "हल्ली रेल्वे कामगार हरताळ करण्याची तयारी करत आहेत. पुढील आठवड्यात हा हरताळ सुरू होईल, अशी आशा आहे." यावरून सिद्ध होते की, या पूर्ण असहकार चळवळीने चौदा वर्षांचा भगतसिंग फार भारावून गेला होता. सक्रिय कार्यरत झाला होता. भगतसिंगचं व्यक्तिमत्त्व भारदस्त आणि प्रभावी असल्यानं या चळवळीत जे काम एखाद्याला पूर्ण करता येत नसे ते काम भगतसिंग यशस्वीपणे पूर्ण करीत होता.

ही चळवळ अशीच चालू राहिली असती तर इंग्रजांना भारत सोडून जाण्याशिवाय पर्यायच उरला नसता. पण या स्वातंत्र्य संग्रामाच्या इतिहासाने अचानक नवीन वळण घेतले. पूर्ण असहकाराच्या मिरवणुकीतून लोकसहभाग वाढू लागला. जालियनवाला बागेतील हत्याकांडामुळे लोक भयंकर चिडलेले. मिरवणुकीतील गर्दीच्या मानसशास्त्रनं इंग्रजांच्या विरुद्धच्या द्वेषानं वरचं टोक कधी गाठलं हे पुढा-यांना कळले नाही. दि. १७ नोव्हें. १९२१ रोजी मुंबईला निघालेल्या मिरवणुकीतील कार्यकर्त्यांनी दंगे केले. त्यात इंग्रजी पोलीस अधिका-यांना जिवंत जाळण्यात आले. दि. ५ फेब्रू. १९२२ रोजी गोरखपूर जिल्ह्यातील चौरीचौरा या गावात मिरवणूक निघाली. प्रथम ती पूर्णपणे अहिंसक होती. मिरवणूक पोलीस ठाण्याजवळ आली आणि पोलिसांबरोबर काही जणांची बाचाबाची झाली आणि अचानक अहिंसक मिरवणुकीचे रूपांतर हिंसक दंग्यात झाले. कार्यकर्त्यांचा राग अनावर झाला. त्यांनी २१ शिपाई आणि ठाणेदार यांना पोलीस ठाण्यात बंद केले आणि पोलिस ठाण्याला आग लावली. ते सारे आगीचे भक्ष्य ठरले. त्यांच्या देहाची क्षणार्धात राख झाली. मिरवणुकीतील लोकांना जालियनवाला बागेतील हत्याकांडाचा थोडासा का होईना सूड उगवल्याचा आनंद झाला. या दंग्याच्या बातम्यांनी म. गांधी दुःखी झाले. स्वतःच सुरू केलेल्या चळवळीपासून विचलित झाले.

याच वेळी दि. ११ फेब्रु. १९२२ रोजी बारडोली येथे कॉंग्रेस कार्यकारिणीची बैठक भरली आणि त्यात गांधीजींनी सामूहिक सत्याग्रहाची संपूर्ण असहकाराची चळवळ मागे घेतल्याचे जाहीर केले. त्यांनी कॉंग्रेस कार्यकर्त्यांना विनंती केली की, हिंसात्मक चळवळीपासून सा-यांनी दूर राहावे आणि रचनात्मक कार्यक्रमात सहभागी व्हावे. या रचनात्मक कार्यक्रमात चरख्यावर सूत काढणे, राष्ट्रीय शाळा-महाविद्यालये सुरू करणे आणि मादक पदार्थ सेवनाला विरोध करून व्यसनमुक्तीचा कार्यक्रम हाती घेणे. इ. सकारात्मक कार्यक्रमात लोकांना

गुंतवून म. गांधी पेटलेलं वातावरण अहिंसक व शांत करू पाहत होते.

महात्मा गांधींचा हा निर्णय त्यांच्या तत्त्वांशी सुसंगत होता पण या निर्णयाने स्वातंत्र्य संग्रामाचा वाढलेला ज्वर एकदम खाली आला. या चळवळीने इंग्रज राज्यकर्त्यांना सळो की पळो करून सोडले होते. हा चळवळीचा ज्वर एखादे वर्ष टिकला असता तर भारताला लवकर स्वातंत्र्य देण्याशिवाय इंग्रजांना गत्यंतर उरले नसते. म्हणून गांधीजींची ही चळवळ बंद करण्याचा निर्णय पं. मोतीलाल नेहरू आणि लाला लजपतराय यांना मुळीच पटला नाही. ते तुरुंगात राहून लंबीचवडी पत्रे लिहून आपली मते जनतेपूढे ठेवीत. चौरीचौरा या एका ठिकाणच्या हिंसेच्या कारणासाठी चळवळीला पर्यायाने देशाला दंड देण्याचा अधिकार गांधीजींना मुळीच नाही. महाराष्ट्र आणि बंगालमधील काँग्रेस कार्यकर्त्यांचेही हेच मत होते. देशातील बहूसंख्यांची हीच भावना होती. ती भावना साहित्यिक शरतचंद्र चटोपाध्याय यांनी पूढील शब्दात व्यक्त केली होती. "महात्माजीने भारी भूल की है। इस अवस्था में आंदोलन स्थगित करने का अर्थ है, आंदोलन की अपमृत्यू। जनआंदोलन एकदम ही नष्ट हो गया। यह फिर पुनर्जीवित नही होगा। सोचा था, इस आंदोलन से स्वराज्य निश्चितही मिलेगा, पर फिर महात्माजी ने उसे आरंभही नही किया...कुछ कॉस्टेबल उत्तेजित जनता के हाथ जल मरे। उसमें क्या हुआ? इससे ही क्या भारतवर्ष का आंदोलन बंद कर देना होगा? इतने विराट देश की मुक्ती के संग्राम में स्वाधीनता का रक्तकमल प्रस्फुटित होगा। इससे कैसा क्षोभ, कैसा दुख, कैसा अनुताप...नान-वायलेंस अत्यंत पवित्र विचार है, लेकीन स्वतंत्रता भी उससे कहीं अधिक शतगुना पवित्र है।"

दिल्ली येथे दि. २४ व २५ फेब्रु. १९२२ ला काँग्रेस महासमितीची बैठक भरली. त्यातही महात्माजींच्या या निर्णयाला डॉ. मुंजेनी निंदा प्रस्ताव मांडला. तो पास झाला नाही; पण त्या निर्णयाने जहालवादी कार्यकर्ते नाराज झाले. भगतसिंगच्या आजोबांनी गांधीजींच्या या निर्णयाची हसत हसत टर उडविली होती. ते म्हणाले होते, "गांधी महात्माजी, आपण तो निर्णय घेण्याच्या दिवशी थांबला असतात, तोंड बंद ठेवलं असतं तर काय तुमच्या मिशा खाली गेल्या असत्या कां?"

भगतसिंग आणि त्यांचे आजोबा अर्जुनसिंह यांच्यात दोन पिढ्यांचं अंतर होतं. अर्जुनसिंहानी गांधींच्या नीतीची टर उडवली; पण गांधीजींच्या तत्त्वांना सोडलं नव्हतं. ते काँग्रेसचे कार्यकर्ते राहिले. तशीच या तरुण-नव्या पिढीचे प्रतिनिधित्व करणा-या भगतसिंगची मानसिकता नव्हती!

(९)

भगतसिंगच्या तरुण मनातील भावनेच्या तीव्रतेने त्यांना अस्वस्थ केले. ही चळवळ थांबल्यामुळे भगतसिंगाची दारुण निराशा झाली. भगतसिंग त्यावेळी केवळ १५ वर्षांचा कोवळा तरुण होता. चौरीचौरा येथे केवळ २२ इंग्रज पोलिसांच्या मृत्यूमुळे एवढी मोठी धडकी भरायला लावणारी महत्त्वाची चळवळ थांबविण्यात आली. का थांबविण्यात आली? लोकशाही मानणा-या एकट्या गांधीजींनी ती थांबविली ही बाब एक प्रकारची एका माणसाची हुकूमशाहीच झाली की! दोनच वर्षांपूर्वी इंग्रज सत्तेने जालियनवाला बागेत हत्याकांड केले, त्यात तर शेकडो निरापराध माणसं किडेमुंग्या मारावीत तशी मारली. त्यावेळी ते का स्तब्ध बसले? त्यांनी इंग्रजी राज्यकर्त्यांना प्रश्न विचारून अहिंसा मार्गाने भंडावून का सोडले नाही? यापुर्वी क्रांतिकारक कर्तारसिंह या तरुणाला इंग्रजांनी निर्दयपणे फाशी दिलं. अहिंसेचे समर्थन करणारे त्यावेळी तोंडे बंद करून का बसले? मग आत्ताच त्यांना एवढा पुळका का आला? अहिंसा हे तत्त्व पवित्र आहे पण ते का निःशस्त्र रयतेनंच पाळायचं का? सशस्त्र असलेल्या इंग्रजानं-त्यांच्या शिपायांनी ते पाळलं तर त्याला अर्थ आहे! बलवानाची अहिंसा ही खरी अहिंसा आहे! गांधीजींची अहिंसा आदर्श कोटीतील आहे? दुस-याचं मन दुखवणंही ते हिंसाच मानतात. ही सामुदायिक असहकाराची चळवळ बंद करून बहुसंख्य भारतीयांची मनं त्यांनी रक्तबंबाळ केली नाहीत काय? कुठं गेलं मग ते अहिंसेचं तत्त्व? साध्य पवित्र मग ते प्राप्त करण्यासाठी साधनशुचितेची काय गरज? शांतीविना जगात कुणाला स्वातंत्र्य मिळाले आहे? शहीद झालेल्या कर्तारसिंहाचं बलिदान व्यर्थच आहे का? आपले चुलते अजितसिंह, सुफी अंबाप्रसाद आणि रासबिहारी हे हातावर शिर घेऊन लढणारे सारेच चूक कसे? अशा प्रकारच्या तर्कशुद्ध विचारांनी भगतसिंगचा माथा भडकला. रक्त सळसळलं. मन पेटून उठलं. त्याने गांधीजींच्या लांब पल्ल्याच्या अहिंसा मार्गापासून स्वतःला दूर केलं. या किशोरी विचारात परिपक्वता कमी असेल; पण त्यात तथ्यांश नव्हता असं कुणी म्हणू शकणार नाही. यामागे भगतसिंगच्या मनात स्वातंत्र्यप्राप्तीसाठी कर्तारसिंहांसारखं बलिदान करण्याचा निश्चय होता. त्यामुळेच असहकारावरची आणि अहिंसेवरची त्यांची निष्ठा कमी झाली. हिंदुस्थानला स्वातंत्र्य आणि तेही लवकर मिळवून द्यायचे असेल तर सशस्त्र क्रांती हा एकच उपाय असल्याची धारणा भगतसिंगच्या मनात पक्की झाली आणि त्यावेळेपासून त्यानं त्यामार्गाने आपली क्रांतियात्रा सुरू केली.

(१०)

गांधीजींनी सामुदायिक सत्याग्रह चळवळ बंद केली. त्याबद्दल अनेकांच्या मनात राग होता. पण महात्माजींनी रचनात्मक कार्य करण्याचा आदेश काँग्रेसला दिला. ही बाब मात्र लोकांना आवडली. सर्व देशभर राष्ट्रीय शाळा-महाविद्यालये सुरू झाली. कलकत्त्याचे 'कलकत्ता विद्या मंदिर', अहमदाबादला 'गुजराथ विद्यापीठ', काशीला 'काशी विद्यापीठ', पुण्याला 'डेक्कन एज्युकेशन संस्था', सातारला 'रयत शिक्षण संस्था' सुरू झाल्या. पंजाबमधील काँग्रेस नेत्यांनी लाहोरला असेच राष्ट्रीय शिक्षण देणारे 'नॅशनल कॉलेज' सुरू केले. हे स्थापन करण्यात पंजाब केसरी लाला लजपतराय हे प्रमुख होते. तेच विद्यार्थ्यांना शिकवायचे. ज्या विद्यार्थ्यांनी असहकार आंदोलनात भाग घेण्यासाठी शाळा-कॉलेजेस सोडल्या होत्या, अशा विद्यार्थ्यांना या कॉलेजमध्ये प्रवेश दिला जात होता.

अशी राष्ट्रीय कॉलेजेस सरकारी कॉलेजपेक्षा पूर्णपणे वेगळी होती. या राष्ट्रीय कॉलेजात शिक्षणाचा उद्देश, भारताचा इतिहास आणि सामान्य माणसाची प्रगती, पारतंत्र्याविरुद्ध चेतावणी, स्वातंत्र्याबद्दलची चाड, आवड, समाजपरिवर्तनासाठीचा लढा, स्वातंत्र्य चळवळीचा इतिहास आणि स्वातंत्र्य मिळविण्यासाठी क्रांती कशी करावी इ. विषयाचे अध्ययन, अध्यापन केले जात असे. या राष्ट्रीय कॉलेजात शिकविणारे प्राध्यापकही ध्येयवादी आणि क्रांतिकारी नेते होते. कलकत्त्यात सुभाषचंद्र बोस, साहित्यिक शरतचंद्र चटोपाध्याय, तर लाहोरमध्ये आचार्य जुगलकिशोर, भाई परमानंद, श्री जयचंद्र विद्यालंकार, हिंदी साहित्यिक श्री. उदयशंकर भट्ट आणि छबीलदास हे प्राध्यापकांचे काम करीत होते. हे प्राध्यापक खरे तर स्वातंत्र्य चळवळीमधील मान्यवर नेते होते.

हायस्कूलमध्ये असताना भगतसिंग हा वाचनवेडा होता. स्वातंत्र्य मिळविण्याच्या विचारानं भारून गेला होता. शाळा सोडून त्यानं असहकार आंदोलनातही जिद्दीनं भाग घेतला होता. गांधीजींनी हे आंदोलन थांबवल्यामुळे तोही अस्वस्थ झाला होता. त्याचे विचार बदलत चालले होते. स्वातंत्र्य, समता आणि बंधुता निर्माण करण्यासाठी, कामगारांची समाजवादी सत्ता भारतात यायची असेल तर फ्रेंच राज्यक्रांती आणि रशियन राज्यक्रांतीप्रमाणे सशस्त्र उठाव केला पाहिजे, अहिंसा सोडून त्यासाठी हिंसेचा मार्ग पत्करला पाहिजे, या विचारापर्यंत तो येऊन पोहोचला होता. त्या दृष्टीने त्याचे वाचनही चालले होते.

भगतसिंगचे वडील श्री. किशनसिंह आपल्या मुलाच्या शिक्षणाबद्दल जागृत होते. भगतसिंग तर केवळ आठवी पास झाले होते. त्याला कॉलेजला प्रवेश कसा मिळणार, ह्या

चिंतेत ते होते. म्हणून त्यांनी भगतसिंगला भाई परमानंदांकडे नेले. परमानंदांनी भगतसिंगच्या ज्ञानाची परीक्षा घेतली. भगतसिंग इंग्रजी विषयात थोडे कमजोर होते. पण इतिहास, राज्यशास्त्र आदी विषयांत ते चांगले तयार असल्याचे परमानंदांच्या लक्षात आले. या विषयाची भगतसिंगनं वाचलेली पुस्तकं आणि त्या पुस्तकांबद्दलची त्याची जाण, त्याची तीव्र बुद्धिमत्ता, त्याची स्वातंत्र्याबद्दलची क्रांतिकारक मतं आणि आदर्शवादी दृष्टिकोन याची कल्पना परमानंदांना त्याच्याबरोबर चर्चेनंतर आली. म्हणूनच त्यांनी केवळ आठवी पास झालेल्या भगतसिंगला कॉलेजमध्ये प्रवेश दिला.

सुरुवातीला भगतसिंगला शिक्षण घेताना थोड्या अडचणी आल्या; पण भगतसिंग आत्मविश्वासाने अभ्यासाला लागला. चिकाटीने परिश्रमाची त्याने कास धरली आणि थोड्याच दिवसांत तो वर्गातील इतर विद्यार्थ्यांच्या बरोबरीला आला. तो सर्वांचा आवडता विद्यार्थी बनला.

भाई परमानंद यांच्या साधेपणाने भगतसिंग प्रभावित झाला होता. विशेषतः प्रा. जयचंद्रजींच्या विद्वत्ता आणि क्रांतिकारी विचाराकडे तो आकर्षिला गेला होता. जयचंद्रजींच्या मार्गदर्शनाखाली त्याच्या मनातील हिंसा-अहिंसा, साध्य गाठण्यासाठीची साधनशुचिता आदी विषयांवर शंकाकुशंका पार वितळून गेल्या. भगतसिंगने त्यांच्या मार्गदर्शनानुसार ड्रेनबीनची 'माय फाइट फॉर आयरिश फ्रिडम', मॅजिनी आणि गॅरिबाल्डीची जीवनचरित्रे, फ्रान्सची राज्यक्रांती, रुसो आणि व्हाल्टेअरच्या क्रांतिकारी विचारांची पुस्तके, क्रांतिकारी साहित्य, रशियन क्रांतिकारकांची चरित्रे वाचून काढली होती. दादाजी सान्याळ यांची क्रांतीच्या विचाराने भारलेली 'आपबीती' आणि 'बंदी जीवन' ही पुस्तकं तर त्याने पुन्हा पुन्हा वाचली होती. याचबरोबर भगतसिंगनं रौलॅक्ट कमिटीचा अहवालही बारकाईने वाचला होता.

रौलॅक्ट कमिटीने आपला अहवाल राक्षसी 'रौलॅक्ट बिल' बनविण्यासाठी जरी लिहिला होता तरी त्यात लेखकांनी भारतात स्वातंत्र्य मिळविण्यासाठी झालेल्या सशस्त्र क्रांतीचे सविस्तर विवरण केले होते. हे विवरण जरी भारतीयांचा अपराध सिद्ध करण्यासाठी केले होते, तरीही लेखकांचा दृष्टिकोन वास्तववादी होता. वर्णने खरी होती. हा अहवाल वाचून वाचकांना क्रांतिकारकांबद्दल अभिमान वाटायला लागला. भगतसिंगला तर हे क्रांतिकारक पथावरील त्यांचे आदर्श वाटाडे भासले. सशस्त्र क्रांतिशिवाय स्वातंत्र्य लवकर मिळणार नाही, हे त्याचे मत पक्के झाले होते.

याच काळात भगतसिंगचा परिचय उत्तर प्रदेशचे कामगार नेते श्री राजाराम शास्त्री यांचेशी झाला. राजाराम शास्त्री कॉँलेजमध्ये शिकवत असतानाच ते द्वारकादास ग्रंथालयाचे

अध्यक्ष म्हणून काम पाहायचे. तेथील पुस्तके भगतसिंग वाचायचा. मित्र आणि प्राध्यापकाबरोबर वादविवाद करायचा. या वादविवादात भगतसिंग नेहमी सशस्त्र उठाव आणि समाजवादाचा पुरस्कार करायचा. समाजवाद हे त्याचे साध्य होते, तर सशस्त्र उठाव त्याचे साधन. हे भगतसिंगचे मत कार्ल मार्क्स आणि अराजकवादी बकूनिन अभ्यासल्यानंतर झाले होते. असे क्रांतिकारक आपल्या ध्येयपूर्तीसाठी बलिदान करण्यासही तयार असत, हे त्याच्या मनावर पक्के बिंबले होते.

याच द्वारकादास ग्रंथालयातून भगतसिंगला एका पुस्तकात आतंकवादी नवयुवक वेलॉचे मनोगत वाचायला मिळाले. वेलॉने कोर्टात ते व्यक्त केले होते. वेलॉचे हे निवेदन पुढीलप्रमाणे होते. "मी ट्रेड युनियन संघटना बांधल्या. सार्वजनिक ठिकाणच्या सभेत व्याख्याने दिली. शांततेच्या मार्गाने मिरवणुका काढल्या; पण श्रमिक वर्गाच्या कष्टक-यांच्या होणा-या शोषणाबाबतचा आवाज भांडवलदारी वर्गाच्या कानावर काहीच परिणाम करू शकला नाही. तेव्हा माझ्या मनात विचार आला की, फ्रान्सच्या असेंब्लीमध्ये बॉम्बचा स्फोट घडवून आणावा, त्यामुळे तरी राज्यकर्ते जागे होतील. बहि-यांना ऐकू जाईल अशा मोठ्या आवाजाची गरज आहे. हा विचार करूनच मी फ्रान्सच्या असेंब्लीमध्ये बॉम्ब फेकला होता."

जेव्हा हे निवेदन भगतसिंगने वाचले तेव्हा त्याच्या मनात आनंदाच्या उकळ्या फुटल्या. हे निवेदन त्याने पुन्हा पुन्हा वाचले. वेलॉचे हे निवेदन त्याच्या हृदयात जाऊन पक्के बसले. पंधरा वर्षाचा हा तरुण वेलॉचा भक्त बनला. फ्रान्सचा आतंकवादी नवयुवक वेलॉ हा भगतसिंगचा आदर्श सूर्यच बनला. भारतातील शेतकरी, कामकरी, कष्टकरी, दलित आणि शोषित लोकांचा दर्दभरा आवाज इंग्रजी राज्यकर्त्यांच्या कानाची रंध्रे फाडून आरपार जावा, यासाठी वेलॉप्रमाणेच कर्तृत्व करायचा त्याने दृढनिश्चय केला होता. वेलॉ त्याच्या स्वातंत्र्यप्राप्तीच्या मार्गाचा मंत्रदाता, प्रेरणाशक्ती बनला होता. त्याच दरम्यान भगतसिंग प्रसिद्ध क्रांतिकारक शचिन्द्रनाथ सान्याल यांना भेटला होता. आणि म्हणूनच तो क्रांतिकारी दलाचा सदस्यही झाला होता.

कॉलेजमध्ये असताना भगतसिंग यांनी नाटकात सम्राट चंद्रगुप्ताची भूमिका केली होती. भगतसिंग यांचा अभिनय इतका चांगला होता की, भाई परमानंदांनी व्यासपीठावर जाऊन त्यांना कडकडून मिठीच मारली आणि म्हणाले, "माझा भगतसिंग खरोखरच भविष्यात थोर पुरुष होईल." अशा त-हेने कॉलेजची दोन वर्षे पूर्ण केली आणि सन १९२३ मध्ये ते बी.ए. च्या वर्गातील अभ्यासक्रमात दंग झाले. त्याचवेळी त्यांचे आई-वडील त्यांचे लग्न करावे याचे बेत आखत होते.

बी.ए. च्या वर्गात शिकत असतानाच भगतसिंगला क्रमिक पुस्तकांत अडकून पडायचं नव्हतं. बी.ए. च्या पदवीचं मर्यादित क्षेत्र त्याला तेथेच बांधून ठेवू शकत नव्हतं. स्वातंत्र्य प्राप्त करण्यासाठी आणि स्वतंत्र भारतात समाजवादी सत्ता आणण्यासाठी त्याचा जीव तडफडत होता. त्यासाठीच क्रांतिकारी चळवळीत झोकून देण्याच्या प्रबळ भावनेचं बीजं त्याच्या हृदयात रुजलं होतं. त्याचं रोपटं वाढलं होतं. त्यानं तेथील क्रांतिकारकांशी संपर्क-संवाद साधला. तिथं जाऊन क्रांतिकारक तुकडीचे नेते श्री. सचिन्द्रनाथ संन्याल यांची भेट घेतली.

"महाराज," भगतसिंग संन्याल यांना विनंतीयुक्त भाषेत बोलू लागला, "मी आपल्या क्रांतिकारक तुकडीत सामील होण्यासाठी आलो आहे. मला सामील करून घ्या!"

सचिन्द्रनाथ सहजासहजी परीक्षा घेतल्याशिवाय कुणालाही क्रांतिकारक गटाचे सभासदत्व देत नव्हते. ते भगतसिंगला म्हणाले, "आमच्या दलात सामील व्हायचं असेल तर तुला घराचा त्याग करावा लागेल. त्यास तुझी तयारी आहे कां?"

"त्याग घराचाच काय; पण या देहाचाही करायची माझी तयारी आहे!"

"भगतसिंग, भावनाविवश होऊन बोलू नकोस. विचार करून तुला निर्णय घ्यायचा आहे. तू घर सोडायला तयार झालास. पण तू तरुण आहेस. तारुण्यसुलभ भावना तुझ्या मनात असणारच. त्यात चूक काहीच नाही. पण तु पुढे जाऊन लग्न केलंस तर तुझ्याकडून या क्रांतिकार्यात जास्त कार्याची अपेक्षा आम्हाला ठेवता येणार नाही. म्हणून तू भविष्यात लग्न करणार आहेस का? हे विचार करून सांग!"

"महाराज," भगतसिंग एकेक शब्द निश्चयपूर्वक स्पष्ट उच्चार करीत बोलू लागला. "मी कधीच लग्न करणार नाही, आजन्म ब्रह्मचारी राहून क्रांतिकारी चळवळीत काम करीन."

"शाब्बास भगतसिंग, मी तुझ्या निश्चयपूर्वक बोलण्याने तुझ्यावर खुश आहे. असं असेल तर आजपासून मी जेथे राहतो तेथे माझ्यांबरोबर राहायला तयार आहेस का?"

यावर भगतसिंगनं होकार दिला आणि तो सचिन्द्रनाथ सन्याल यांच्याबरोबर राहू लागला. अभ्यास तर तो करतच होता. क्रांतिकारक चळवळीतील त्याच्यावर सोपविलेली कामेही बिनबोभाट पार पाडत होता. कारण भगतसिंगला कोमल-प्रेम-पाश जखडून ठेवणे अशक्य होते. मृत्यूला आमंत्रण देणा-या क्रांतिकारकाला घराचा आणि लग्नाचा त्याग करणं

अवघड नसतं हे भगतसिंगनं दाखवून दिलं!

इकडं घरी भगतसिंगची आजी जयकौर वृद्ध झालेली, तिनं आपले डोळे मिटण्याअगोदर भगतसिंगचे दोनाचे चार हात करण्याची आपल्या मुलाकडं-भगतसिंगच्या वडील किशनसिंहाकडं - मागणी केली. नव्हे हट्ट धरला. एवढेच नाही तर भगतसिंगसाठी एका श्रीमंत घरची सुंदर तरुणीही निवडली होती. या घरात आजी जयकौरचा शब्द म्हणजे वेदवचनच मानले जायचे. किशनसिंह आपल्या मुलाला चांगले ओळखत होते. तो लग्न करणार नाही याची त्यांना पक्की खात्री होती आणि त्याचे लग्न करायचे अशी गळ ते त्याला घालणारही नव्हते. आपल्या आईच्या-भगतसिंगच्या आजीच्या इच्छेविरुद्ध ते जायला तयार नव्हते. आजीला भगतसिंगही खूप मानायचा. तिचा प्रत्येक शब्द तो झेलायचा. तेव्हा आजीच्या इच्छेला मान देऊन भगतसिंगने विवाहास अनुमती दिली, तर पुत्रप्रेमी बापाला ते हवेच होते. कारण ते स्वतः देशभक्त होते. स्वातंत्र्यसंग्रामात ते तुरुंगातही गेले होते. पण ते क्रांतिकारकाच्या पंक्तीत बसणारे नव्हते. क्रांतिकारकांनी लग्नाच्या बेडीत अडकून पडू नये. हे त्यांना चांगले कळत होते. आपला मुलगा कडवा क्रांतिकारक होणार हे त्यांना पुरेपूर जाणवले होते. पण त्यांना हेही ठाऊक होते की, ब-याच क्रांतिकारकांची लग्ने झालेली होती. तसं भगतसिंगनं लग्नं केल्यानं काय बिघडणार? भगतसिंगनं असहकार चळवळीत भाग घेण्यासाठी शाळा सोडली त्यास त्यांनी संमती दिली होती. लाहोरच्या नॅशनल कॉलेजमध्ये त्यांनीच त्याला दाखल केलं होतं. भगतसिंगनं आपण करतो त्याप्रमाणे स्वातंत्र्य चळवळीत काम करावं. त्यानं आपल्याबरोबर राहावं. या उंचीपर्यंतच मुलानं राहण्यात, पाहण्यात त्यांना आनंद वाटत होता. पण त्याने फाशीवर चढलेले पाहणे त्यांना त्यांच्या पुत्रप्रेमी पितृहृदयाला मान्य नव्हतं. ही त्यांची मानसिक दुर्बलता असेल पण तो अपराध नव्हता. म्हणूनच भगतसिंगनं विवाह केला तर त्यांच्या व्यवहारी दृष्टीला आणि पुत्रप्रेमाच्या भावनेला मान्य होता. असे असले तरी आजी जयकौरच्या हट्टाकडे ते दुर्लक्ष करीत होते, पण जसं जसं किशनसिंह भगतसिंगच्या विवाहाकडे दुर्लक्ष करीत होते, तसतसा जयकौरजींचा हट्ट वाढत चालला होता. रोज एकदा तरी ती किशनसिंहाकडं त्याबद्दल विचारायची. 'मरण्याअगोदर मला नातसुनेचं मुख पाहण्याची संधी देणार का नाही?' असं ती तिरीमिरीला येऊन बोलू लागली. या लग्नाचा तिनं ध्यासच घेतला. त्यातच ती आजारी पडली. आजारात ती भगतसिंगचं नांव घ्यायची. त्याला पाहण्याची इच्छा व्यक्त करायची आणि त्याचबरोबर त्याचं लग्न करण्याचा आग्रह बोलून दाखवायची. त्यामुळं किशनसिंहानं भगतसिंगला आजी आजारी आहे, तिला

भेटून जा. असा निरोप दिला.

आजीला भेटण्यासाठी भगतसिंगनं सचिन्द्रनाथ संन्याल यांची परवानगी घेतली. तो गावी आला. आजीला भेटला. तेव्हा आजीचा आजार पळून गेला. घरात आनंदी आनंद झाला. त्याच्यापुढं लग्नाची गोष्ट काढली तेव्हा त्यानं आजीला उत्तर दिलं नाही म्हणून किशनसिंहही रागावले. ते शिघ्रकोपी होतेच. रागाच्याभरात ते कुणालाही काहीही बोलायचे, शिव्याही द्यायचे आणि रागाचा पारा वाढला तर मारायलाही कमी करायचे नाहीत. या स्वभावानुसार ते प्रथम भगतसिंगला टाकून बोलले नाहीत. कारण या लग्नात श्रीमंताची सुंदर मुलगी सून म्हणून घरात येणार आणि त्याचबरोबर भल्यामोठ्या हुंड्याच्या रूपानं घरी लक्ष्मी चालत येणार म्हणून ते मनोमन खूष होते. पण भगतसिंग आजीच्या इच्छेला मान देत नाही असं पाहून ते त्याला टाकून बोलू लागले. एके दिवशी ते प्रेमापोटीच्या रागाने म्हणाले, "तुमच्यासारखे लोक मोठे क्रांतिकारक ब्रह्मचारी म्हणून फुशारकी मारत फिरताहेत, पण चार दिवसांनी गल्ली-बोळातून तरुणींच्या मागं मागं त्यांचे पदर पाहत पाहत फिरणार आहेत." असे ते आजीला समाधान मिळावे म्हणून बोलत होते. तरीही भगतसिंगनं लग्नाच्या गोष्टीला मान्यता दिली नाही. तेव्हा त्याच्या मनाचा विचार न करताच आजीनं त्याच्या लग्नाची बोलणी केली. लग्नाची तिथीही कायम केली. तेव्हा भगतसिंगला संन्यालबरोबर झालेल्या संवादाची आठवण झाली. 'प्राण जाये पर वचन न जाये' या निष्ठेनं वागणा-या भगतसिंगनं एके रात्री खूप विचार करून विवाह तिथीच्या अगोदरच घरातून पलायन केलं! पळून जाताना त्यानं आपल्या टेबलाच्या खणात वडिलांसाठी एक पत्र लिहून ठेवलं होतं. ते ऐतिहासिक पत्र भगतसिंगच्या दृढनिश्चयाचं आणि त्यागाचं प्रतीक ठरणारं होतं. ते पत्र सन १९२३ सालातलं. भगतसिंग सोळा वर्षांचा असताना लिहिलेलं ते पत्र. सोळावं वरीस धोक्याचं असतं ते भगतसिंगनं निग्रहानं चूक ठरवलं. इतका तो विचारानं परिपक्व होता. ते पत्र खालीलप्रमाणे आहे.

"पूज्य पिताजी.

नमस्ते,

माझ्या जीवनाचा उच्च उद्देश म्हणजे स्वतंत्र हिंदुस्थानच्या प्राप्तीसाठी मी माझं जीवन दान करून टाकलेलं आहे. म्हणून माझ्या जीवनात आराम आणि जगरहाटीच्या सांसारिक इच्छा-आकांक्षेचे मला बिलकूल आकर्षण उरलेले नाही. तुम्हाला आठवत असेल की मी जेव्हा लहान होतो तेव्हा यज्ञोपवित धारण करायचे वेळी, बापूंनी जाहीर घोषणा केली होती

की, मला देशसेवेसाठी अर्पण केलं गेलं आहे. म्हणून मी त्यावेळी घेतलेली प्रतिज्ञा पुरी करण्यासाठी जात आहे. मला खात्री आहे की आपण मला क्षमा कराल!"

भगतसिंग याने आपल्या जीवनाचा रंगमहाल बनविण्याऐवजी आपल्या जीवनाचे मंगल मंदिर बनविण्याचं स्वप्नं उराशी बाळगलं होत. तारुण्याचा काळ हा मोठमोठी स्वप्नं पाहायचा काळ असतो. आपली अशी खूप उंचावरची स्वप्न पुरी करणारे लोक खूप कमी असतात. भगतसिंग अशा कमी लोकांपैकी एक होते. इतिहास त्याला साक्ष आहे.

(१२)

भगतसिंग यांनी घर सोडलं आणि ते थेट कानपूरला गेले. तेथे ते योगेशचंद्र चटर्जीबरोबर काम करू लागले. त्यावेळी त्यांचा परिचय लाला लजपतराय, आचार्य जुगलकिशोर, भाई परमानंद, जयचंद्र विद्यालंकार, राजाराम शास्त्री क्रांतिकारकांशी झाला. यशपाल हे त्यांचे सहाध्यायी त्यांना तेथेच भेटले. भगतसिंग यांची श्री. सुरेशचंद्र भट्टाचार्य यांच्याबरोबर ओळख झाली आणि ते एकमेकांचे चांगले मित्रही झाले. पुढे ते 'प्रताप' वर्तमानपत्राचे संपादक बनले आणि भगतसिंग त्यात लिहू लागले. भगतसिंग यांना माणसे जोडण्याची कला चांगली अवगत होती. त्यांचा श्री. बटुकेश्वर दत्त, श्री. अजय घोष आणि श्री. विजयकुमार सिन्हा या क्रांतिकारकांशी घनिष्ट संबंध आला. ते एकमेकांचे जिवाभावाचे साथी-कॉम्रेड बनले.

यांच्याशिवाय अजून एका व्यक्तीशी भगतसिंग यांचा परिचय आणि मैत्री झाली. ती व्यक्ती म्हणजे अमर शहीद गणेश शंकर विद्यार्थी! श्री. गणेश शंकरना भगतसिंग यांच्या कानपूरमधील आगमनाची वार्ता कळताच त्यांना खूपच आनंद झाला. कारण गणेश शंकर हे भगतसिंग यांच्या वडिलांशी परिचीत होते. ते दोघेही भारतीय कॉंग्रेस कमिटीचे मान्यवर सदस्य होते. भगतसिंग यांची क्रांतिकारक विचारवंत म्हणून कीर्ती त्यांना माहिती होती. त्यांनी तात्काळ सुरेशचंद्रांना सांगून भगतसिंग यांना आपल्याकडे बोलावून घेतले. ते त्यांच्या खोलीत आल्याबरोबर गणेश शंकरांच्या चेह-यावर हसू फुटले. त्यांचा पूर्वापार संबंध असल्याप्रमाणे त्यांनी भगतसिंग यांचे स्वागत केले आणि एका नोकराला बोलावून सांगितले, "हा माझा विशेष पाहुणा आणि मित्र आहे. त्यांची जेवणाची जोपर्यंत दुसरीकडे व्यवस्था होत नाही, तोपर्यंत त्यांच्या जेवणाची व्यवस्था माझ्या घरातून डबा आणून करायची. विसरायचे नाही." इतकी आत्मीयता श्री. गणेश शंकरांनी दाखवली. एवढेच नाही तर त्यांनी भगतसिंग यांना पत्रकारितेचे धडे द्यायला सुरुवात

केली. 'प्रताप' या वर्तमानपत्राच्या कार्यालयात त्यांना घेऊन गेले. तेथे कामाला लावले. पहिले काही दिवस भगतसिंग श्री. मन्नीलाल अवस्थी यांच्या घरी राहत होते. तेथे राहून त्यांनी बटुकेश्वर दत्तकडून बंगाली भाषेचे धडे घेतले. गणेश शंकरनी पत्रकारितेचा परिचय करून दिला होताच. ते 'प्रताप' वर्तमानपत्रात बलवंतसिंह या नावाने लेख लिहू लागले. ते करता करता क्रांतिकारी दलाचेही ते पडेल ते काम करू लागले. अशात-हेने ध्येय मंदिराकडे भगतसिंग यांची क्रांतियात्रा मोठ्या जोशात सुरू झाली.

त्या काळात बंगाली क्रांतिकारकांवर इंग्रज पोलिसांचे बारकाईने लक्ष होते. या बंगाली क्रांतिकारकामध्ये शीख युवकाची उपस्थिती काही हेतूशिवाय कशी होऊ शकते? भगतसिंग यांच्याकडे पोलिसांचे लक्ष जाऊ नये म्हणून गणेश शंकर यांनी भगतसिंग यांना मु. शादीपूर (ता. खैर, जि. अलिगड) या गावातील नॅशनल स्कूलमध्ये मुख्याध्यापकाचे काम दिले. या कामात भगतसिंग यांना आवड होती. छोटी छोटी मुलं! मातीचे गोळे पण मुळातून चैतन्याचे कोंब. त्यांना घडवायचे काम ते मोठ्या निष्ठेने करू लागले. दिवसा भारताची भावी पिढी घडवायचे काम संपले की रात्री क्रांतिकारकांबरोबर क्रांती तत्त्वज्ञानाच्या चर्चा, वर्तमानपत्रात लेख लिहिणे, गुप्त बुलेटीन काढून ती वाटणे, हरेक मार्गाने पैसा उभा करणे इ. कामात भगतसिंग जीव तोडून काम करीत होते. त्यांची ही भावी क्रांतिकार्याची जणू पूर्वतयारीच चाललेली होती. त्यावेळी त्यांना सोळावे संपून सतरावे वर्ष लागले होते. या कमी वयातील त्यांची कामगिरी मुरलेल्या क्रांतिकारकांना शोभेल अशीच होती.

इकडे लाहोरला भगतसिंग यांचे आई-वडील, आजी, चुलते-चुलत्या भगतसिंग लाहोर सोडून गेल्यापासून त्याच्या चिंतेतच होते. कुठे असेल भगत? त्याला वेळेवर खायला तरी मिळत असेल का? आई-आजी यांच्या डोळ्याला डोळा लागत नव्हता. अधूनमधून त्याची आठवण झाली की त्यांच्या डोळ्यांतून अश्रूंचा पूर वाहू लागे. त्यात आजी खूपच आजारी पडली. एकदा तरी भगतसिंगला पाहावे ही तिची इच्छा. त्याची भेट काही होईना. तो कानपूरला असल्याची त्यांना कुणकूण लागली. किशनसिंहांनी कानपूरमधील काँग्रेस नेत्यांना पत्र लिहून भगतसिंगचा ठावठिकाणा शोधून तो त्यांना कळविण्याची विनंती केली होती. एवढेच नाही तर त्यांनी 'वंदे मातरम्' या वर्तमानपत्रात भगतसिंग यांना उद्देशून त्याची आजी मरणासक्त असल्याने घरी त्वरीत परत ये. या अर्थाची जाहिरातही प्रसिद्ध केली होती. त्याच जाहिरातीत पुढे 'आता तुला लग्न करण्याचा हट्ट कुणी धरणार नसल्याचे'ही आर्वजून सांगितले होते. तेव्हा कानपूरचे काँग्रेसचे नेते मौलाना हसरत मोहानी हे त्यांना

आलेले पत्र आणि 'वंदे मातरम्'मधील जाहिरात पाहून कानपूरमधील विद्यार्थ्यांच्या माध्यमातून भगतसिंग यांना भेटले आणि मरणाच्या वाटेला लागलेल्या आजीला भेटायला जाण्याचा भगतसिंग यांना सल्ला दिला आणि हट्टही धरला.

भगतसिंग आपल्या आई-वडिलांपेक्षा आजीवर फार प्रेम करायचे. ते सहा-सात महिन्यांनंतर लाहोरला घरी परत आले. तेव्हा घरातील काळजीचे ढग अश्रूच्या रूपाने धो-धो बरसले. वातावरण निवळले. स्वच्छ झाले. घरात पुन्हा आनंदी आनंद पसरला.

घरी आल्याबरोबर भगतसिंगानं आजारी आजीच्या खोलीचा ताबा घेतला. आजीची सेवाशुश्रूषा प्रेमाने सुरू केली. औषधपाणी वेळच्या वेळी देऊ लागला. औषधापेक्षा भगतसिंगाच्या प्रेमानं आजीची प्रकृती सुधारू लागली. थोड्याच दिवसात ती ठणठणीत झाली. तेव्हा तो तेथेच राहून क्रांतिकारी चळवळीची कामे पाहू लागला. व्याख्याने देण्यासाठी, संघटना बांधण्याकामी तो दौरे करू लागला. आई-वडील, आजी-आजोबांनाही तो आपल्यापाशी असल्याचं समाधान मिळू लागलं.

भगतसिंगनं त्यावेळी सतराव्या वर्षात पर्दापण केलं होतं. उत्साहाचा तो महापूर होता. ऊर्जेचा जणू मानवी सूर्यच होता. दिवसरात्र कामे करूनही त्याची ऊर्जा कमी होत नव्हती.

त्याच काळात पंजाबात अकाली आंदोलनानं उग्र रूप धारण करण्यास सुरुवात केली होती. महंतांनी गुरुद्वाराच्या व्यवस्थेचा ताबा घेतला होता. ते लिलावाच्या पैशाचा दुरुपयोग करीत होते. अकाली दलास वाटायचे की, हा पैसा समाज विकासासाठी उपयोगात आणावा. सरकारने महंतांची बाजू उचलून धरली, तर अकाली दलाबरोबर सारी जनता होती. त्यामूळे या आंदोलनानं राष्ट्रीय आंदोलनाचं रूप घेतलं. या आंदोलनात १९२१ च्या सुरुवातीस नवकावासाहब गुरुद्वार संघर्षात गोळीबार झाला. त्यात काही यात्रेकरू मरण पावले. त्यांच्या शोकात सारा पंजाब सामील झाला. लोक आपल्या दंडावर काळ्या फिती बांधून आंदोलनात सामील होऊ लागले. हे आंदोलन उग्र होऊ लागले. स्वामी श्रद्धानंद, बाबा गुरुदत्तसिंह, सरदार खड्गसिंह, सरदार शार्दूलसिंह कवीश्वर आदी नेते तुरुंगवासी झाले. सन१९२२ मध्ये गुरु का बागकांडमध्ये तर पोलीसांनी आणि महंतांनी अकाली दलातील चळवळ करणा-यांना अन्नाचा कण खायला मिळू दिला नव्हता. उलट त्यांना अत्यंत क्रूरपणे मारपीट केली होती. आंदोलनाची तीव्रता वाढत चालली होती. व्हाईसरॉयचं आसन डळमळीत होऊ लागलं होतं.

अकाली दलाचे जथे निघू लागले. 'गुरुद्वार का पैसा, नहीं किसी के बापका।', 'अकाली दल की संपत्ती, सब लोगोंकी जिंदगी। महंतो अपनी अपनी गद्दीयाँ छोडो।' आदी

घोषणांनी पंजाबमधील वातावरण दुमदुमून गेलं. तर अखंड पाठाच्या भूमिकेवरून संघर्ष पेटतच चालला. परिस्थिती भयंकर गंभीर झाली. जनमत समुद्राच्या लाटेप्रमाणे चेकाळत होते.

असाच एक जथा भगतसिंगाच्या बंगा या गावाला भेट देऊन जाणार होता. या गावात सरदार किशनसिंह राहत होते. ते अकाली दलाच्या बाजूचे होते. जथ्याचे स्वागत करायला तेच पुढे जाणार होते, पण त्यांना विम्याच्या कामासाठी मुंबईला जाणे भाग पडले होते. जाण्यापूर्वी जथ्याचे स्वागत करण्याचे काम त्यांनी आपल्या मुलावर-भगतसिंगावर सोपविले होते. भगतसिंगला हे काम तसे अवघड वाटत नव्हते, पण त्याचे चुलत चुलते अकाली दलाच्या विरुद्ध होते. ते म्हणजे आजोबा-दादांच्या छोट्या बंधूंचे पुत्र-सरदार बहाद्दूर दिलबागसिंह हे सरकारच्या आणि महंतांच्या बाजूने उभे होते. त्यांनी जाहीर केले होते की, 'या बंगा गावात जथेदारांना पिण्यासाठी पाण्याचा थेंबही मिळता कामा नये.' गरीब खेडूत भ्याले होते. वातावरण तंग बनले होते.

भगतसिंग यांचे चुलते भगतसिंगच्या विरोधात दंड ठोकून उभे. त्यांना शासनाची साथ होती, तर भगतसिंग सतरा वर्षाचा अननुभवी तरुण! पण चतुर बुद्धीचा मेरुमुकुट! भगतसिंगाच्या चुलत चुलत्याने-दिलबागसिंहाने तर गावाला दम दिलेला 'या जथ्याचे जो स्वागत करेल तो माझा कट्टर शत्रू ठरेल!' लोकांना काय करायचे ते कळेना. दिलबागसिंहाचं शत्रुत्व स्वीकारणं अवघड होतं; पण भगतसिंगला त्याचं सोयरसूतक नव्हतं. जथ्याचं स्वागत करणं हे मात्र गावाची लाज राखणं आहे, असं त्यानं मानलं आणि तो कामाला लागला!

भगतसिंगला सरकारच्या ताकदीची जशी जाण होती, तशी जनतेच्या शक्तीची जाण होती. चळवळीमधील लोकसमूहात असणारी शक्ती ही राजसत्तेच्या शक्तीपेक्षा केव्हाही मोठी असते, हे त्यास पटले होते. म्हणून जथ्याचं स्वागत करायचा निश्चय त्याने केला. गावातील जेवढे लोक जमले होते, त्यांच्यापूढं त्यानं भाषण केलं. त्यांच्या भावनेला हात घालणारं! तो म्हणाला, "अकाली दलाच्या जथ्याचं योग्य त-हेनं स्वागत करणं आपलं नैतिक कर्तव्य आहे. हा आपल्या गावचा सन्मान आहे. अकाली दलाच्या तेराव्या शहिदीचा जथा आपल्या गावाला भेटून पुढे जाणार आहे. त्यांचं स्वागत करणं गावक-याचा धर्म आहे. आपला मानसन्मानही ह्यातच आहे."

लोकांना भगतसिंगचं बोलणं कळत होतं; पण दिलबागसिंहाच्या धमक्यांमुळे आणि गुंडगिरीच्या वृत्तीमुळे ते काही बोलत नव्हते. पोलीस आणि गुंडांनी गावाला वेढा घातला होता. अशा परिस्थितीमध्ये जथा गावात येऊन पोहचला. भगतसिंगने त्यांचे स्वागत करताना

मोठं दिलखेचक भाषण केलं. त्याच्या आवाजातील स्वातंत्र्यप्रेम, गावचा धर्म, अकालीची सत्यासाठी चाललेल्या चळवळीबद्दलची ठाम आणि उत्स्फूर्त मते ऐकून पोलिसही हेलावले. त्याच्या भाषणातील आत्मविश्वास आणि दृढनिश्चय एवढ्या उच्च पातळीवरचा होता की, त्यामुळे लोक ते भाषण -पोलीस व गुंडांच्या भीतीपोटी- लांबून घरात, घरासमोरील ओट्यावर, दुकानात, दुकानासमोरील कट्ट्यावर, मिळेल त्या जागेवर बसून ऐकत होते. या भाषणात भगतसिंगनं प्रसिद्ध क्रांतिकारी गोपीनाथ साहाचा गौरवही योग्य शब्दात केला.

भगतसिंग भाषण करणारे बोलघेवडे नेते नव्हते. ते कर्मयोगी होते. त्यांचं संघटन अचंबा करणारं होतं. जथा येण्यापूर्वी त्यांनी घरोघरी जाऊन प्रत्येकांनी काय करायचे ते सांगितले होते. यात्रेकरूना कोणी आपल्या गावातून उपाशी जाऊ देईल का? या भावनेचा उपयोग भगतसिंगनं करून घेतला होता. गावक-यांनी आपापल्या घराघरातून जत्थ्यातील लोकांसाठी भाकरी, भाजी, दूध, शेंगा, गूळ इ. खाद्यपदार्थ आणून दिले. रात्रीच्यावेळी गुपचूपपणे ही व्यवस्था तीन दिवस चालू राहिली. जथा एक दिवसासाठी आला होता पण भगतसिंगच्या प्रेमामूळं, सहकार्यामूळे आणि माणुसकीमुळं तो तीन दिवस राहिला. सगळ्यांना आश्चर्य वाटले.

खरे म्हणजे भगतसिंगनं आपल्या भाषणात सरकारवर जहाल टीका केली होती आणि क्रांतिकारी गोपीनाथ साहाचा मुक्त कंठाने गौरवही केला होता. तीन दिवस मोर्चेकरी लोकांच्या जेवणाची व्यवस्थाही केली होती, पण पोलीस त्याला पकडू शकले नाहीत कारण तो सतरा वर्षाचा होता. अठरा वर्षाचा असता तर मग तो पकडला गेला असता. जथ्यातील लोकांना खाद्यपदार्थ पुरविल्याचा भगतसिंगविरुद्धचा गुन्हाही साक्षीअभावी सिद्ध झाला नसता.

सरदार बहाद्दूर दिलबागसिंह हात चोळत बसला. त्याचा पराभव झाला होता. तरी तो म्हणत होता की, 'भगतसिंग जरी अजून प्रौढ पुरुष नसला तरी त्याची बुद्धी तरी प्रौढ आहे ना?' म्हणून त्याच्या सांगण्यावरून भगतसिंगाला पकडण्यासाठी त्याने पोलिसांवर दबाव आणून पकड वॉरंट काढलं पण पकडायला भगतसिंग गावी थांबायला हवा होता ना! तो तर रातोरात क्रांतिकारी गटात सामील झाला होता. पोलिसांनी वॉरंट दाखवून भगतसिंगला पकडले असते तरी कोर्टात त्याला सोडूनच द्यावं लागलं असतं. जेव्हा जत्थ्या गावाबाहेर निघाला तेव्हा ते गात होते.

"लाज रख ली, लाज रख ली!
भगतसिंग प्यारे ने, लाज रख ली।"

शिखांचे अकाली दलाचे आंदोलन इंग्रजाविरुद्धचे स्वातंत्र्य चळवळीचे प्रतीक बनले होते. त्यापेक्षा भगतसिंगाने सदर आंदोलनाची सूत्रे हाती घेऊन त्या आंदोलनाच्या माध्यमातून देशात समाजवादी विचारसरणीची मुहूर्तमेढ रोवली. शिखांचं गुरुद्वार मंदिर हे मूठभर महंतांचं होत नाही. ते सर्व लोकांचं असतं. म्हणून गुरुद्वाराची संपत्ती ही सर्व लोकांची झाली पाहिजे. जनतेकडून मंदिरात आलेला पैसा हा जनतेमध्ये सारख्याच प्रमाणात समाजपरिवर्तन आणि समाजविकासाला लागला पाहिजे, हे भगतसिंग सर्वांना समजावून सांगत होते. लोकांना ते पटत होते. त्यामुळे या आंदोलनाने उग्र रूप धारण केले.

देव हा दयाळू पिता-माता-बंधू असेल तर सारी माणसं त्याची मुलं झाली. बाप हा मुलांमध्ये उच्च-नीच, असा भेदभाव करीत नाही. गुरुद्वारामध्ये जमा होणा-या संपत्तीमध्येही भेदभाव होता कामा नये! समाजातील अस्पृश्यही आपलेच बांधव आहेत. त्यांना कनिष्ठ मानून दूर ठेवणे, त्यांना अस्पृश्य समजणे आणी शिवाशीव पाळणे या गोष्टी म्हणजे अधर्म होत. जे महंत गुरुद्वारातील संपत्तीवर मौजमजा आणि चैन चंगळ करीत, त्यांना हे भगतसिंगचे विचार कसे रुचतील? त्यांनी भगतसिंगला विरोध करण्यास सुरुवात केली. त्यात इंग्रज सत्ताधारी महंतांच्या बाजूने होते. तरीही भगतसिंगनं आपल्या संघटन कौशल्यानं आणि कृतीप्रवण चळवळीनं हा विरोध मोडून काढला. त्यामुळं लोकांकडून त्याला भरघोस पाठिंबा मिळाला. भगतसिंग सामान्य लोकांच्या हृदयमंदिरातील देवच झाला. त्याला सारे 'समतेचा पुजारी' या पदवीने संबोधू लागले.

हे अकाली दलाचे आंदोलन इंग्रज सत्तेच्या विरोधात कायम राहावे, तरुणांनी स्वातंत्र्य आणि समता चळवळीत चैतन्य ओतावे म्हणून अभ्यासू असलेल्या भगतसिंगने युवकांची संघटना काढण्याचे ठरवले होते. कॉलेजात असताना त्याने जगातील क्रांत्यांचा अभ्यास केला होता. क्रांतिकारकांची चरित्रे अभ्यासली होती. मुख्यतः मार्क्सवादी तत्त्वज्ञानाने तो भारून गेला होता. रशियाच्या समाजवादी क्रांतीने तो प्रेरित झाला होता. भारतातही अशीच समाजवादी सत्ता यावी हे त्याचं स्वप्नं होतं. हे स्वप्न साकार करण्यासाठी इंग्रजांना या देशातून हाकलून दिले पाहिजे, भारतमातेला स्वतंत्र केले पाहिजे. त्यासाठी क्रांतिकारी स्वातंत्र्य चळवळ भरभक्कम केली पाहिजे, या निर्णयापर्यंत भगतसिंग आले होते.

सतरा वर्षांचे भगतसिंग म्हणूनच लाहोर-कानपूर-दिल्ली दौरे करीत होते. क्रांतिकारकांना

भेटत होते. क्रांतिकारक चळवळ बांधत होते. ते १९२४ मध्ये जेव्हा लाहोरला होते. तेव्हापासून ते सुप्रसिद्ध क्रांतिकारी भगवतीचरण यांच्याबरोबर काम करीत होते. त्यावेळी लाला लजपतराय यांनी काँग्रेसला सोडचिठ्ठी देऊन स्वतंत्र काँग्रेस पार्टी स्थापन केली होती. त्या पार्टीतर्फे ते निवडणूक लढवीत होते. त्यांच्या विरोधात मूळ काँग्रेसचे दिवाण चमनलाला निवडणूक लढवीत होते. भगतसिंग आणि इतर क्रांतिकारकांनी लाला लजपतरायच्या स्वार्थासाठी मूळ काँग्रेस पक्ष सोडण्याच्या वृत्तीला विरोध सुरू केला. निवडणुकीत ते त्यांच्या विरोधात प्रचारही करत होते. प्रचारपत्रकेही वाटत होते. भगतसिंग यांनी लाला लजपतराय यांच्या विरोधात काढलेले 'Lost Leader' हे पत्रक खूपच गाजले होते. सुप्रसिद्ध आंग्ल कवी ब्राउनिंगच्या कवितेचे शीर्षकच भगतसिंगने त्या पत्रकासाठी दिले होते. त्यातील काही ओळीही लाला लजपतराय यांच्या स्वार्थी वृत्तीवर प्रकाश टाकत होत्या. त्या दोन ओळी अशा 'Just for a handful of gold he left us,' आणि 'Just for a ribbon to stick in his coat, he left us.' या पत्रकानं खूप कमाल केली. लाला लजपतरायचे कार्यकर्ते चिडले. पिसाळले. त्यांनी क्रांतिकारी तरुणांना मारहाण केली. भगतसिंगची तर धुलाईच केली. अशा विरोधाशी आणि मुख्य म्हणजे इंग्रजांना भारतातून हाकलून देण्यासाठी तरुणांचं एक सशस्त्र, समर्थ व्यासपीठ उभारण्याची भगतसिंगला फारच गरज वाटू लागली.

भगतसिंग यांनी अठराव्या वर्षात पदार्पण केलं तेव्हा त्यांनी सन १९२६च्या प्रारंभ काळात सुखदेव, भगवतीचरण आणि यशपाल आदी क्रांतिकारकांच्या मदतीने लाहोरला 'नवजवान भारतसभे'ची स्थापना केली. या सभेचे अध्यक्ष होते श्री. रामकिशन बी.ए., पुढे ते स्वातंत्र्य मिळाल्यानंतर पंजाबचे मुख्यमंत्री झाले. जनरल सेक्रेटरी म्हणून भगतसिंगने जबाबदारी स्वीकारली, तर प्रचारमंत्री म्हणून भगवतीचरण काम करू लागले. इतर सहका-यांत क्रांतिकारी नेते सर्वस्वी केदारनाथ सहगल, डॉ. सैफुद्दीन किचलू, लाला पिण्डीदादा, लाला लालचंद्र फलक आणि डॉ. सत्यपाल होते.

भगतसिंगने शेतकरी, कामगार आणि मजूर यांची आंदोलने उभी केली. साम्यवादी विचाराचा त्यांच्यात फिरून प्रचार केला. शेतकरी, कामकरी आणि युवक ही त्रिमूर्तीच देशात क्रांती घडवून आणू शकतात, ही त्याची दृढ धारणा होती. या संघटनेच्या मागे भगतसिंगच्या प्रौढ बुद्धीची प्रेरणा होती. भगवतीचरणची प्रेरणा होतीच. पण भगवतीचरण यांना लोक विशेष ओळखत नव्हते. भगतसिंग लोकात मिसळत असल्याने तेच लोकांच्या परिचयाचे झाले होते. 'समतेचे पुजारी' म्हणून अकाली दलाच्या आंदोलनापासून लोक त्यांना ओळखत होते.

भगवतीचरण जरी प्रचारमंत्री होते, तरी प्रचार यंत्रणेचा सारा भार भगतसिंगच वाहत होते. अधूनमधून दिल्लीला जात होते. तेथील 'दैनिक अर्जुन' मध्ये बलवंतसिंह या टोपण नावाने लेख लिहीत होते. कानपूरला जाऊन स्वयंसेवक बनून पूर पीडितांना मदत करत होते. क्रांतिकारकांना मदत मिळवून देण्यासाठी पं. मोतीलाल नेहरू, पुरुषोत्तमदास टंडन, साहित्यिक शरत्‌चंद्र चटोपाध्याय आदींना भेटत होते. या क्रांतिकारी चळवळीला डाव्या पुरोगामी विचारांची जोड देण्यात ते यशस्वी होऊ लागले होते.

या नवजवान भारत सभेचे उद्देश काय होते? भगतसिंगच्या चिंतनाची दिशा त्यावरून कळते. या सभेचे उद्देश खालीलप्रमाणे होते.

१. भारतातील सारे शेतकरी आणि मजूरांचं स्वतंत्र गणराज्य उभे करणे. २. अखंड भारताची निर्मिती करण्यासाठी नवजवानांमध्ये देशभक्तीची भावना पेरणे. ३. शेतकरी, कामक-यांचं समाजसत्तावादी राज्य निर्माण करण्यासाठी भांडवलशाही-साम्राज्यवादी आणि पारंपरिक संप्रदायांच्या विरोधात उभं राहून आर्थिक, सामाजिक आणि औद्योगिक आंदोलनं समतावादाकडे वळवणे आणि ४. या सा-या बाबी साध्य करण्यासाठी शेतकरी, कामकरी, मजूर, दलित, स्त्री-पुरुषांना एकत्र आणून संघटना बळकट करणे, हे चार मुख्य उद्देश या नवजवान भारत सभेच्या स्थापनेमागे होते. त्याशिवाय, तरुणात शारीरिक आणि मानसिक स्वास्थ्य वाढविणे, दुष्ट रूढी आणि परंपरा दूर करणे, भारतीय भाषा आणि संस्कृतीचे रक्षण आणि संवर्धन करणे हेही उद्देश या संघटनेने उराशी बाळगले होते. धर्मनिरपेक्षता आणि समाजवाद ही तत्त्वे म्हणजे या संघटनेची हृदयातील जणू दोन फुफ्फुसेच होती. या संघटनेनं सर्वप्रथम संपूर्ण स्वातंत्र्याची घोषणा सन १९२६ मध्ये केली होती. भारतीय राष्ट्रीय कॉंग्रेसला संपूर्ण स्वातंत्र्याचा ठराव करायला एक वर्ष उशीर झाला. त्यांनी तसा ठराव १९२७ मध्ये केला. यावरून या नवजवान भारत सभेच्या क्रांतिकारीपणाची चुणूक पाहायला मिळते.

नवजवान भारत सभेचं काम जोरात सुरू झालं. भगतसिंगानं या सभेच्या शाखा पंजाबमधील सर्वदूर ठिकाणी सुरू केल्या. भगतसिंगनं या सभेच्या प्रचारासाठी 'गदर' पार्टीचे हुतात्मा झालेल्या कर्तारसिंह यांचा आदर्श ठेवला. देशासाठी, भारतमातेच्या स्वातंत्र्यासाठी, गोरगरिबांच्या कल्याणासाठी कर्तारसिंहानं सर्वस्वाचं दान दिलं होतं. म्हणून सार्वजनिकरीत्या त्यांचा 'बलिदान दिवस' साजरा करण्याचं भगतसिंगनं ठरवलं. गदर पार्टीच्या क्रांतिकारी चळवळीत एकसष्ठ क्रांतिकारी कार्यकर्ते सहभागी होते. त्यापैकी सतरा क्रांतिकारकांना फाशी दिली होती. त्यातील सरदार कर्तारसिंहाचं बलिदान भारतीय क्रांतिकारकांना सदोदित

प्रेरणा देणारं ठरलं होतं.

कर्तारसिंहासारख्या युवक हुतात्म्याचा बलिदान दिवस साजरा करण्यात भगतसिंगचा उद्देश पंजाबमधील आणि पर्यायानं देशातील लोकांमध्ये देशभक्ती निर्माण व्हावी, इंग्रज सरकारबद्दल असंतोष वाढावा आणि त्यांनी स्वातंत्र्य चळवळीत उतरावं एवढाच होता. हा 'बलिदान दिवस' मोठ्या जोशात आणि जल्लोशात साजरा केला गेला. कर्तारसिंहाचं मोठं चित्र तयार करून घेतलं गेलं. त्याला पांढ-या शुभ्र खादीच्या कपड्याची पार्श्वभूमी तयार केली. फुलानं सजवलं! नवजवान भारत सभेच्या महिला दलातील श्रीमती दुर्गा भाभीनं आणि सुशीला दीदींनी चाकूने आपली बोटे चिरली आणि बोटातून निघालेल्या रक्ताचा टिळा चित्रांकित कर्तारसिंहाच्या कपाळावर लावला. ठिकठिकाणी या चित्राच्या मोठ्या मिरवणुका काढल्या. 'इन्कलाब झिंदाबाद! हिंदुस्थान झिंदाबाद!' 'साम्राज्यशाही मुर्दाबाद!' इ. घोषणांनी सारा पंजाब दुमदुमून गेला.

भगतसिंगनं या आंदोलनाला लोकांपर्यंत पोहोचवलं, हे योगदान तर मोठं आहेच पण त्यांनी या आंदोलनाला पुरोगामी विचाराच्या चिंतनाची बैठक दिली. या हुतात्म्यांच्या आदर्शपणाचा उपयोग त्याने लोकांतील श्रेष्ठ-कनिष्ठ आदी भेदाभेदांना मुठमाती दिली. शोषित समाजामध्ये शोषणाची जाणीव निर्माण करून त्यांना शोषितांविरुद्ध लढण्यास उभे केले. त्यासाठी त्यांनी आपली लेखणी पणाला लावली. 'चाँद' या प्रसिद्ध 'फासी' अंकात त्यांनी अनेक हुतात्म्यांच्या जीवन कार्यावर भरभरून लिहिले. शेतकरी पक्षाच्या 'कीर्ती' या पत्रातूनही त्यांनी आपली लेखणीची करामत दाखविली. हिंदी साहित्य संमेलनाच्या वेळी त्यांनी 'पंजाबच्या भाषा-प्रश्नावर' लेख लिहिला. नवजवान भारत सभा राजकीय-सामाजिक आणि साहित्यिक-सांस्कृतिक क्षेत्रात आघाडीवर नेण्यात भगतसिंगचा सिंहाचा वाटा होता. साम्राज्यशाही विरुद्ध संग्राम करणं, देवधर्माच्या नावावर चाललेल्या अंधश्रद्धांवर प्रहार करणं, पिडीत-शोषित जनतेला स्वातंत्र्याची गोड फळे मिळावित यासाठी समतेचं राज्य येण्याची पार्श्वभूमी तयार करणं आणि मुख्यतः शेतकरी-कामगार क्रांतीतून समाजवादी सत्ता आणण्यासाठी मार्क्सचं तत्त्वज्ञान तरुणात रुजवणं या गोष्टी भगतसिंगानं आपल्या कोवळ्या तरुण वयात या नवजवान भारत सभेच्या माध्यमातून उभ्या केला. यावरून भगतसिंगच्या सखोल अभ्यासाचं, वैज्ञानिकतेच्या चिंतनाचं आणि क्रांतिकारक कृतीचं प्रौढत्व सिद्ध होतं.

नवजवान भारत सभेची निर्मिती म्हणजे भगतसिंगच्या क्रांतिकारक विचाराचं मूर्त स्वरूप होतं. या सभेचा कार्यक्रम पुरोगामी जनहिताच्या विचारांची कास धरणारा असल्यानं

लोकांच्या अंतःकरणाला जावून भिडला. त्यामूळे चळवळीत सामान्यांचा सहभाग वाढला. काँग्रेसच्या मातब्बर पुढा-यांनी भगतसिंगच्या या कार्याची केवळ दखल घेतली नाही तर त्याची मुक्तकंठानं प्रशंसा केली. भगतसिंगच्या या 'नवजवान भारत सभे'चा जाहिरनामा आणि कार्यक्रम वाचून रशियाचे पंतप्रधान कॉम्रेड स्टॅलिन यांनी भगतसिंगला रशिया भेटीचे आमंत्रण दिले होते. यातच भगतसिंग आणि त्यांनी स्थापन केलेल्या संघटनेचा आणि पुरोगामी विचारांचा विजय नव्हे काय?

(१४)

सतरा-अठराव्या वर्षात भगतसिंगांनी 'नवजवान भारत सभा' ही युवकांची क्रांतिकारक संघटना स्थापन केली. वाढवली. या संघटनेला इतर क्रांतिकारक संघटनेची साथ मिळावी म्हणून भगतसिंग पंजाब, उत्तर प्रदेश, कानपूर आणि दिल्ली या ठिकाणचे दौरे करू लागले. क्रांतिकारकांचं संघटन करता करता ते इतर उद्योगही करू लागले. कधी शिक्षक, कधी मुख्याध्यापक, कधी पत्रकार, कधी लेखक अशी कामे यशस्वीपणे पार पाडू लागले.

'नवजवान भारत सभा' कार्यरत होण्यापूर्वी 'हिंदुस्थान रिपब्लिक असोसिएशन' या नावाची क्रांतिकारक संघटना काम करीत होती. या संघटनेत श्री. चंद्रशेखर आझाद, रामप्रसाद बिस्मिल, रोशनसिंह, राजेंद्र लाहिरी आदी क्रांतिकारक इंग्रजांविरुद्ध सशस्त्र संघर्ष करीत होते. सन १९२५ साली या संघटनेची गुप्त सभा भरली होती. त्यात सशस्त्र क्रांतीची चळवळ भक्कम करण्यासाठी पैसा उभा करण्याबद्दल चर्चा झाली. काही जणांनी श्रीमंतांची घरे लुटून पैसा उभा करण्याची सूचना मांडण्यात आली. पण त्यामुळे पक्षाचे नाव बदनाम होईल आणि पक्षाच्या ध्येयधोरण आणि उद्देशालाच तडा जाईल, म्हणून ही सूचना फेटाळून लावण्यात आली. आणि शेवटी नोकरांचा पगार वाटप करण्यासाठी सरकारी खजिना घेऊन जाणारी रेल्वे थांबवून तो खजिना लुटण्याचा ठराव पास झाला आणि दि. ९ ऑगस्ट १९२५ रोजी लखनौजवळ असलेल्या काकोरी या स्टेशनजवळ या क्रांतिकारकांनी योजनाबद्ध रीतीने साखळी ओढून खजिन्याची गाडी उभी केली. ड्रायव्हर आणि खजिन्याच्या रक्षणार्थ गाडीतील पोलिसांना धाक दाखवून तो खजिना लुटला गेला. गोळीबारात काही पोलीस मरण पावले. चंद्रशेखर आझाद यांच्या मार्गदर्शन आणि देखरेखीखाली तो लांबवण्यात आला. यालाच काकोरीचा कट म्हणतात.

हा काकोरी कट यशस्वी झाल्याचा आनंद स्वातंत्र्यप्रेमी जनतेला जेवढा झाला त्याहीपेक्षा इंग्रज राज्यकर्त्यांना अतिशय झोंबला. क्रांतिकारकांच्या या कृत्याने ते खूप चिडले. क्रांतिकारकाची ही संघटना नेस्तनाबूत करण्यासाठी सर्रास धरपकडीचे सत्र सुरू केले. अनेक क्रांतिकारकांना इंग्रजांनी पकडले. तुरुंगात डांबले आणि काकोरी कटाचा खटला दीड वर्षं चालला.

भगतसिंगनं या खटल्यात विशेष रस घेतला. तुरुंगातील क्रांतिकारकांशी त्याने संबंध जोडले. वेश बदलून ते कोर्टात जाऊन खटल्याचे कामकाज ऐकत बसत. भगतसिंगला तेथे गुप्त पोलीस यंत्रणा काम करीत असल्याची जाणीव असतानाही ते त्यांना भीक न घालता कोर्टात वावरत असत. या खटल्यातील पकडलेल्या क्रांतिकारकांना फाशीच्या शिक्षा झाल्या. त्यानंतर रामप्रसाद बिस्मिल आणि योगेशचंद्र चटर्जी यांना तुरुंगातून सोडविण्याचे इतर क्रांतिकारकांनी प्रयत्न केले. त्यात भगतसिंगनं आपलं योगदान दिलं होतं. पण त्यात ते यशस्वी झाले नव्हते. एक गोष्ट मात्र फायद्याची झाली ती म्हणजे या काकोरी कटाचे प्रमुख क्रांतिवीर चंद्रशेखर आझाद यांची भगतसिंगशी ओळख झाली. ओळखीचे रूपांतर घनिष्ट मैत्रीत झाले. चंद्रशेखर आझाद हे फरारी राहिले. भूमिगत राहून ते काम करीत होते. चंद्रशेखर हे या संघटनेच्या सेनेचे प्रमुख होते. तर भगतसिंग त्यांच्या अभ्यासू वृत्तीमुळे या संघटनेचे बौद्धिक नेता म्हणून ओळखले जात होते.

योगेशचंद्र चटर्जी आणि रामप्रसाद बिस्मिल यांची तुरुंगातून सुटका करण्याच्या योजनेत भगतसिंगसोबत चंद्रशेखर आझाद, विजयकुमार सिन्हा, बटुकेश्वर दत्त, सुखदेव, राजगुरू, शिववर्मा आणि जयदेव हे होते. पण या दोघांची सुटका करण्यात ते अपयशी ठरले. त्याचा परिणाम सा-यांवर झाला होता. त्यांच्यापैकी भगतसिंग तर खूप निराश झाले होते. त्या दिवसात बिस्मिल यांनी लिहिलेली एक गझल विजयकुमार सिन्हांच्या हाती आली. ती भगतसिंगनं वाचली. त्यातून बिस्मिल यांनी दिलेली सूचना स्पष्ट होती. ती गझल खालीलप्रमाणे आहे.

"मिट गया जब मिटनेवाला फिर सलाम आया तो क्या?
दिल की बरबादी के बाद, उसका पैगाम आया तो क्या?
मिट गई जब सारी उम्मीदें, मिट गये सारे खयाल
उस घडी गर नामावर लेकर पयाम आया तो क्या?

ऐ दिले-नादान मिट जा अब तू कू-ए-यार में
फिर मेरी नाकामियों के बाद काम आया तो क्या?
काश अपनी जिंदगी में हम वो मंजर देखते,
बरसरे-तुरबत कोई महशर-खिराम आया तो क्या?
आखिरी शब दीद के काबिल थी बिस्मिल की तडफ
सुबह-दम कोई अगर बालाए-बाम आया तो क्या?"

रामप्रसाद बिस्मिल यांची सुटका करण्याची योजना बारगळल्यामुळे त्यांना तुरुंगात अतोनात त्रास होत असल्याच्या बातम्या भगतसिंगच्या कानावर पडत होत्या. आपल्या गझलमध्ये सुटकेसाठी काय करायचे ते त्वरेने करावे, नाहीतर फासावर लटकल्यावर सोडवले तरी तुमच्या कामाला येणार नाही, हा रामप्रसादचा धावा ऐकून हातातील गझलचा कागद भगतसिंगच्या हातून गळून पडला. जणू त्याच्या हातातील शक्तीच संपल्यासारखे झाले. ते मटकन खाली बसले. कपाळावर हात लावून. खिन्न! मनातून छिन्न, उद्ध्वस्त! ते कोणाशीही बोलेनात. तसेच उठून ते गंगा किना-याकडे गेले. तिथं वाळूवर निर्जीव शिल्पाप्रमाणे बसले. तेथेही ते कुणाला बोलले नाहीत. आपण योगेशचंद्र आणि रामप्रसाद यांची सुटका करू शकत नाही, याचा सल त्यांचं हृदय कुरतडत होता. त्यांचा एक दिवस मौनात गेला. दिवसरात्र विचार करून त्यांचं डोकं फुटायची वेळ आली. पहाटे पहाटे त्यांचा विचार पक्का झाला. दुस-या दिवशी ते स्वतःच आपल्या मित्रांशी बोलू लागले. "अपयशापुढं झुकून कसं चालेल! अपयशानं निष्क्रिय बनून कसं चालेल? असं केलं तर क्रांतीच्या वाटचालीत रस्त्यावरच्या दगडाप्रमाणे आपणही अडथळाच बनून राहू. क्रांतीला हे मान्य नाही. पाऊल थांबता कामा नये. थांबला तो संपला हेच खरे!" अपयश, निराशा आणि खिन्नतेचे ढग बाजूला सारून क्रांतीचा चमकता सूर्य दाखवून भगतसिंगने क्रांतिकारकांचं संघटन पक्क केलं आणि नंतर पंजाबकडे कूच केले. क्रांतियात्रा पुन्हा जहाल झाली.

(१५)

काकोरी कटाच्या संबंधातच भगतसिंगला अटक करण्याचे इंग्रजांच्या पोलिसांनी ठरवले होते. पण भगतसिंगविरुद्ध कुठलाच पुरावा मिळाला नसल्याने त्यांना ते पकडून तुरुंगात टाकू शकले नाहीत. तरीही त्यांचे भगतसिंगच्या हालचालीवर बारीक लक्ष होते. भगतसिंग पंजाबमध्ये नवजवान भारत सभेचे काम धुमधडाक्याने करीत होते. गावोगावी

सभेच्या शाखा सुरू होत होत्या. तरुण ध्येयधुंद होऊन क्रांतिकारी चळवळीत सहभागी होण्यास सज्ज झाला होता. ही गोष्ट इंग्रजी राज्यकर्त्यांना कशी सहन होणार? त्यांनी 'तोडा आणि झोडा' या पद्धतीची नीती अवलंबण्यास सुरुवात केली.

भारतीय समाज वर्णभेदाने विस्कटलेला. धर्माधर्मात विभागलेला. त्यांनी हिंदू-मुसलमानात दंगे कसे होतील, याचा प्रामुख्याने विचार करून कटकारस्थाने करण्याचा सपाटा सुरू केला. इंग्रज राज्यकर्त्यांचे भाडोत्री गुंड कधी मशिदीत डुकराचे मांस टाकायचे तर हिंदूंच्या मंदिरात गायीचे मांस टाकायचे! अशा घटनांना वर्तमानपत्रात ठळक प्रसिद्धी द्यायचे. त्यामुळे हिंदू-मुसलमानांचे दंगे उसळू लागले. हिंदू-मुसलमानांमधील गांधींनी स्वातंत्र्य चळवळीत निर्माण केलेल्या भाईचा-याला चूड लागली. आगीचा भडका उडाला. क्रांतिकारकामध्ये हिंदूही होते आणि मुसलमानही होते. ते इंग्रजांविरुद्ध एकजीवाने लढत होते. पण हिंदू-मुसलमान दंग्यामुळे त्यांच्यात शंका-कुशंका निर्माण होऊ लागल्या. त्या निस्तरण्याचे आणि क्रांतिकारकांमध्ये फूट पडू नये यासाठी भगतसिंग प्रयत्नांची पराकाष्ठा करीत होते. क्रांतिकारकांना दोषी धरून त्यांना पकडण्याची संधी इंग्रजांना एका विचित्र प्रसंगाने आली.

सन १९२६ सालातील दस-याचा सण. या सणाचा उत्सव मोठ्या जल्लोशात मिरवणूक काढून अमृतसरमध्ये साजरा केला जात होता. या मिरवणुकीत चाचनदीन नावाच्या मुसलमान माथेफिरूने बॉम्बचा स्फोट घडवून आणला. सदर बॉम्बस्फोट कोणी घडवून आणला हे इंग्रज शासनाला चांगले ठाऊक होते. पण त्यांनी चाचनदीनला पकडण्याऐवजी त्याला मोकळे सोडले आणि सदर बॉम्बस्फोट हिंदुस्थान रिपब्लिक असोसिएशन या अतिरेकी संघटनेच्या क्रांतिकारकांनी केल्याचा आरोप करून त्या संघटनेतील लोकांची धरपकड सुरू केली. या बॉम्बस्फोटामागे भगतसिंगचा हात असावा असे जाहीर करून पोलीस भगतसिंगच्या मागावर, त्यांना पकडण्यासाठी मागे फिरू लागले.

दि. ९ जुलै १९२७ रोजी भगतसिंग अमृतसर रेल्वे स्टेशनवर उतरल्याबरोबर पोलिसांनी त्यांना पकडण्यासाठी त्यांचा पाठलाग करायला सुरुवात केली. या संदर्भातील भगतसिंग यांच्या अटकेची कथा मोठी मनोरंजक आहे.

भगतसिंग स्टेशनवर उतरले तेव्हा पोलिसांनी त्यांना ओळखले असावे. त्यांनी भगतसिंग यांचा पाठलाग सुरू केला. भगतसिंग यांच्याजवळ पिस्तूल होते. त्यामुळे ते पोलिसांकडून पकडले जाऊ नये, म्हणून दक्षता घेत होते. भगतसिंग गल्ली-बोळातून वेगाने चालू लागले. पोलीसही त्यांच्या मागे येत होते. भगतसिंग पळत जात असताना त्यांचे एका

घराकडे लक्ष गेले. त्यावर ॲड. सरदार शार्दूलसिंह या नावाची पाटी त्यांना दिसली. पोलिसांचा डोळा चुकवून झटकन बिनदिक्कतपणे भगतसिंग त्या घरात शिरले. त्यांनी वकीलसाहेबांना बिकट प्रसंगाची कल्पना थोडक्यात निवेदन केली. पिस्तूल त्यांच्या टेबलवर ठेवले. ते पिस्तूल वकीलसाहेबांनी आपल्या कपाटात जपून ठेवले आणि नोकराला बोलावून सांगितले, "या पाहुण्यांना घरात घेऊन जा आणि त्यांच्या नाष्ट्यापाण्याची लगेच सोय करा. ते भुकेलेले आहेत." भगतसिंग नोकराबरोबर आत गेले आणि वकीलसाहेब बाहेर येऊन येरझारा घालू लागले. थोड्या वेळात पोलीस तेथे आले. ते भगतसिंगबद्दल त्यांना विचारू लागले तेव्हा वकीलसाहेब सहज बोलावे तसे म्हणाले, "होय, एक नवयुवक इकडे आल्याचे मी पाहिले आहे, तो कीर्ती वृत्तपत्राच्या कार्यालयाकडे गेला आहे." ही थाप पोलिसांना खरी वाटली, कारण भगतसिंग किर्तीमध्ये अधून मधून जहाल लेख लिहित असल्याचे त्यांना कळाले होते. ते हात चोळीत मागे फिरले.

भगतसिंग दिवसभर वकीलसाहेबांच्या घरी राहिले आणि रात्री पिस्तूल तेथेच ठेवून ते लाहोरला घरी गेले. तेव्हा पोलीसांनी अगोदरच त्यांच्या घराला वेढा घातला होता. घरात प्रवेश करण्यापूर्वी पोलीसांनी त्यांच्या हातात बेड्या अडकवल्या. वाघ पिंज-यात बंद केला गेला.

दस-याच्या सणादिवशी मिरवणूकीवर बॉम्बस्फोट केल्याचा आरोप भगतसिंग यांच्यावर ठेवण्यात आला. पोलिसांना क्रांतिकारी संघटनेची म्हणजेच हिंदुस्थान रिपब्लिक असोसिएशनची इत्थंभूत माहिती हवी होती. भगतसिंग या संघटनेशी संबंधित होता. काकोरी कटात हेच क्रांतिकारक असल्याची पोलिसांना खात्री पटली होती. त्यांना हेही माहीत होते की, काकोरी कटाच्या कृतीला अंतीम स्वरूप देण्यासाठी बोलविलेल्या बैठकीचे भगतसिंगलाही आमंत्रण होतं; पण भगतसिंग सदर बैठकीला उपस्थित राहिले नव्हते. त्यामुळे काकोरी कटात भगतसिंगचा प्रत्यक्ष सहभाग नव्हता. तरीही त्यांनी भगतसिंगला पकडलं, ते केवळ त्यांच्याकडून सा-या क्रांतिकारकांची सविस्तर माहिती मिळेल, ही अटकळ मनात ठेऊनच! पण भगतसिंगने याबद्दल तोंडातून एक शब्दही उच्चारला नाही. भगतसिंगला पकडल्यानंतर पंधरा दिवसांनी त्यांना बोर्स्टल तुरुंगात पाठविण्यात आलं!

भगतसिंगचे वडील सरदार किशनसिंह यांनी भगतसिंगच्या सुटकेचे प्रयत्न चालू केले. ते काँग्रेसचे ज्येष्ठ कार्यकर्ते असल्यानं त्यांचे समाजात आणि शासन दरबारात चांगलंच वजन होतं. त्यामुळं पोलिसांना भगतसिंगला मॅजिस्ट्रेटपुढे दाखल करणं भाग पडलं! भगतसिंगच्या जमानतीचा अर्ज पेश केला गेला आणि हायकोर्टानें भगतसिंगची

जमानत मंजूर केली. ही जमानत साठ हजार रुपयांची निश्चित केली होती. १९२६ सालातील ही रक्कम आजच्या मानाने कितीतरी पटीनं मोठी होती. अशी जमानत कोठून मिळणार? भगतसिंगला निकाल लागेपर्यंत तुरुंगातच खितपत पडावे लागणार का? इंग्रजांचा तुरुंग म्हणजे त्यावेळचा नरक होता. एवढ्या मोठ्या रकमेचा जामीन कोर्टानं मागितला यावरूनच भगतसिंग त्यांच्या दृष्टीने महाभयंकर क्रांतिकारक होता, हेच सिद्ध होतं.

भगतसिंगच्या जमानतीची हकिकत मोठ्या गंमतीची आहे. ३०/३० हजाराची जमानत देण्यासाठी दोन व्यक्ती पुढे आल्या. त्यांची व्यक्तिमत्त्वे परस्पर विरोधी होती. एक काँग्रेसचे कार्यकर्ते आणि क्रांतिकारकांना सहानुभूती दाखविणारे होते. त्यांच नांव होतं बॅरिस्टर दुनिचंद! बॅ. दुनिचंद हे भगतसिंगच्या वडिलांचे मित्र होते, तर ३० हजाराचा दुसरा जामीन देणारे गृहस्थ दौलतराम हे सरकार पक्षाचे प्रतिष्ठित धनिक आसामी होते. सरकारी कोपाची पर्वा न करता त्यांनी ३० हजाराचा जामीन का दिला असावा? त्यांना क्रांतिकारकांबद्दल बिलकूल आस्था नव्हती. कोवळा तरुण म्हणून भगतसिंगबद्दल प्रेमही नव्हतं. त्यांच्या मते जामीन देणं हे पुण्यदायक कार्य होतं. एवढ्या एका अंधश्रद्धेमुळे त्यांनी जमानत दिली होती, याचं सर्वांनाच आश्चर्य वाटलं!

अखेर भगतसिंग जामिनावर सुटले. जामिनाला बाधक ठरेल अशी कृती करणं भगतसिंगला आता शक्य नव्हतं. कारण त्यामुळे जामीन देणाराचे पैसे तर जाणार होतेच, पण इंग्रजांनी त्यांना पकडून कदाचित तुरुंगातही पाठविले असते. म्हणून जामीनीच्या ठराविक काळात भगतसिंगला उघडपणे क्रांतिकारी चळवळ करता येत नव्हती. त्यातून भगतसिंगनं व त्याच्या वडिलांनी एक युक्ती शोधली. भगतसिंगला लाहोरजवळच्या खासरिया या गावात दुधाचा धंदा उभारून दिला.

या डेअरीच्या धंद्यातही भगतसिंगनं अंतःकरण ओतून काम केलं. दुधाची गि-हाईकं एकदम खूष झाली. कमी नफा घेऊन भगतसिंग दुधाचा धंदा करू लागला. त्यामुळे गि-हाईकाची गर्दी वाढली. विक्री जास्त त्यामुळे नफा जास्त! थोड्याच दिवसांत भगतसिंगनं या धंद्यात खूप मोठं नाव कमावलं.

भगतसिंगचं व्यक्तिमत्त्व क्रांतिकारकाचं! ते या धंद्यात नाइलाज म्हणून काही दिवस काम करीत होते. कुठलंही काम त्यांना हलकं वाटत नव्हतं. हे काम करीत असताना रात्रीच्या वेळी त्यांची क्रांतिकारी मित्रमंडळी भगतसिंगला भेटायला येत. घट्टमुट्ट दुधावर भरपेट ताव मारीत आणि क्रांतीच्या योजना आखत. दुधाच्या धंद्यातील सारा नफा क्रांतिका-यांकडे बिनबोभाट जाई.

या काळात भगतसिंगनं आपली लेखणी चौफेर चालविली. नवजवान भारत सभेच्या कार्यक्रमालाही त्यांची प्रेरणा व आर्थिक मदत मिळे. या संघटनेच्या तत्त्वज्ञानाचा प्रसार करण्यासाठी मेळे, मोर्चे निघत. त्या सर्वांना भगतसिंगचं मोलाचं मार्गदर्शन मिळे.

जमानतीचा काळ संपावा म्हणून कोर्टात प्रयत्न चालू होतेच. जमानत देणारे कोर्टाला विनंती करायचे, "एक तर भगतसिंगचा खटला चालवा अन्यथा जमानत संपवा. भगतसिंगला मुक्त करा." सरकारपाशी भगतसिंगच्या विरोधात एकही पुरावा नव्हता. त्यामुळे कोर्टाने आणि सरकारने नाइलाज म्हणून भगतसिंगला जामिनातून मुक्त केले.

बिबळ्या वाघ पिंज-यातून सुटला. गरुडानं पुन्हा आकाशात झेप घेतली. पुन्हा भगतसिंग 'नवजवान भारत सभे'चं काम करू लागला. भगवतीचरण हे भगतसिंगचे ज्येष्ठ सहकारी. त्यांच्याबद्दल चुकीच्या अफवा त्यांच्या कानावर येऊ लागल्या. ते पोलिसांसाठी काम करीत असल्याचं बोललं जात होतं. ते असं काही करतील ही भगतसिंगला अशक्य कोटीतील गोष्ट वाटत होती. नवजवान भारत सभेमध्ये फूट पाडण्यासाठी मुद्दाम इंग्रजांच्या बगलबच्चांनी ही नवी चाल सुरू केली असावी, असं भगतसिंगला वाटत होतं. तरीही धोका स्वीकारायला ते तयार नव्हते. त्यांनी या भगवतीचरणच्या कथित विश्वासघाताची शहानिशा करण्यासाठी यशपाल या मित्राला भगवतीचरण यांच्या घरी पाठवलं! भगवतीचरण यांच्या घरात तसं संघटनेबाबत विश्वासघाताचा कसलाही पुरावा सापडला नाही वा दिसला नाही. शंकानिरसन झालं आणि भगतसिंग क्रांतिकारकांच्या चळवळीचं बळं वाढविण्याच्या कामात स्वतःला हरवून बसले. मुख्यतः चंद्रशेखर आझाद यांच्या मैत्रीतून एक नवी योजना नवजवान भारत सभा आणि हिंदुस्थान रिपब्लिक असोसिएशन या दोन्ही संघटना एकत्र आणण्याच्या प्रयत्नाला सुरुवात झाली.

(१६)

भगतसिंगला आपल्या क्रांतिकार्याबाबत आकाश ठेंगणं वाटू लागलं! त्यांचे झंजावाती दौरे, गुप्त बैठका, मिरवणुका आदी कामे मोठ्या धुमधडाक्याने चालू लागली. याच काळात त्यांचा क्रांतिकारक तरुण विद्यार्थी श्री. शिववर्मा, जयदेव कपूर आणि विजयकुमार यांच्याशी घनिष्ट संबंध आले. हे सारे हिंदुस्थान रिपब्लिकन असोसिएशन या क्रांतिकारी गुप्त संघटनेत काम करीत होते. हे असोसिएशन चंद्रशेखर आझाद आणि सचिंद्रनाथ संन्याल यांनी स्थापन करून नावारूपाला आणले होते. भगतसिंग या संघटनेला हरत-हेचे सहकार्य करीत होते.

एके दिवशी चंद्रशेखर आझाद आणि भगतसिंग यांची भेट घडवून आणण्यात त्यांच्या मित्रांनी पुढाकार घेतला. ही भेट कानपुरी झाली. क्रांतीचे दोन प्रकाशमान तारे एकत्र आले. दोघांनाही आनंद झाला. दोघांच्या दीर्घ चर्चेतून भगतसिंगची नवजवान भारत सभा आणि आझाद, संन्याल यांची हिंदुस्थान रिपब्लिकन असोसिएशन या संस्था एकत्र, एकजीव होण्याच्या प्रक्रियेला प्रारंभ झाला. या दोघांच्यारूपाने या नव्या संयुक्त संघटनेला चंद्रशेखर आझादांच्या रूपाने संघटनेच्या आर्मीला इंग्रजांशी लढण्याला शूर सरसेनापती मिळाला, तर भगतसिंगच्या रूपाने एक अभ्यासू आणि बौद्धिक नेता मिळाला. ते दोघेही आपापल्या क्षेत्रात सूर्याप्रमाणे चकाकत होते. पुरोगामी विचारांवर हिमालयासारखे स्थिर होते.

या दोन संघटना एक झाल्या तर क्रांतिकारकांची शक्ती द्विगुणित होणार होती. क्रांतिकार्याला गती मिळेल आणि संघटना भारतभर पसरेल. यांच्या एकत्रित ताकदीने इंग्रजांना भारत सोडून आपल्या मायदेशी जावे लागेल. हे दोघांनीही पुरे जाणले आणि या दोन्ही संघटना एकत्र आणण्याचा विचार पक्का झाला.

दिनांक ८ आणि ९ सप्टें. १९२८ हे दोन दिवस भगतसिंगच्या जीवनातील महत्त्वाचे दिवस. या दोन दिवशी भगतसिंगानं क्रांतिकारी सहकार्यांची दिल्ली येथील फिरोजशहा कोटला जिल्ह्यातील खंडहरा गावात अखिल भारतीय सभा बोलावली. त्यात नवजवान भारत सभा आणि हिंदुस्थान रिपब्लिकन असोसिएशन या संघटना एकत्र आल्या आणि मुख्य म्हणजे भगतसिंगची समाजवादाकडील क्रांतियात्रेची दिशा याच दोन दिवसांत निश्चित झाली.

क्रांतिकारकांच्या या अखिल भारतीय सभेला फक्त दहा क्रांतिकारक उपस्थित होते. त्या काळच्या परिस्थितीत ही संख्या लहान वाटण्याची शक्यता आहे; पण या उपस्थितीचं मूल्य संख्येवरून जोखण्यापेक्षा त्या दहा लोकांच्या ध्येयवादाच्या गुणावरून आणि त्यासाठी आत्मसमर्पण करण्याच्या त्यांच्या दृढनिश्चयावरून जोखलं पाहिजे. जाहीरपणानं साम्राज्यवाद, सांप्रदायिकता आणि अंधश्रद्धा यांचा धिक्कार करून सर्वहरावर्गाचं, शेतकरी, कामकरी, दलित या आतापर्यंत पिळलेल्या-पोळलेल्या, शोषित-वंचित, दबलेल्या तळागाळातल्या लोकांचं राज्य आणण्यासाठी या दोन्ही संघटना एकत्र आल्या होत्या. ही गोष्ट भारतीय राजकीय आणि सामाजिक इतिहासातली सुवर्णाक्षरांनी लिहून ठेवण्यासारखी घटना आहे. याचं मोल इंग्रजी राज्यकर्त्यांच्या दृष्टीनं शून्य होतं पण काँग्रेसला याचं मोल कळत होतं. हे दहा लोक म्हणजे आगपेटीत उरलेल्या पण न सादाळलेल्या काड्या होत्या!

या ऐतिहासिक सभेला पंजाबहून भगतसिंग व सुखदेव, राजस्थानहून कुंदलाल, उत्तरप्रदेशहून

शिववर्मा, ब्रह्मदत्त मिश्र, जयदेव गुप्त, सुरेंद्रनाथ पांडे आणि विजयकुमार सिन्हा, तर बिहारमधून फणिंद्र घोष आणि मनमोहन बॅनर्जी हे उपस्थित होते. चंद्रशेखर आझाद जरी या सभेला उपस्थित नव्हते, तरी या सभेत जी ध्येयधोरणे ठरतील ती त्यांना मान्य होती. तसे त्यांनी भगतसिंगला सांगून टाकले होते. बंगालमधील एकही क्रांतिकारक या सभेला आला नव्हता. त्यासंबंधात असे बोलले जात होते की, त्यावेळी बंगालमधील क्रांतिकारक समाजवादाच्या विचारापासून दूर जात होते. इथं तर दोन संघटनांचं ऐक्य समाजवादाच्या संकल्पनांवर आधारलेलं होतं. म्हणून या सभेला बंगालच्या क्रांतिवीरांनी न येणं स्वाभाविक होतं.

या सभेत स्वातंत्र्यप्राप्तीबाबत खूप चर्चा झाली; पण केवळ स्वातंत्र्यप्राप्तीने भारतीय बहुजन समाजाचे सारे प्रश्न सुटणार नव्हते. स्वातंत्र्य मिळाल्यावर सत्ता कोणाच्या हाती येणार हा कळीचा मुद्दा होता. हे स्वातंत्र्य जर मूठभर भांडवलदार आणि प्रस्थापितांच्या हाती आलं तर काहीच उपयोग नव्हता. गोरे इंग्रजांच्या ठिकाणी हे काळे भारतीय-इंग्रज आले तर बहुजन समाज जिथल्या तिथेच राहणार होता. त्यासाठी सत्ता शेतकरी, कामकरी आणि दलितांच्या हाती आली पाहिजे, त्यासाठीच समाजवादी तत्त्वांचा स्वीकार अटळ असल्याचं भगतसिंगनं या सभेत ठासून सांगितलं. याबाबत बोलताना ते म्हणाले. "मित्रहो, एका ऐतिहासिक महत्त्वाच्या कामगिरीसाठी आपण येथे जमलेलो आहोत. सर्वांना एकत्र येऊन एकाच ध्येयासाठी व एकाच तत्त्वांसाठी काम करावयाचे आहे. आपली मातृभूमी स्वतंत्र करणे हे आपले आद्य कर्तव्य आहे; परंतु स्वातंत्र्य कशासाठी? त्याचा हेतू व उद्देश काय? हे येथे ठरवले पाहिजे. अगोदर ते आमच्यापैकी प्रत्येक सभासदाला समजायलाच हवे. A man should direct himself in the way he should go. Only then should he instruct others. आम्ही स्वराज्य आणू इच्छितो, त्याचबरोबर सुराज्यही आणू इच्छितो, हे लोकांना कळायला हवं. त्यासाठी आमची संघटना ही केवळ राष्ट्रवेड्या माथेफिरूंची संघटना नव्हे, तर निश्चित ध्येय व राष्ट्रीय भवितव्य असलेल्या पुरोगामी देशभक्तांची ही संघटना आहे. आपण इंग्रजांना जरूर हाकलून द्यायला हवं, त्याचबरोबर मिळालेल्या स्वराज्याचं सुराज्यात रूपांतर करायला हवं. सामाजिक परिवर्तन घडवून आणणारी संपूर्ण क्रांती हे आपलं अंतिम ध्येय असणार आहे. गरिबीचं उच्चाटन, पिळवणुकीचं उच्चाटन, जातीयवादाचं उच्चाटन हे आपलं अंतिम ध्येय राहणार आहे. तेव्हा हे निश्चित ध्येय व धोरण सूचित करणारा शब्द आपल्या संघटनेत जरूर असणे आवश्यक आहे. केवळ हिंदुस्थान रिपब्लिकन असोसिएशन एवढंच आपल्या संघटनेत अंतर्भूत असणार नाही तर त्यात 'समाजवाद' या नवीन शब्दाची आणखी भर पडणार आहे. सगळ्यांना अन्न, वस्त्र, निवारा, आरोग्य व

शिक्षण या मनुष्याच्या आवश्यक गरजांची सोय ज्या तत्त्वज्ञानात असते ते समाजवादी तत्त्वज्ञान. आपल्या स्वप्नातला भारत हा प्रत्येक शेतक-याचा, कामक-याचा व प्रत्येक दीनदुबळ्याचा असणार आहे. देशाच्या उत्पादनात सगळ्यांचाच हातभार व उत्पादनाच्या विभाजनात सगळे सारखेच भागीदार, हा अर्थ समाजवादी तत्त्वज्ञानात सूचित होतो. तेव्हा आपल्या पार्टीचं नाव आजपासून 'हिन्दुस्थान सोशलिस्ट रिपब्लिकन असोसिएशन' असं असावं अशी माझी सूचना आहे." हे छोटंसं भाषण झाल्याबरोबर सुखदेवनं या ठरावाला अनुमोदन दिलं. ठराव सर्वसंमतीनं पास झाला. त्यावेळी 'इन्कलाब जिंदाबाद, हिंदुस्थान जिंदाबाद', 'साम्राज्यवाद नष्ट होवो, क्रांती चिरायु होवो' या घोषणांनी हॉल दणाणून गेला. हा नावातील बदल सर्वांनाच आवडला. त्यानंतर या सभेत नव्या नेत्याची निवड करण्यात आली. प्रत्येकावर विशिष्ट जबाबदारी सोपविली. सुखदेवने पंजाबच्या संघटनेची सूत्रे घेतली. फणींद्रनाथ घोष यांच्याकडे बिहार, कुंदनलाल यांच्याकडे राजस्थान आणि शिववर्माकडे उत्तर प्रदेशचा भार टाकण्यात आला. प्रांताप्रांतामधील समन्वय साधण्याचे काम भगतसिंग आणि विजयकुमार सिन्हा यांनी स्वीकारले. चंद्रशेखर आझाद या सभेस अनुपस्थित होते, तरी त्यांना संघटनेच्या सेनेचे सेनापती म्हणून निवडले गेले. यासंबंधात भगतसिंग यांनी आझादांची मान्यता अगोदरच घेतली होती.

दोन दिवस सखोल आणि प्रदीर्घ चर्चा झाल्यानंतर नव्या संघटनेच्या लाल झेंड्याखाली सारे क्रांतिवीर आपापल्या प्रांतात परतण्यास वेगवेगळ्या दिशांना पांगले. या ऐतिहासिक सभेनंतर भगतसिंग हे परिपूर्ण सर्मपित क्रांतिकारकाच्या रूपाने कामाला लागले. ते अखिल भारतीय नेता बनल्यामुळे त्यांनी घर कायमचेच सोडले. सा-या भारतात त्यांना दौरे काढून क्रांतिकारी संघटन वाढवायचे होते. ते फिरोजपूरला परतले. शीखधर्मीय भगतसिंग यांनी शिखांना अतिप्रिय असलेले केस काढून टाकण्याचा निर्णय जाहीर केला. केस काढण्याचा विधी प्रथम भगतसिंगच्या मित्रांनी केला. नंतर न्हावी आला. त्याने सारे केस कापून टाकले. ते आता शीखधर्मीय युवक राहिले नव्हते. त्यांना कुठला धर्मच राहिला नव्हता. ते पक्के निधर्मी बनले. देश आणि देशातील दुबळी जनता हीच त्यांचा एकमेव देवधर्म बनला. त्यासाठी ते शुद्ध समाजवादी क्रांतिकारक बनले. या केस कापण्याच्या विधीनंतर त्यांना नवे नाव दिले गेले. क्रांतिकारी गुप्त संघटनेत अशी नावे देणे गुप्ततेसाठी अटळ होते. भगतसिंगला 'रणजित' हे नाव दिले. युद्ध जिंकणारा योद्धा तो रणजित. इंग्रजांविरुद्ध स्वातंत्र्यासाठी युद्ध सुरू करणारा हा महायोद्धा रणजित ठरणार याची सा-यांना पुरेपूर कल्पना होती.

(१७)

या ऐतिहासिक बैठकीनंतर भगतसिंग यांच्यावर फार मोठी जबाबदारी येऊन पडली. हिंदुस्थान सोशलिस्ट रिपब्लिकन असोसिएशनचे दोन विभाग केले होते. एक संघटन विभाग तर दुसरा सैन्य विभाग. सैन्य विभागाचा नेता चंद्रशेखर आझाद आणि संघटन विभागाचा नेता भगतसिंग! अशी विभागणी असली तरी भगतसिंग दोन्ही विभागाकडे लक्ष पुरवीत होता. आपल्या हिंदुस्थान सोशलिस्ट रिपब्लिकन आर्मी या विभागाकडे शस्त्रास्त्राचा साठा हवा. वेलॉ या फ्रान्सच्या युवा क्रांतिकारकाचा आदर्श भगतसिंगपुढे कॉलेजमध्ये शिकत असल्यापासून होता. फ्रान्सच्या असेंब्लीमध्ये वेलॉने बॉम्बस्फोट करून शासनाची झोप उडवली होती. बहि-यांना ऐकू जाण्यासाठी असाच मोठा आवाज केला पाहिजे हे वेलॉचे मत त्याच्या हृदयात पक्के रूजले होते. म्हणून आपल्या संघटनेच्या सेनेजवळ बॉम्ब असले पाहिजेत, असे भगतसिंग यांना वाटू लागले.

बंगालमधील क्रांतिकारक बॉम्ब बनवित असल्याचे भगतसिंग यांना कळाल्याबरोबर त्याने बॉम्ब बनविण्याचे शिक्षण घेण्याचे ठरविले. त्यासाठी ते कलकत्त्याला गेले. क्रांतिकारकांना सहानुभूती दाखविणा-या एका दुकानातून बॉम्ब बनविण्याची रसायने खरेदी केली. रसायने घेऊन ते आग्रा येथे जाताना त्यांची यतीन्द्रनाथ दास यांच्याबरोबर ओळख झाली. हे दास बॉम्ब बनविण्यात निष्णात होते. ते बॉम्ब कसे बनवावेत हे क्रांतिकारकांना शिकविण्यासाठी आग्रा येथे आलेही होते. आग्रा येथे बॉम्ब बनविण्याचा कारखाना सुरू करून ते क्रांतिकारकांची संघटना बांधण्यासाठी उपाशी तापाशी फिरत होते.

सप्टेंबर १९२८ मध्ये दोन क्रांतिकारक संघटना 'हिंदुस्थान सोशलिस्ट रिपब्लिकन असोसिएशन'च्या नावाने एक झाल्या. या संघटनेच्या कामाची धुमधडाक्याने सुरुवात झाली. याच काळात जातीय दंगली पेटू लागल्या. पारतंत्र्याविरुद्ध लढ्याचे धाडस लोकांमध्ये वाढत होते. भारतीयांमध्ये असंतोषाचा अग्नी भडकत होता. ब्रिटिश सरकार भ्याले होते, हादरले होते. हा क्रांतीचा वणवा कमी करण्यासाठी शासनाने 'सर जॉन सायमन' यांच्या अध्यक्षतेखाली सात लोकांची समिती नेमल्याचे जाहीर केले. भारतीयांना कोणत्या सुधारणा द्यायच्या, हे ठरविण्यासाठी हे सायमन कमिशन ऑक्टो. १९२८ च्या शेवटच्या आठवड्यात नेमले पण या समितीमध्ये काँग्रेसचा प्रतिनिधी घेतला नसल्याने काँग्रेसने त्यावर बहिष्कार टाकला. सारा देश या सायमन कमिशनच्या विरोधात पेटून उठला. 'सायमन गो बॅक' च्या घोषणांनी तो दुमदुमून गेला. हा आवाज इतका मोठा होता की, केवळ सायमनला नव्हे, तर भारतातील

इंग्रजी सत्ताधीशांना 'गो बॅक'चा इशारा होता.

भगतसिंग यांच्या सभेतील क्रांतिकारक शांत कसे राहतील? इंग्रजांच्या विरोधातील कुठलाही प्रसंग ते जनतेला पेटविण्यासाठी उपयोगात आणीत होते. या कमिशनवर बॉम्ब टाकायचा निर्णय भगतसिंग यांनी घेतला होता. पण आर्थिक संकटामुळे ही योजना त्यांना कार्यवाहीत आणता आली नाही. तरी कमिशन लाहोर शहरात आल्यानंतर त्यांच्या विरोधात पूर्ण शक्तिनिशी उभे राहण्याचा निर्धार भगतसिंग आणि इतर क्रांतिकारकांनी केला.

सायमन कमिशन ज्या दिवशी लाहोरला आले त्या दिवशी सारे शहर हरताळाने फुलून गेले होते. सर्वत्र काळे झेंडेच फडकत होते. लोक हातात काळे झेंडे घेऊन आणि उघड्या डोळ्यांनी आपला विरोध दाखवत होते. गर्दी सागरासारखी दिसत होती. घोषणांनी सारे आकाश फाटते की काय अशी स्थिती झाली होती. या हरताळात सारे पक्ष सामील झाले होते. पण नेतृत्व मात्र भगतसिंग यांच्या हाती होतं.

लाला लजपतराय यांनी काँग्रेस सोडली होती. त्यावेळी भगतसिंग यांनी त्यांना निवडणूक प्रचारात जोराने विरोधही केला होता, पण लालाजींचे पंजाबमध्ये महत्त्व संपलेलं नव्हतं. म्हणून भगतसिंग स्वतः लालाजींच्या घरी गेले. सायमन कमिशनच्या विरोधातील हरताळाच्या मिरवणुकीचे लालाजींनीच नेतृत्व करावे. असा आग्रह धरून बसले. या म्हाता-या वाघाला क्रांतिकारक छाव्यांनी घेरले. त्यांना मिरवणुकीच्या अग्रभागी आणण्यात आले. त्यांच्या डोक्यावर छत्री धरण्यात आली. लालाजींनी नेतृत्व स्वीकारल्याने गर्दीत चैतन्याचं कारंजं उसळलं. सायमन कमिशनला जाण्याचा रस्ताच गर्दीने बंद केला. ही परिस्थिती हाताळण्यासाठी खुद्द पोलीस सुपरिन्टेन्डेन्ट स्कॉट आपल्या पोलीस दलासह स्टेशनवर सायमन कमिशनच्या स्वागताला हजर होता. हा मोर्चा व मिरवणुकीतील लोकांना पांगविल्याशिवाय कमिशनला सुरक्षितपणे जाणे अशक्य झाले होते. त्याने आपल्या असिस्टंट असलेल्या साण्डर्सला गर्दी हटविण्यासाठी लाठीमार करण्याचा आदेश दिला.

पोलिसांनी नवयुवकांच्या गर्दीला मागे सरण्याचे हुकमी आवाजात निवेदन केले पण गर्दी तसूभरही मागे सरायला तयार नव्हती. रेटारेटी लोकांना पुढेच ढकलत होती. 'सायमन गो बॅक'च्या घोषणा तारस्वराने काळे झेंडे हवेत उंचावत गगनाला भिडत होत्या. पोलिसांनी मग लाठीमार सुरू केला. गर्दी थोडी मागे सरली. पुन्हा उसळून पुढे आली. लाला लजपतरायजीसारखा वयस्कर नेता सर्वांच्या पुढे होता. त्यांच्यावर लाठ्या पडू लागल्या. त्यांना भगतसिंग आदींनी संरक्षण देण्याचा प्रयत्न केला; पण काही उपयोग झाला नाही.

लालाजींच्या छातीवर, खांद्यावर लाठीचे प्रहार पडू लागले. त्यांना ऊन लागू नये म्हणून एकाने त्यांच्या डोक्यावर धरलेली छत्री मोडून गेली. छत्रधारी कार्यकर्त्यांवर अमानुष लाठीहल्ला झाला. तरीही काही तरुणांनी दुकाने बंद करायला लोकांना भाग पाडले. 'सायमन गो बॅक' 'म.गांधी की जय' 'पंजाब केसरी लालाजी की जय' 'भारतीय जनतेचा विजय असो' 'क्रांती चिराऊ होवो' इ. घोषणांनी सारे शहर घोषणामय झालं!

लालाजी पहिल्यापासून काँग्रेसचे कार्यकर्ते. पुढे अमेरिकेत जाऊन गदर पक्षाचे ते क्रांतिकारक बनले. परत भारतात येऊन जहालांची बाजू घेऊन स्वातंत्र्य चळवळीत पडले, पण पुन्हा काँग्रेस पक्ष सोडून बाहेर गेले. स्वतःची काँग्रेस पार्टी सुरू केली. पुरोगामी विचारांकडे पाठ फिरवून ते हिंदू महासभेच्या कार्यक्रमात रस घेऊ लागले. पण सायमन कमिशन गो बॅकच्या चळवळीत हा म्हातारा सिंह पुन्हा झेपावला. पोलिसांच्या लाठ्यांनी तो बेजार झाला तरी त्यानंतर ते सभेत चवताळून बोलले! ते म्हणाले, "मी असे जाहीर करतो की, माझ्यावर केलेला अमानुष लाठीमार हा इंडियामधील ब्रिटिश राज्याच्या शवपेटीवर ठोकला जाणारा शेवटचा खिळा ठरणार आहे." हे वाक्य लालाजींनी इंग्रजीतून उच्चारले; पण इंग्रजी अधिका-यांनी ते हसण्यावारी नेले!

लाला लजपतराय यांना इतका मार बसला होता की, एखादा सामान्य माणूस अंथरुणात खिळून पडला असता; पण लालाजी अशा परिस्थितीत हिंडत फिरत होते. भाषणे करीत होते. काँग्रेस कमिटीच्या बैठकीत पंडित जवाहरलालशी चर्चा करीत होते. ब्रिटिशांच्या अन्यायी राजवटीवर लेख लिहू लागले होते. दुर्दैवाने दुसरा लेख लिहितानाच दि. १७ नोव्हें. १९२८ रोजी मृत्यूने त्यांच्यावर झडप घातली. त्यांच्या प्रेतयात्रेत सर्व पक्षांचे दीड लाख लोक उपस्थित होते. त्यांची चिता पेटवली तेव्हा भगतसिंग यांनी लालाजींच्या मृत्यूचा बदला घेण्याची शपथ घेतली. ते भावपूर्ण शब्दात म्हणाले, "लालाजी, तुमच्या खुनाचा मी बदला घेईन. मीच नाही तर आम्ही सारे बदला घेऊ."

या जळत्या चितेचा कोणी अपमान करू नये म्हणून स्वतः भगतसिंग आणि यशपाल रात्रभर त्या चितेसमोर जागे राहिले. लालाजींच्या या खुनाचा बदला घेतल्याशिवाय भगतसिंग यांना कुठली झोप येणार?

(१८)

ताबडतोबीने भगतसिंग यांनी हिंदुस्थान सोशलिस्ट रिपब्लिकन असोसिएशनच्या संघटना व आर्मी या दोन्ही विभागाची एक गुप्त बैठक बोलावली. ती रात्रभर चालली. लालाजींच्या मृत्यूला कारणीभूत ठरलेल्या स्कॉट या इंग्रज पोलिस अधिका-याचा खून करून बदला घेण्याचे निश्चित ठरले. तसा ठरावही झाला. या बैठकीस केवळ आझाद, भगतसिंग, राजगुरू आणि जयगोपाळ हेच उपस्थित होते. या चौघांनीच या खून कटातील आपापली कामे वाटून घेतली. पोलिस स्टेशन हे डी.ए.व्ही. कॉलेजच्या जवळ होते. त्या सा-या परिसराचं सूक्ष्म अवलोकन त्यांनी केलं होतं. खून कसा करायचा? कोणी करायचा? केव्हा करायचा? तसेच कुणी कुठं दबा धरून बसायचं, कुणी स्कॉटवर गोळ्या झाडायच्या आणि सावज टिपल्यावर कसा गुंगारा द्यायचा? आणि पुन्हा गुप्त ठिकाणी कसे एकत्र यायचे? या सा-या गोष्टींची तपशीलवार योजना त्यांनी आखली. हा खून करण्याचा दिवसही त्यांनी निश्चित केला. तो दिवस होता १७ डिसें. १९२८ चा. तो कधी एकदा उजाडतो आणि लालाजींच्या खुनाचा केव्हा बदला घेतो असे या चौकडीला झाले होते.

लालाजींच्या खुनाचा बदला घेण्यासाठी भगतसिंग आणि त्यांच्या साथीदाराचे हात शिवशिवत होते. नियोजित दिवस उजाडला. स्कॉटचे कार्यालय लाहोरच्या डी.ए.व्ही. कॉलेजच्या जवळ होते. चौघांपैकी जयगोपाळ पोलिस स्टेशनच्या आडबाजूला बसला होता. स्कॉट बाहेर निघाला की तो भगतसिंग आणि राजगुरूला खुणावणार होता. भगतसिंग आणि राजगुरू बंदुकांचे नेम धरून बसले होते, तर चंद्रशेखर आझाद तिस-याच ठिकाणी एका भिंतीआड उभे होते. भगतसिंग आणि राजगुरूंनी स्कॉटला उडविल्यानंतर त्यांचा कुणी पाठलाग करू लागले तर पाठलाग करणा-याला टिपण्यासाठी ते लक्ष ठेवून होते. अशा योजनेमुळे भगतसिंग आणि राजगुरूला पळून जाण्यासाठी वेळ मिळणार होता. सारे आपापल्या ठिकाणी दक्ष, सावध होते.

याच दरम्यान एक इंग्रज पोलिस अधिकारी पोलिस स्टेशनमधून बाहेर पडला. तो आपल्या मोटारसायकलजवळ गेला. सीटवर त्याने थाप मारून धूळ झटकली आणि टांग टाकून मोटारसायकलवर बसला. त्याच्या मागोमाग आलेला एक शीख पोलिस त्या अधिका-याच्या पाठीमागे बसला. अधिका-याने मोटारसायकलला किक् मारली. फट्फट् असा आवाज निघू लागला आणि मोटरसायकलने वेग घेतला. हा गोरा अधिकारी स्कॉट नव्हता. तो होता सॉण्डर्स! स्कॉटच्या हाताखालचा अधिकारी. सॉण्डर्सनेच स्कॉटच्या हुकमाप्रमाणे लालाजीवर निर्दयपणे

लाठीमार केला होता. योजनेप्रमाणे स्कॉटला ठार करावयाचे ठरले होते, पण जयगोपाळ या सॉण्डर्सलाच स्कॉट समजला. त्याने ठरल्याप्रमाणे पिस्तूलाचा नेम धरून बसलेल्या भगतसिंग आणि राजगुरूला खुणेचा इशारा केला. भगतसिंग आणि राजगुरूंनी आपापली पिस्तुले सज्ज केली आणि ते फटफटीवरील सावजाकडे लक्ष केंद्रित करून चाप ओढण्याच्या तयारीत होते.

मोटारसायकलचा फट्फट्चा आवाज जवळ येऊ लागला. त्यांनी मोटारसायकलवरील गो-या अधिका-यावर आणि मोटारसायकलच्या गतीवर लक्ष केंद्रित केले. मोटारसायकल जवळ येताच राजगुरूने पिस्तुलाचा चाप ओढण्यासाठी पुढे झेप घेतली. तेव्हा भगतसिंगने त्याला मागे खेचले. तो राजगुरूच्या कानात पुटपुटला, "राजगुरू, अरे तो स्कॉट नव्हे. हा तर सॉण्डर्स आहे. आपण स्कॉटला मारायला आलोत!" "आपण दोघांनाही मारू." राजगुरू हलक्या आवाजात बोलला. "लालाजींवर लाठीहल्ला करण्याचा आदेश स्कॉटने दिला आणि सॉण्डर्सने लाठीहल्ला चढवला. दोघेही तितकेच दोषी आहेत. आपल्यादृष्टीने गुन्हेगारच आहेत." असे म्हणून राजगुरूने लक्षावर दृष्टी खिळवली आणि क्षणार्धात पिस्तुलाचा चाप ओढला. नेम बरोबर लागला होता. मोटारसायकलवरील सॉण्डर्स गोळी लागून मोटारसायकलसह जमिनीवर आडवा झाला. भगतसिंगने विचार केला हा जखमी सॉण्डर्स हॉस्पिटलमध्ये जाऊन दुरुस्त झाला तर आपला सारा खेळ खल्लास होईल म्हणून भगतसिंगनं अगोदरच रोखलेल्या पिस्तुलाची दिशा जखमी सॉण्डर्सवर फिरवली आणि आपल्या स्वयंचलित पिस्तुलातून धाड धाड अशा एक-दोन नव्हे पाच गोळ्या झाडल्या. भगतसिंगच्या अचूक नेमबाजीनं काम फत्ते केलं. सॉण्डर्स गतप्राण झाला. आझाद या घटनेकडे पाहतच होते. मोटारसायकलीवरील सॉण्डर्सच्या पाठीमागे बसलेला छननसिंह हा शीख पोलिसही खाली पडला होता, पण त्याला गोळी लागली नव्हती. तो उठला आणि 'साहेब को मार डाला. खूनी को पकडो, भागो.' असे ओरडून भगतसिंग आणि राजगुरूच्या मागे पळू लागला. त्याने एकामागून एक पाच गोळ्या झाडताना भगतसिंगला बारकाईने पाहिले होते. हे आझादांनी तात्काळ जाणले छननसिंहाच्या ओरडण्याने इतर पोलिस बाहेर येण्यागोदरच चंद्रशेखर आझादांनी त्याच्या पाठीत गोळी घातली. तो खाली पडला. त्याची बोलती बंद झाली, एवढ्या वेळात भगतसिंग आणि राजगुरू यांनी डी.ए.व्ही. कॉलेजच्या आवाराकडे धूम ठोकली, तर जयगोपाल अगोदरच संकेतस्थळी जाऊन पोहोचला होता. इतर तिथे येऊन मिळाले आणि गुप्त ठिकाणी अदृश्य झाले.

सॉण्डर्सचा खून कोणी केला? कसा केला? का केला? इत्यादी प्रश्न लोकांत

चर्चिले जात होते. पोलिसही खुन्याचा शोध घेण्यासाठी धावपळ करीत होते. या सगळ्या प्रश्नाची उत्तरे लाहोरला लोकांना ताबडतोबीने कळाली. मात्र देशाला ती उत्तरे वर्तमानपत्रात झळकलेल्या बातमीने कळाली. सॉण्डर्सचा खून केल्याबरोबर भगतसिंग यांनी आणि त्यांच्या साथीदारांनी पत्रके काढून त्यात आम्ही हे सत्कृत्य केल्याचं जाहीर केलं होतं. हिंदुस्थान सोशलिस्ट रिपब्लिकन असोसिएशनच्या सेना विभागाच्या प्रमुखाने ही बातमी प्रसिद्ध केली होती आणि ब्रिटिश सत्तेला आव्हान दिलं होतं. सॉण्डर्सला आम्ही मारला. लाला लजपतरायजींच्या खुनाचा बदला आम्ही घेतला. हा त्या पत्रकाचा भावार्थ होता. ते पत्रक खालीलप्रमाणे होते.

"हिंदुस्थान समाजवादी प्रजातांत्रिक सेना

नोटीस

नोकरशाही सावधान!

जे. पी. सॉण्डर्सच्या मृत्यूने लाला लजपराय यांच्या हत्तेचा बदला घेतला गेला. जे.पी. सॉण्डर्ससारख्या एका मामुली पोलिस अधिका-याच्या नीच-क्षुद्र हातून लाला लजपतरायसारख्या देशातील तीस कोटी जनतेने सन्मानित केलेल्या एका महान नेत्यावर लाठीहल्ला होऊन त्यात त्यांचा मृत्यू होतो, या गोष्टीचा विचार केला तर आपणास किती दुःख होते! राष्ट्राचा हा अपमान हिंदुस्थानातील नवजवान आणि मर्दांना एक आव्हान होते.

आज सा-या जगानं पाहिलंय की हिंदुस्थानमधील जनता निष्प्राण नाही. तिने मेलेल्या आईचं दूध प्यालेलं नाही. येथील नवतरुणांचं रक्त गोठून गेलेलं नाही. ते उसळतं आहे. आपल्या राष्ट्राच्या सन्मानासाठी ते आपल्या प्राणाची बाजी लावू शकतात. जे आपल्या नेत्याची निंदा आणि अपमान करतात त्यांना या नवजवानांनी हे दाखून दिले आहे.

अत्याचारी सरकार सावधान!

या देशातील दलित आणि पीडित जनतेच्या भावनांवर आघात करू नका. आपली राक्षसी कृत्ये बंद करा. आमच्या हाती शस्त्रे राहू न देण्याचे तुम्ही बनविलेले सारे कायदे आणि चौकशांचा ससेमिरा असतानाही, या देशातील जनतेच्या हातात पिस्तूल आणि रिव्हाल्वर येतच राहतील, हे ध्यानात घ्या. जरी ही हत्यारे सशस्त्र क्रांती करण्यास पर्याय होत नसली तरीही ती राष्ट्राच्या होणा-या अपमानाचा बदला घेण्यास पुरेशी आहेत. यासंदर्भात आमच्या लोकांनी

आमची निंदा केली, अपमान केला. परकीय शासनाने आम्हाला कितीही दाबून ठेवण्याचा प्रयत्न केला तरी आम्ही आमच्या राष्ट्राच्या प्रतिष्ठेचे रक्षण करण्यास आणि परदेशी अत्याचारी सरकारला धडा शिकविण्यास नेहमीच तत्पर राहू. सा-या विरोधाला आणि दडपशाहीला न जुमानता आम्ही क्रांतीचा आवाज वर्धिष्णू तर करूच करू, पण त्याबरोबर आम्ही फाशीच्या तख्तावर हसत हसत चढताना 'इन्कलाब जिंदाबाद'च्या घोषणांचा पुकारा करू.

एका माणसाची हत्या केल्याचा आम्हाला खेद वाटतो. पण तो माणूस त्या निर्दयी, नतदृष्ट अन्यायी व्यवस्थेचा एक भाग होता. तो नष्ट करणं अत्यावश्यक आहे. या माणसाची हत्या आम्ही केली, तो ब्रिटिश सरकारचा अविभाज्य भाग असल्याच्या रूपाने प्रतिकाची हत्या केली आहे. हे सरकार जगातील सर्वात जास्त अत्याचारी सरकार आहे.

मनुष्याचे रक्त सांडल्याबद्दल आम्हाला मोठा खेद वाटतो; परंतू क्रांतीच्या वेदीवर काही वेळा रक्त वाहणं अटळ असतं. एका मनुष्याकडून होणा-या दुस-या माणसाचं शोषण-पिळवणुकीचा अंत करण्यासाठी अशी क्रांती करण्याचा आमचा उदात्त उद्देश आहे.

इन्कलाब जिंदाबाद.

१८ डिसें. १९२८ ह. बलराज

सेनापती, पंजाब हिंदुस्थान समाजवादी प्रजातांत्रिक सेना

याच पद्धतीने दि. २३ डिसें. १९२८ रोजीही संघटनेच्या सेनेच्या सेनापतीच्या सहीचे पत्रक भिंती-भिंतीवर चिकटवण्यात आले आणि लोकांमध्ये वाटण्यात आले. ते पत्रक खालीलप्रमाणे होते.

"हिंदुस्थान समाजवादी प्रजातांत्रिक सेना

नोटीस

१७ डिसेंबरच्या घटनेसंबंधी

आता कोणतेही गुपित नाही! कुठलाही तर्क नाही!

जे. पी. सॉण्डर्स मारला गेला आहे. हीं. स. प्र. सेनेच्या नियमावली (नियम १०-ब व क)नुसार या गोष्टीची सूचना देण्यात येत आहे की, ही साधी राजनैतिक स्वाभाविक होणा-या बदलाची प्रतिक्रिया आहे. भारताचे महान पूजनीय लाला लजपतराय यांच्यावर केलेल्या अत्यंत घृणास्पद हल्ल्यात त्यांचा मृत्यू झाला. ही घटना म्हणजे या देशाच्या राष्ट्रीयत्वाचा

फार मोठा अपमान होता आणि त्या अपमानाचा आता बदला घेतला आहे.

यानंतर सर्वांना एक विनंती (अनुरोध) आहे की, आमचा ठावठिकाणा-पत्ता आमचे शत्रू असलेल्या पोलिसांना देण्यात कसल्याही प्रकारची मदत करू नये. जर कोणी हा सल्ला धुडकावून या सल्ल्याविरुद्ध काम करील, त्यावर कडक कारवाई केली जाईल.

इन्कलाब जिंदाबाद.

२३ डिसें. १९२८

ह. बलराज

सेनापती"

या घटनांनी इंग्रज सरकार चक्रावले, चिडले आणि चवताळले! त्यांनी सॉण्डर्सच्या खुनाचा शोध घेण्याचे आदेश सोडले. सगळे रस्ते बंद केले. प्रत्येक व्यक्तीची कसून तपासणी सुरू झाली. घरा-घरातून झडत्या घेतल्या जाऊ लागल्या. नाक्या-नाक्यावर टेहळणी सुरू झाली. लाहोरला लष्कराचा वेढा पडला. धरपकडी सुरू झाल्या. संशयावरून अनेकांचा छळ सुरू झाला. क्रांतिकारकांना पकडण्यासाठी हजारो रुपयांची बक्षिसे जाहीर केली गेली. तेव्हा भगतसिंग आणि राजगुरूंनी लाहोरमध्ये राहणे धोक्याचं होतं. चंद्रशेखर आझादांनी त्यांना लाहोर सोडण्याचा जणू आदेशच दिला. पण या पोलिसांच्या कडक पहा-यातून लाहोर कसं सोडायचं? हे काम सोपं मुळीच नव्हतं.

(१९)

भगतसिंग क्रांतिकारक जरूर होते, हिंसा-अहिंसा या संकल्पनावर त्यांनी खूप विचार केला होता. सर्व उपाय थकल्यावर हिंसा करणं हा क्रांतिकारकांचा शेवटचा पर्याय होता. सॉण्डर्सचा त्यांनी खून केला होता. लालाजींच्या मृत्यूचा बदला घेण्याचा निर्णय त्यांचाच होता. तरी मानवी मूल्यांना ते मानणारे होते. माणूस म्हणूनच माणसाचं अस्तित्व त्यांना खूप मोलाचं वाटायचं. माणसं त्यांना आवडायची. माणसाचं सुखी जीवन हे त्यांचं स्वप्न होतं. तेच त्यांना खरंखुरं सृष्टीचं सौंदर्य वाटायचं! म्हणून सॉण्डर्सचा खून केल्यानंतर भगतसिंग थोडे विचलित आणि अधिक चिंतनशील बनले.

बराच वेळ ते मित्रांच्या घोळक्यात असले तरी अबोल असायचे. कधी काही क्षण खिन्नता त्यांच्या व्यक्तिमत्त्वावर स्वार व्हायची. मग ते चिंतनात जायचे. कोणाशीही बोलत

नसत. बोलू लागले तर मध्येच थांबायचे. पुन्हा मुद्दा आठवून चर्चा चालू करायचे. सॉण्डर्सच्या खुनानंतर भगतसिंग यांचं व्यक्तिमत्त्व काहीसं वेगळं आणि बरचसं गूढ वाटत होतं. पोलिसांची त्यांना पकडण्यासाठी चाललेली धावपळ पाहून भगतसिंग पुन्हा त्यांचे आव्हान स्वीकारण्यासाठी सज्ज झाले होते. त्यावेळी त्यांच्या चेह-यावरील हसू हे मानवतेच्या पुजा-याचे वाटत होते.

खून करणं सोपं असू शकतं; पण खून करून पळून जाणं सोपं नसतं. ब्रिटिश सरकारचं सी.आय.डी. डिपार्टमेंट कमालीचं जागरूक झालं होतं. त्यांच्या डोळ्यात धूळ फेकून लाहोर सोडणं अशक्यप्राय गोष्ट झाली होती. कारण पोलिस भगतसिंग आणि चंद्रशेखर आझाद यांना चांगले ओळखत होते. सॉण्डर्सला पाच गोळ्या घालताना मोटारसायकलवर सॉण्डर्सच्या मागे बसलेल्या शीख पोलिसाने भगतसिंग यांना चांगले रोखून पाहिले होते. आता लाहोर शहर सोडून कसे निसटायचे? शिवाजी महाराज आग्रा येथे औरंगजेबाच्या नजरकैदेत होते त्यावेळी शिवाजी महाराजांनी कोणती युक्ती करून आग्र्याहून स्वतःची सुटका करून घेतली होती? हे भगतसिंगांना आठवले आणि लाहोरहून सुटण्यासाठी भगतसिंगांनी एक अजब युक्ती शोधली आणि ती कार्यवाहीत आणायच्या मार्गाला ते लागले.

जग ही एक रंगभूमी आहे. त्यावर माणसं मुखवटे घालून आपल्या वाटेला आलेल्या भूमिका करत असतात, हे प्रसिद्ध आंग्ल नाटककार शेक्सपिअरचं म्हणणं वैश्विक सत्य आहे. भगतसिंग यांना असच एक नाटक करून इंग्रज पोलिसांच्या डोळ्यात धूळ फेकून लाहोर सोडून कलकत्ता गाठायचं होतं. रंगभूमीवर नट-नटी नाटकातील आपल्या भूमिका तन्मयतेनं करत असतात. त्यात त्यांच्या जीवनाला कसलाच धोका नसतो. पण भगतसिंग करू पाहत होता, ते करताना तो पोलिसांकडून वा गुप्तचरांकडून ओळखला गेला असता तर.... तुरुंगवास, पोलिसांकडून दिल्या जाणा-या मरणप्राय यातना- कोर्टबाजी आणि काळ्या पाण्याची शिक्षा... वा फासावर जाण्याची सजा.... या विचारानं सामान्य माणूस गोंधळून, गडबडून गेला असता. नाटक वठवताना ते चुकले असते पण भगतसिंगानी कॉलेजमध्ये ऐतिहासिक नाटकांत चंद्रगुप्ताच्या हुबेहुब भुमिका रंगमंचावर करून शाबासकी मिळवली होती. पण हे नाटक जीवावर बेतणारं असलं तरी भगतसिंगही ते नवीन कौशल्यानं करणार होता. पोलिसांना जरासुद्धा शंका येणार नाही, या आत्मविश्वासाने त्याने नाटक करायचे ठरवले.

या नाटकात भगतसिंग हा शीख युवक राहिला नव्हता. तो एक बहाद्दूर धनिक साहेब बनला होता. भगतसिंग मुळातच देखणा आणि रुबाबदार व्यक्तिमत्त्वाचा तरुण. त्याच्या ओठावर तलवार कट मिशा, पिळदार देहयष्टी, तेजस्वी स्वप्नाळू डोळे, करारी बाणा,

बोलण्यातील गोडवा, चालण्यातील चपळता, आवाजातील कणखरपणा आणि इंग्रजी भाषेवरील प्रभुत्व. अशा भारदस्त व्यक्तिमत्त्वाच्या भगतसिंग यांनी संपूर्ण सूट अंगावर चढवला. गळ्यात नेकटाय बांधला. पायात उंची दर्जाचे कानपुरी चकाकते बूट घातले. डोक्यावर काळी फेल्ट हॅट चढवली. भगतसिंगाने या ड्रेसवर कॉलरचा ओव्हरकोट घातला होता.

या साहेबांच्या पत्नीची भूमिका घेतली प्रसिद्ध क्रांतिकारी भगवतीचरण यांच्या सुंदर पत्नी सौ. दुर्गा वहिनींनी. त्यांचं सौदर्य खानदानी दिसेल असा वेश त्यांनी परिधान केला होता. त्यांचा तीन वर्षांचा मुलगा साची हा भगतसिंग यांचा मुलगा म्हणून त्यांच्या खांद्यावर बसला होता. सहकारी राजगुरू बनले, या साहेबांचे नोकर. राजगुरुंनी नोकराचे कपडे घालून साहेबांची ट्रंक व होल्डऑल डोक्यावर घेऊन ते या शाही पती-पत्नी आणि मुलाच्या मागे मागे दीनवाण्या चेह-याने पावले टाकत होते. हे शाही कुटुंब रेल्वेच्या प्लॅटफॉर्मवर आले. पोलिसांच्या समोरून ते रेल्वेच्या प्रथमवर्गाच्या डब्याकडे सहजपणे चालत गेले. डब्यात चढताना साहेब भगतसिंग यांनी नोकर राजगुरूला त्यांच्या वेंधळेपणाला फटकारलेही. तर आपल्या पत्नीला खानदानी भाषेत डब्यात सावकाश चढायचाही सल्ला दिला. आपल्या खांद्यावर घेतलेल्या साचीमुळे भगतसिंग यांच्या चेह-याचा बराचसा भाग झाकून गेला होता. त्यामुळे भगतसिंग यांना पोलिस ओळखणे शक्य नव्हते. नाटक बेमालूमपणे चालले होते. हे शाही कुटुंब रेल्वेच्या प्रथम वर्ग कुपेमध्ये स्थानापन्न झाले आणि गाडी हलली. भगतसिंग, राजगुरू, दुर्गा वहिनी आणि त्यांचा मुलगा सुखरूपपणे कलकत्त्याला पोहोचले. हा प्रवास म्हणजे जगावेगळं नाटक पोलिसांच्या कडेकोट वेढ्यातून गुप्तचरांच्या तीक्ष्ण नजरांपासून आपल्या अंगभूत धैर्यानं, स्वाभाविक अभिनय गुणांमुळं ते लाहोरहून सहीसलामत निसटले. यातील राजगुरूंची भूमिकाही चांगली वठली. पण दुर्गावहिनीनंही जे धाडस दाखवलं, या नाटकातली भगतसिंग यांच्या तात्पुरत्या पत्नीची भूमिका बजावली त्याला तोड नाही. ती क्रांतिकारक भगवतीचरण यांची पत्नीही क्रांतिकारक होती, हे तिनं सिद्ध केलं. दुर्गावहिनीची ही मदत भगतसिंग यांना फार मोलाची ठरली. दुर्गावहिनीनं क्रांतिकारकांच्या चळवळीत दिलेलं हे ऐतिहासिक मोलाचं योगदान कोणीही विसरू शकत नाही.

हे नाटकी कुटुंब कलकत्त्यात आलं. तिथल्या पोलिसांनाही भगतसिंग वा इतरांबद्दल किंचितही शंका आली नाही. ते भगवतीचरण यांच्या घरी आले. भगतसिंग यांनी दार ठोठावले. भगवतीचरण यांनी दार उघडले; पण पहिल्याप्रथम त्यांनीही भगतसिंग आणि राजगुरूंना ओळखलं नाही. पण पत्नी दुर्गाला आणि मुलाला तात्काळ ओळखलं. भगतसिंग

यांनी या नाटकाबद्दल बैजवार वृत्तांत सांगितला, तेव्हा त्यांनी भगतसिंग यांना कडकडून मिठी मारली. मुलाला उचलून घेऊन त्याचे पापे घेतले. तेव्हा दुर्गावहिनींनी खाली वाकून त्यांच्या पायाचं दर्शन घेतलं. भगवतीचरण यांना आपल्या पत्नीचा अभिमान वाटला.

(२०)

फ्रेंच राज्यक्रांतीमधील क्रांतिकारक नवयुवक वेलॉंचा भगतसिंग यांच्यावर प्रभाव आणि पूर्ण पगडा बसला होता. वेलॉप्रमाणे आपणही असेंब्लीमध्ये बॉम्बस्फोट करून बहि-या सरकारला आणि अत्याचाराविरुद्धचा-भयंकर मोठा आवाज ऐकवावा ही त्यांच्या मनात सुप्त इच्छा दबा धरून बसली होती. त्यामुळेच त्यांनी जतिंद्रनाथ दास यांच्या मार्गदर्शनाखाली आग्रा येथे बॉम्ब बनवण्याचा कारखाना सुरू केला होता. तो वरून बर्फ बनविण्याचा कारखाना दिसायचा. पण तेथे अनेक स्फोटकांच्या मदतीने बॉम्ब बनवले जात होते. त्याचप्रमाणे या कारखान्यात रात्री क्रांतिकारकांच्या गुप्त बैठका व चर्चा चालत असत. हा कारखाना जणू क्रांती केंद्र बनला होता. तेथे स्फोटक विचारांचे मानवी बॉम्ब जणू तयार होत होते. या गुप्त बैठकातून जगातील क्रांतिकारकांचे संघर्ष, स्वातंत्र्य, समता, बंधुभाव या फ्रेंच राज्यक्रांतीतून निघालेल्या तत्त्वांचा, रशियातील कामगारांच्या समाजवादी सत्तेचा, असहकार आंदोलन आणि त्याचा पराभव, कम्युनिझम, मार्क्सवाद, आतंकवाद आणि सामाजिक क्रांती आणि विश्वक्रांतीची मक्तेदारी, श्रमाचे शोषण आणि शेतकरी, कामगार यांची समाज सत्ता भारतात आणण्यासाठी रक्तरंजित क्रांती करणे अशा विविध विषयांवर चर्चा चालत असत. त्यात भगतसिंग हिरीरीने-उत्साहाने भाग घेत होते.

सन १९२८-२९ हे साल शेतकरी, कामक-यांचे लढे आणि संप यांनी गाजले होते. एप्रिल १९२८ साली मुंबईतील गिरणी कामगारांनी आपला सहा महिन्याचा ऐतिहासिक संप घडवून आणून ब्रिटिशांची झोप उडवली होती. या सालात रेल्वे कामगार, तागाचे कामगार, कोळसा कामगार इत्यादी कामगारांचे संप गाजले होते. त्याकाळी भारतात २०३ संप-लढे लढले गेले होते. त्यापैकी एकट्या मुंबईत १११ संप झाले होते. या शेतकरी-कामगारांच्या क्रांतिकारी संपाला तोंड देण्यासाठी ब्रिटिश राज्यकर्त्यांनी 'सार्वजनिक सुरक्षा कायदा' (पब्लिक सेफ्टी बिल) आणि 'औद्योगिक कलह कायदा' (ट्रेड डिस्प्यूट अॅक्ट) आणण्याचे ठरविले होते. सार्वजनिक सुरक्षा कायदा पास झाल्यावर इंग्रजांच्या पोलिसांना सार्वजनिक सुरक्षेच्या नावाखाली देशातील कोणत्याही नागरिकाला केवळ संशयावरून पकडता येणार होते, तुरुंगात

डांबता येणार होते. तर औद्योगिक कलह कायद्यामुळे कामगारांचे संप, निदर्शने आणि अन्यायाविरुद्ध वाचा फोडण्यासाठी करावयाच्या चळवळीचे अधिकारच संपुष्टात आले असते. मुख्यतः भारतातील कम्युनिष्टांच्या चळवळींना पायबंद घालण्यासाठी ही दोन बिले पास करून घेण्याचा इंग्रजी राज्यकर्त्यांनी ठाम निर्धार केला होता. म्हणूनच मार्च १९२९ मध्ये भारतातील विविध प्रांतातील (मुंबई, बंगाल, पंजाब, उत्तर प्रदेश, बिहार, मद्रास, ओरिसा) बत्तीस मान्यवर कम्युनिस्ट नेत्यांना इंग्रज राज्यकर्त्यांनी अटक केली होती. त्या कम्युनिस्ट कार्यकर्त्यांवर इंग्रज सरकार उलथून टाकण्याच्या कटाचा आरोप ठेवला होता. हा खटला मीरत कोर्टात त्यांनी दाखल केला होता. म्हणून त्यास मीरत खटला म्हणून संबोधले जाते. या बत्तीस कम्युनिस्ट कार्यकर्त्यांत भगतसिंग यांच्या नवजवान भारत सभेचे कार्यकर्तेही होते.

या दडपशाहीला विरोध करण्याचे धोरण हिंदुस्थान सोशालिस्ट रिपब्लिकन असोसिएशनने ठरवले होते. म्हणूनच 'ट्रेड डिस्प्यूट ॲक्ट' आणि 'पब्लिक सेफ्टी बिल' ही पास होऊ घातलेल्या कामगारांच्या हक्काविरुद्ध आवाज उठविण्यासाठी दिल्ली येथील असेंब्लीत बॉम्बस्फोट करण्याची योजना भगतसिंग आणि त्यांच्या साथीदारांनी निश्चित केली.

सन १९२८-३० हा काळ तसा भारताच्या इतिहासात महत्त्वाचा आहे. याच काळात डाव्या विचारसरणी शक्तीचे संघटन होत होते आणि या क्रांतिकारकांच्या विचारांना लोकांचा भरघोस पाठिंबाही मिळू लागलेला होता. नाही रे वर्ग चळवळीत उतरू लागला होता. स्वतः पं. नेहरूंनी या संबंधात लिहिलेलं आहे. बुद्धीजीवी आणि सरकारी अधिकारी यांच्यापर्यंत कम्युनिस्टांचे समाजवादाचे विचार पोहोचले होते. हा कम्युनिस्टांचे विचार मारून टाकण्यासाठी इंग्रजांनी 'ट्रेड डिस्प्यूट ॲक्ट' आणि 'पब्लिक सेफ्टी बिल' दिल्ली येथील केंद्रीय असेंब्लीमध्ये सादर करून पास करण्याचा निश्चय केला होता. पण असेंब्लीमधील सर्व विरोधी पक्षांनी, जनतेने आणि पत्रकारांनी या दोन्ही बीलांना कडवा विरोध दाखवला होता. या विरोधाकडे दुर्लक्ष करून दि. ६ सप्टें. १९२८ मध्ये सदर पब्लिक सेफ्टी बिल असेंब्लीत सादर झाले होते. ते दि. २४ सप्टें. रोजी सभागृहाने नामंजूर केले. पुन्हा ते बिल किरकोळ दुरुस्त्या सुचवून जाने. १९२९ मध्ये असेंब्लीत सादर केले.

यावेळी भगतसिंग आग्रा शहरात होते. ही बातमी ऐकून भगतसिंग यांचा रागाचा पारा वर उसळला. त्यासाठी काहीतरी केले पाहिजे या विचाराने त्यांनी सुखदेवची भेट घेतली. पक्षाच्या केंद्रीय समितीची बैठक बोलावली. त्यात तीन मुद्यावर सविस्तर चर्चा झाली. १. असेंब्लीमध्ये बॉम्बस्फोट करून इंग्रज सरकारच्या हट्टी निर्णयाला विरोध केला पाहिजे. २. हे

काम करण्यासाठी जे कॉम्रेड नेमले जातील त्यांनी बॉम्ब फेकल्यानंतर पळून न जाता तेथे पोलिसांच्या स्वाधीन व्हावे. त्यामुळे कोर्टात केस गेल्यावर आपल्या पक्षाच्या उद्देशाचा प्रचार करण्याची संधी आपणास आपोआप मिळणार आहे. ३. असेंब्लीत बॉम्ब फेकायला जाणा-या दोघात एक भगतसिंग राहील.

या तीन सुचनापैकी पहिल्या दोन सुचनांचा बैठकीत स्वीकार केला गेला. पण तिस-या सुचनेला सा-यांनी विरोध दाखवला. या बैठकीत सुखदेव नव्हता. पण दुसरे दिवशी सुखदेव आल्यानंतर त्याने भगतसिंग यांच्या तिस-या सुचनेला अनुमोदन दिल्यानंतर समितीने भगतसिंगाची तिसरी सुचनाही मान्य केली. जनतेचे खरेखुरे जागरण करण्यासाठी उच्च कोटीतील बलिदान करण्याची जरुरी असल्याचे भगतसिंग यांनी ठासून प्रतिपादले होते. खरे पाहता, केंद्रीय समितीच्या बैठकीच्या पहिल्या दिवशी बॉम्ब फेकण्यासाठी बटुकेश्वर दत्त आणि विजयकुमार सिन्हा यांची नावे पुढे आली होती; पण दुस-या दिवशी विजयकुमार सिन्हा ऐवजी भगतसिंग यांचं नाव पुढं करण्याचा आग्रह सुखदेवनं धरला होता. कारण पक्षाचा राजनैतिक उद्देश पूर्ण करण्यासाठी भगतसिंग यांची नियुक्तीच अटळ असल्याचे सुखदेवने ठामपणे सांगितले होते. या प्रकरणात भगतसिंग यांना आपण कायमचे मुकणार तर नाही ना? या कटू विचारानं त्यावेळी सुखदेव दुःखीही झाले होते.

दि.८ एप्रिल १९२९ चा दिवस उजाडला. त्याच दिवशी मध्यवर्ती असेंब्लीमध्ये 'पब्लिक सेफ्टी बिल'आणि 'ट्रेड डिस्प्यूट ॲक्ट' ही दोन बिले सादर होणार होती. जनआंदोलनाचा बीमोड करण्याचा, विशेषकरून नवजवानांचे आंदोलन ठेचून काढण्याचा इंग्रजांचा हेतू पहिले बिल सादर करण्यात होता, तर शेतकरी, शेतमजूर आणि प्रामुख्याने कामगारांचे हरताळ, संप करण्याचे हक्क संपविण्याचा त्यांचा दुसरे बील सादर करण्यामागे उद्देश होता, कारण काँग्रेस पक्षाचे सदस्य हे पक्षातील लोकांचे सहकार्य घेऊन बिल नामंजूर करणार असा त्यांचा कयास होता.

हा दिवस भगतसिंग यांच्या दृष्टीने सोनियाचा दिन ठरणार होता. कारण आज त्याला फ्रेंच युवक क्रांतिकारक वेलॉचं अनुकरण करण्याची, दिल्लीच्या केंद्रीय असेंब्लीत बॉम्ब फेकण्याची संधी मिळणार होती. म्हणून भगतसिंग सकाळपासून उत्तेजित झाले होते. त्यांच्या नसानसात ऊर्जाशक्ती स्फुरण पावलेली होती.

ही दोन्ही वादग्रस्त बिले सभागृहात चर्चेला येणार म्हणून सरकार पक्षाचे सभासद व विरोधी पक्षाचे सभासद कामकाज सुरू होण्यापूर्वी विधिमंडळात येऊन आपापल्या आसनावर बसले. प्रेक्षकांची गॅलरीदेखील खचाखच भरली होती. भगतसिंग यांनी प्रेक्षक गॅलरीत प्रवेश

करण्यासाठी अगोदरच आपल्या मित्राकडून प्रवेश पत्रिका प्राप्त केल्या होत्या. विधिमंडळाकडे जाण्यागोदर त्यांनी आपला पोशाख पूर्णपणे बदलला होता. खाकी पॅन्ट व खाकी सदरा त्यांनी घातला होता. त्यावर त्यांनी मोठा गरम कोट परिधान केला होता. दोन बॉम्ब काळजीपूर्वक कोटाच्या आतल्या खिशात लपवून घेतले होते. रिव्हॉल्व्हरही भरून घेतले होते. बटूकेश्वर दत्तकडे पत्रकाचे बंडल दिले होते. ते पत्रक भगतसिंग यांनी स्वतः लिहून चक्रमुद्रित करून घेतले होते. बॉम्ब फेकल्यानंतर ती पत्रके विधिमंडळात फेकण्याची त्यांनी बटुकेश्वरांना सूचना केली होती.

भगतसिंग आणि बटुकेश्वर दत्त असेंब्लीच्या इमारतीजवळ आले. दारातून आत शिरताना त्यांनी प्रवेशपत्रिका तेथील पोलिस अधिका-यांच्या हातात बिनधास्तपणे दिल्या. छाती ताठ करून ते दोघेही असेंब्लीच्या कक्षाकडे (पब्लिक गॅलरीकडे) वळाले. त्यांनी युक्ती-प्रयुक्ती वापरून पुढच्या बाकावर जागा मिळविली. बाकावर बसून त्यांनी सभागृहात आपली दृष्टी फिरवली. भगतसिंग यांनी आपले लक्ष सरकार पक्षाच्या अधिका-याकडे वेधले होते. सभाग्रहाच्या मध्यभागी अध्यक्षाचे आसन होते. त्यांच्या उजव्या बाजूला सरकारी मंत्री आणि सदस्यांच्या खुर्च्या होत्या. तर डाव्या बाजूस विरोधी पक्षाचे पुढारी पं. मोतीलाल नेहरू, पं. मदनमोहन मालवीय, बॅ. जयकर आणि डॉ. मुंजे आणि इतर सभासद बसले होते. विधिमंडळाचे अध्यक्ष श्री. विठ्ठलभाई पटेल आसनस्थ झाले होते. अध्यक्षांच्या उजव्या हाताला सरकारी मंत्र्यापैकी गृहमंत्री जेम्स, व्यापार मंत्री जॉर्ज रेनी आणि अर्थमंत्री जॉर्ज शूस्टर आणि सायमन कमिशनचे अध्यक्ष जॉन सायमन यांनी भगतसिंग यांचे लक्ष वेधून घेतले होते.

भगतसिंग यांनी ही सारी बैठक व्यवस्था बारकाईने न्याहाळली. बॉम्बफेक कोठे करायची? ते विचार करीत होते. बॉम्बस्फोट झाला तरी हिंदी पुढा-यांना त्यामुळे जखमही होऊ नये, झालीच तर सरकार पक्षाच्या लोकांना व्हावी. बॉम्बस्फोटामुळे कुणाचाही मृत्यू होऊ नये म्हणून त्यांनी हलक्या दर्जाचे बॉम्ब आणले होते. शेवटी सरकार पक्षाच्या सदस्यांच्या मागच्या बाजूस बॉम्ब फेकण्याचा निर्णय भगतसिंग यांनी घेतला.

सभागृहाचे काम सुरू झाले. अर्थमंत्री जॉर्ज शूस्टर उभे राहिले. ते या बिलांची सूचना देऊ लागले. तोच भगतसिंग यांनी प्रेक्षक गॅलरीच्या कठड्यावर वाकून योग्य दिशेने व योग्य स्थानी बॉम्ब पडेल या बेताने वर्तमानपत्रात गुंडाळून आणलेला बॉम्ब सभाग्रहात फेकला. क्षणार्धात बॉम्ब फुटला. धडाम-धाड-धडाम-धाड असा कर्णकर्कश आवाज झाला. सभाग्रह

थरारलं! क्षणभर काय झालं हे कुणालाच कळालं नाही. कानठळ्या बसवणारा स्फोट झाल्यावर सारे भीतीने घाबरून गेले. जो तो आपपला जीव वाचविण्यासाठी जीव मुठीत धरून वाट फुटेल तिकडे पळू लागला. सभागृह धुरानं झाकाळून गेलं. पळताना काही दिसेना. तरीही ते पळत होते. एकमेकांना थडकत होते. एवढा हा:हाकार एका बॉम्बस्फोटाने झाला. घाबरलेले-भेदरलेले सारे लोक सैरावैरा पळत असताना दुसरा बॉम्ब फुटला. पुन्हा तर लोक जीवाच्या भीतीने गर्भगळीत झाले. पळापळीत लोक चेंगरले. आरडाओरडा वाढला. पोलिस अधिकारी तर अवाक्‌च झाले. कुणी बॉम्बफेक केली, हेही त्यांच्या लक्षात येईना. धुरामुळे काही दिसेना. त्यामुळे कुणाला पकडावे? अशा गोंधळ गडबडीत भगतसिंग आणि बटुकेश्वर यांना बिनबोभाट निसटून जाता आले असते; पण ते पळपुटे योद्धे नव्हते. ते शूरवीर आत्मसमर्पण करण्यास सिद्ध झालेले क्रांतिकारक होते.

भगतसिंग बॉम्ब स्फोटानंतर जागेवरून हलले नाहीत. त्यांनी मनात आणले असते तर सरकार पक्षाच्या बाजूला बसलेल्यांना रिव्हॉल्वरच्या गोळ्यांनी टिपलेही असते. पण माणसांना मारणं हा त्यांचा उद्देश नव्हताच, म्हणून त्यांनी रिव्हॉल्वर हातात घेतले. सभागृहाच्या छताच्या रोखाने त्यांनी मोजून दोन गोळ्या झाडल्या. तेव्हा सभागृहातील इंग्रज अधिकारी जीव वाचविण्यासाठी डेस्कखाली लपून बसल्याचे त्यांना दिसले. बरेच जण जमिनीवर पालथे पडून होते. तर अनेक जीव घेऊन सैरावैरा धावत होते. नुकतेच खचाखच भरलेले सभागृह क्षणात मोकळे मोकळे आणि भकास-ओस पडले. सभागृहात जिकडे-तिकडे सभासदांच्या छत्र्या, चप्पल, पेपर्स आणि पुस्तकांचा खच पडला होता.

बॉम्बस्फोटानी कुणी मृत्युमुखी पडले नव्हते. काही इंग्रज अधिका-यांना लहान-मोठ्या जखमा झाल्याने ते रक्तबंबाळ झाले होते. सभागृहातील सामानाची मोडतोड झाली होती. बॉम्बस्फोटाने निर्माण झालेलं धुराचं आवरण निवळू लागलं त्यावेळी भगतसिंग यांनी आणि बटूकेश्वर दत्त यांनी तार स्वरात घोषणा द्यायला सुरुवात केली. 'इन्कलाब झिंदाबाद', 'जनता क्रांती चिरायू होवो', 'साम्राज्यवाद मुर्दाबाद!', 'भारतमाता की जय' या घोषणा ऐकल्यावर हिंदी पुढा-यांना हायसे वाटले. त्यावेळी पोलिसांना या दोन व्यक्ती दिसल्या, पण त्यांना पकडण्यासाठी ते जराही पुढे सरकले नाहीत. कारण रिव्हॉल्वरमधील दोन गोळ्या सुटलेल्या आवाजाने ते भेदरले होते, अशा परिस्थितीत असताना बटुकेश्वर दत्त यांनी आपल्या जवळच्या पत्रकांचा पाऊस सभागृहात पाडला.

एवढे घडल्यानंतर पोलिसांची धावपळ सुरू झाली. घोषणा ऐकताच मोतीलाल नेहरू

आणि विठ्ठलभाई आपापसात आनंदने कुजबुजले, “अरेच्च्या! ही तर आपलीच पोरं आहेत.” त्यांच्या मुखावर मिश्किल हसू फुटले! अभिमानानं त्यांची छाती फुगली आणि मान उन्नत झाली.

घोषणा चालूच होत्या. पत्रके तर फेकून झाली होती. सभागृहातील काळोख निवळू लागला होता. आता पोलिसांनी हातात रिव्हॉल्वर घेतले. भगतसिंग अस्पस्ष्ट का होईना दिसत होता, पण त्याला पकडण्यासाठी कोणी पुढे येईना. काही पोलिस तर मागे वळून भीतीने पळून जात होते. ही सारी धांदल, पळापळ आणि जीव वाचविण्याची केविलवाणी धडपड पाहून भगतसिंग यांच्या चेह-यावर विजयाचं-आनंदाचं हसू फुटलं! पुन्हा त्यांनी घोषणा द्यायला सुरुवात केली. इन्कलाब जिंदाबाद! ब्रिटिश राज्य मुर्दाबाद! भारत माता की जय! वन्दे मातरम्! क्रांती चिरायू होवो.

यानंतर काही पोलिस भितभीत, दबकत, दबकत, पुढे येऊ लागले, पण त्यांच्या मनात धास्ती होती. मर्दानी वाघाचा आवेश त्यांच्या चालीत नव्हता. एक इंग्रज अधिकारी तर भगतसिंग यांच्या हातातील पिस्तूल पाहून भीतीनं जमिनीवरच कोसळला!

याही परिस्थितीमध्ये इंग्रज अधिका-यांची झालेली दयानीय परिस्थिती पाहून भगतसिंग यांना त्यांची दया आली. गो-या अधिका-याला उद्देशून ते म्हणाले, “सुपरिन्टेन्डेन्टजी, तुम्ही भिऊ नका. पळून जाण्याची इच्छा असती तर आम्ही केव्हाच तुमच्यापासून खूप दूर निघून गेलो असतो, पण आम्ही पळपुटे क्रांतिकारक नाहीत. आम्ही येथे उभे आहोत. तुम्ही आम्हाला पकडू शकता. आम्ही अभिमानाने सांगतो की, ही बॉम्बफेक आम्हीच केलीय. हे तुम्हालाच काय सा-या जगाला ओरडून सांगणार आहोत. तुम्ही ब्रिटिश साम्राज्यशाहीचे रक्षक माझेजवळील पिस्तुलाला का घाबरता? हे पाहा, माझ्याकडील पिस्तूल फेकून देतो.” असे म्हणून भगतसिंग यांनी आपल्या हातातील पिस्तूल दूर फेकून दिले. तेव्हा गो-या अधिका-यांचा जीव भांड्यात पडला. त्यांना धीर आला. सार्जंट टोरी सावधानता बाळगत हळूहळू भगतसिंग यांच्याजवळ आला आणि त्यांच्यावर झडप घातली. भगतसिंग यांनी कसलाही प्रतिकार केला नाही. त्यांनी अटक करून घेतली. पोलिसांनी दोघांनाही अटक करून दिल्ली येथील कारागृहाकडे नेत असताना भगतसिंग आणि बटुकेश्वर दत्त यांनी पूर्वी दिलेल्या घोषणा द्यायला सुरुवात केली. त्यांना पाहायला रस्त्यावर दुतर्फा गर्दी उसळलेली! या घोषणांना लोकांकडून उत्स्फूर्त प्रतिसाद मिळाला. भगतसिंग आज स्वातंत्र्यचळवळीतील एक लोकनायकाच्या रूपात लोकांना भासले.

दिल्लीतील कारागृहात नेताना ते त्यांच्याकडे शिल्लक राहिलेली पत्रके लोकांकडे

फेकत होते. लाल शाईत छापलेली ही इंग्रजी भाषेतील पत्रके म्हणजे त्यांच्या सिद्धांताची, तत्त्वाची, कार्याची आणि देशभक्तीची जणू प्रतीकं होती. लोकांनी ती आपल्या हृदयात जपून ठेवली. त्या पत्रकात काय लिहिलं होतं?

"हिंदुस्थान समाजवादी प्रजातांत्रिक सेना

सूचना

बहि-यांना ऐकू जावे, यासाठी खूप मोठ्या आवाजाची आवश्यकता असते. फ्रान्सचा प्रसिद्ध अराजकवादी शहीद वेंलॉचे हे अमर शब्द आमच्या कार्याला साक्षी आहेत. गेली दहा वर्षे ब्रिटिश सरकार सुधारणांच्या नावावर करीत असलेल्या अपमानाची कहाणी पुन्हा एकदा सांगण्याची आवश्यकता नाही. हिंदुस्थानच्या पार्लमेंटमध्ये पुकारलेल्या या सभेने भारतीय राष्ट्राच्या डोक्यावर दगड फेकून जो अपमान केला आहे याची आठवण देण्याची आवश्यकता नाही. या गोष्टी सर्वांना माहीत आहेत आणि स्पष्ट आहेत. आजदेखील जेव्हा लोक 'सायमन कमिशन'च्या काही सुधारणांच्या तुकड्याच्या आशेवर डोळे लावून बसले आहेत आणि त्या तुकड्यांच्या लोभासाठी आपापसात झगडू लागले आहेत. विदेशी सरकार 'सार्वजनिक सुरक्षा' आणि 'औद्योगिक कलह कायदा' आणून दडपशाही अधिकच तीव्र करण्याचा प्रयत्न करीत आहे. याबरोबरच येणा-या अधिवेशनात 'वर्तमानपत्राद्वारे राजद्रोह रोखण्यासाठीचा कायदा' (प्रेस सिडेशन अॅक्ट) सामान्य लोकांच्या माथी मारण्याची धमकीही दिली जात आहे. सार्वजनिक काम करणा-या कामगार नेत्यांची मनमानी धरपकड, सरकार कोणत्या मार्गाने जात आहे, हे स्पष्ट करीत आहे.

राष्ट्रीय मुस्कटदाबी आणि अपमानाच्या या संताप आणणा-या या परिस्थितीमध्ये आपल्या कर्तव्याची गंभीरपणे दखल घेत. 'हिंदुस्थान समाजवादी प्रजा तंत्र संघाने' आपल्या सेनेला हे पाऊल उचलण्याची आज्ञा दिलेली आहे. कायद्याचे हे अपमानकारक विडंबन समाप्त करणे हाच या कामाचा मुख्य उद्देश आहे. परदेशी शोषक नोकरशाही आपल्या इच्छेने जे काही करेल त्या वैधानिकतेचे नाक कापणे आवश्यक आहे.

जनतेच्या प्रतिनिधींना आमचे आग्रहाचे सांगणे आहे की, त्यांनी पार्लमेंटच्या फसवणूकीचा मार्ग सोडून देऊन आपापल्या निवडणूक विभागात परत यावे, आणि जनतेला विदेशी दडपशाही व शोषण समाप्त करणा-या क्रांतीसाठी उभे करावे. या परदेशी सरकारला आम्ही सांगू इच्छितो की, आम्ही 'सार्वजनिक सुरक्षा' आणि 'औद्योगिक कलह' कायद्याच्या आणि लाला लजपतराय

यांच्या हत्येच्या विरोधात देशातील जनतेच्या बाजूने ही पावले टाकीत आहोत.

आम्ही मनुष्याच्या जीवनाला पवित्र मानतो. प्रत्येक व्यक्तीला पूर्ण शांती आणि स्वातंत्र्याची संधी मिळावी, अशा उज्ज्वल भविष्यावर आम्ही विश्वास ठेवलेला आहे. आम्हांला नाइलाजाने माणसाचे रक्त सांडावे लागते, याचे आम्हाला दुःख वाटते; परंतु सर्वांना समानता व स्वातंत्र्य देणा-या आणि मनुष्याचे मनुष्याकडून होणारे शोषण नष्ट करणा-या क्रांतीमध्ये थोडाबहुत रक्तपात अपरिहार्य आहे.

इन्कलाब झिंदाबाद!

ह. बलराज

सरसेनापती”

भगतसिंग आणि बटुकेश्वर दत्त यांच्या स्फोटक कृतीमुळे ब्रिटिश शासनाचं आसन डळमळलं. त्यापेक्षा क्रांतिकारकांच्या या चळवळीमागील हेतू आणि स्वच्छ विचारामुळे लोकांत चर्चा होऊ लागली. भगतसिंग आणि बटूकेश्वर दत्त हे तरुणांचे नायक झाले होते! या संदर्भात घडलेली एक छोटीशी घटना फारच बोलकी आहे.

असेंब्लीत बॉम्बस्फोटाची घटना घडल्यानंतर दिल्लीतील लोक ठिकठिकाणी जाऊन भगतसिंग आणि बटुकेश्वर दत्त यांची जास्तीत जास्त माहिती जाणून घेऊ इच्छित होते. भगतसिंग आणि बटुकेश्वर दत्त तुरुंगात पडल्याने त्यांच्या सहका-यांना त्यांचे फोटो पाहूनही डोळ्यात पाणी जमायचे! असेच आझाद आणि इतर सहकारी एका खोलीत दिडमूढ होऊन बसले होते. त्यातील एकजण उठून बाहेर जाऊ लागला. त्यावेळी त्याचा पाय तेथे पडलेल्या वर्तमानपत्रावर पडण्याच्या बेतात होता, की चंद्रशेखर आझाद एकदम ओरडले. ज्याचा पाय त्या वर्तमानपत्रावर पडणार होता त्याच्या हाताला धरून मागे ओढून स्वतःजवळ बसविले. कारण त्या वर्तमानपत्रात भगतसिंग आणि बटुकेश्वर दत्त यांचे फोटो छापलेले होते. डोळ्यात अश्रू आणून आझाद गहिवरल्या शब्दांत म्हणाले, “हे आपले मित्र देशाची संपत्ती बनले आहेत. देश यांची पूजा करेल. त्यांचे स्थान आपल्यापेक्षा खूप वरचे आहे. या चित्रावर पाय टाकणं म्हणजे भारतमातेला तुडवण्यासारखंच आहे.” भगतसिंग आणि बटुकेश्वर दत्त हे स्वातंत्र्यचळवळीचे पवित्र भाग बनले होते. अशा घटनाच नवा इतिहास निर्माण करीत असतात.

साम्राज्यवादी इंग्रज सरकार भारतात कसा अन्याय करीत आहे, जनतेवर गुलामगिरी लादत आहे, त्यांची पिळवणूक करीत आहे, हे सारे जगाला कळावे म्हणून भगतसिंग यांनी

फ्रेंच राज्यक्रांतीचा युवा नेता वेलाँची सहीसही नक्कल केली होती. पत्रकेही त्यांनी त्यासाठी फेकली होती. इंग्रज सरकार ही बातमी बाहेर पडू नये म्हणून प्रयत्नाची पराकाष्ठा करीत होते. तरीही 'हिंदुस्थान टाइम्स'च्या बातमीदारानं एक पत्रक मिळविलं आणि संध्याकाळच्या आवृत्तीत ते छापलं. 'स्टेट्समन' या पत्राचे बातमीदार लाला दुर्गादास. त्यानी ते पत्रक लंडनला पाठविलं. ते बिनतारी संदेशाद्वारे 'असोसिएटेड प्रेस ऑफ इंडिया' या संस्थेला मिळाले. त्याद्वारे सा-या वर्तमानपत्रांना ही बातमी मिळाली. ती भारतभर तर प्रसारित झालीच, पण सा-या जगालाही ती कळाली!

(२१)

दिल्ली येथील असेंब्लीमध्ये बॉम्बस्फोट केल्यानंतर भगतसिंग आणि बटुकेश्वर दत्त यांना तुरुंगात ठेवण्यात आले. सुरुवातीला तुरुंगात त्यांच्या खाण्यापिण्याची सोय बरी होती. त्यांना चांगली वागवणूक मिळत होती. त्यावेळची भगतसिंग यांची मनःस्थिती कशी होती? बॉम्बस्फोट आपण केला याचा त्यांना अभिमान वाटत होता. बहि-या सरकारच्या कानावर एवढा मोठा आवाज करणंच गरजेचं होतं. वेलाँचा कित्ता आपण सहीसही गिरवला, याचे समाधान तर वेगळेच होते. या बॉम्बस्फोटामध्ये मनुष्यहानी झाली नव्हतीच. तसा भगतसिंग यांचा हेतूही नव्हता. असेंब्लीत बॉम्बस्फोट केल्यामुळे जगाचे लक्ष भारतातील ब्रिटिश राज्यकर्त्यांच्या क्रूर, अत्याचारी वागणुकीमुळे आणि भारतीयांच्या होणा-या अमानुष पिळवणुकीकडे वेधण्यात ते यशस्वी झाले होते. एवढेच नाही तर भारतातील नवजवान आणि सामान्य जनता यांच्या मनात ब्रिटिश सरकारविरुद्ध चीड निर्माण होऊ लागली होती. स्वातंत्र्यासाठी लोक स्वातंत्र्यचळवळीकडे आकर्षित होऊ लागले होते. बॉम्बस्फोटाचा उपयोग आपल्या ध्येयाच्या हेतूचा प्रचार करण्यासाठी कसा होईल, यासाठीच भगतसिंग आणि बटुकेश्वर दत्त बॉम्बस्फोट केल्यानंतर पळून गेले नव्हते. स्वतः होऊन पोलिसांच्या ताब्यात गेले होते. म्हणूनच तुरुंगात असतानाही ते निश्चिंत मनाने राहात होते. वावरत होते. त्यांच्या मनात कसलेही द्वंद नव्हते. अस्थिरता नव्हती. सारे काही सहज पद्धतीने आणि मनःशक्तीयुक्त जीवन ते तुरुंगातही जगत होते. या मनःस्थितीचे दर्शन भगतसिंग यांनी आपल्या पिताजींना दि. २६ एप्रिल १९२९ रोजी लिहिलेल्या पत्रावरून होते. बॉम्बस्फोटाची घटना घडल्यानंतर अठरा दिवसांनी त्यांनी ते पत्र लिहिले होते.

सदर पत्रात त्यांनी नेहमीप्रमाणे 'नमस्ते' न लिहिता 'वंदेमातरम्' लिहिले होते. मातृभूमीसाठी बलिदान करण्याची त्यांची मानसिकता तयार होत असावी. हे पत्र त्यांनी दिल्ली जेलमध्ये असताना लिहिलेले आहे. त्यांनी वडिलांना आपल्या गुन्ह्याच्या खटल्याबाबतही सहज सांगावे तसे सांगितले आहे की, हा खटला ७ मे पासून जेलमध्येच सुरू होणार असून एका महिन्यात हे नाटक संपुष्टात येईल. आपणाबद्दल वडीलांनी काही काळजी करू नये, हे लिहिण्यासही भगतसिंग विसरले नाहीत. पूर्वी त्यांचे वडील वकीलासह भेटायला आले होते; पण भेट होऊ शकली नव्हती. याचा पत्रात उल्लेख करून भगतसिंग लिहितात की, "मला भेटायला जेव्हा याल तेव्हा भेट होईल पण वकिलास आणण्याची जरूरत नाही... आपण स्वतःला जास्त त्रास करून घेऊ नये. आपण मला भेटायला जेलमध्ये आलात तर एकटेच या. मातोश्रींना बरोबर आणू नका. कारण नसताना त्या रडून राडा करतील आणि मलाही त्याचा नक्कीच त्रास होईल. आपण भेटाल त्यावेळी घरातील सगळी परिस्थिती कळेलच."

"बरं, जर आपणाला शक्य असेल तर 'गीता रहस्य', 'नेपोलियनचे जीवनचरित्र', जे माझ्या पुस्तक संग्रहालयात मिळेल, तसेच इंग्रजीमधील काही कादंब-या येताना घेऊन या. द्वारकादास यांच्या ग्रंथालयातून काही कादंब-या मिळू शकतील. आजी, आई, चाची, भाभी यांना नमस्कार. रणवीरसिंह आणि कुलतारसिंहला नमस्ते सांगा. आजोबांना साष्टांग नमस्कार सांगा. या वेळेला पोलिस पहा-यात आणि जेलमध्ये आम्हाला चांगली वागणूक मिळत आहे. आपण कसल्याही प्रकारची काळजी करू नये. मला आपला पत्ता ठाऊक नाही. म्हणून काँग्रेस कार्यालयाच्या पत्त्यावर पत्र लिहीत आहे."

या पत्रावरून भगतसिंग यांच्या मनःस्थितीची आपणास कल्पना येऊ शकते. भगतसिंग यांचे वडील सरदार किशनसिंह दि. ३ मे १९२९ रोजी दिल्ली जेलमध्ये भेटायला आले. त्यांच्या सोबत बॅ. असफअली होते. या खटल्यातून भगतसिंग आणि दत्त यांना सोडविण्यासाठी बॅरिस्टरसाहेब आपलं वकिली कौशल्य पणाला लावायला तयार होते, पण भगतसिंग आपल्या निर्णयावर ठाम होते. त्यांचा हा खटला ते स्वतः चालविणार असल्याचे त्यांनी स्पष्ट केले. आपल्या तत्त्वांचा जनतेत आणि तरुणांत प्रचार करण्यासाठी ते या खटल्याचा उपयोग करून घेऊ इच्छित होते. त्यामुळे पिता-पुत्राची भेट तेवढ्यावरच संपली.

यापूर्वी चाललेल्या मिरत कट खटल्याच्या संदर्भात खुद्द म. गांधी म्हणाले होते की, "केवळ समाजवाद नष्ट करणं एवढाच या खटल्यासंबंधी सरकारचा हेतू नसून लोकांच्या मनात आतंकवाद निर्माण करण्याचा हेतू असावा, असं मला वाटतंय. सरकार आपले खुनी

पंजे दाखवू लागले आहे." अहिंसा आणि सत्याग्रह ही दोन शस्त्रे प्रभावीपणे वापरणा-या महात्म्यालाही सन १९२९ मध्येच जे सत्य कळाले त्यावर त्यांना एक तपानंतर म्हणजे १९४२ मध्ये इंग्रज राज्यकर्त्यांना 'चले जाव', 'करेंगे या मरेंगे' आणि 'तुम्हीच तुमचे नेते' होऊन ब्रिटिशांविरुद्ध लढण्याचे क्रांतिकारकांचे आव्हान करावे लागले. उशिरा का होईना हा गांधीजींचा धोरणात्मक निर्णय म्हणजे भगतसिंग यांच्या या १९२९ मधील निर्णयाचा विजय मानावा लागेल.

दिल्ली असेंब्लीमध्ये भगतसिंग यांनी केलेल्या बॉम्बस्फोटाचा खटला दि. ७ मे १९२९ रोजी ॲडिशनल मॅजिस्ट्रेट श्री. पूल यांच्या कोर्टात म्हणजे जेलमध्ये सुनावणीस लागला, पण भगतसिंग यांनी आपलं म्हणणं देण्यास स्पष्ट नकार दिला. त्यांनी सांगितलं की, "आम्ही आमचं म्हणणं सेशन जज्ज यांच्या कोर्टात देऊ."

भगतसिंग यांचा हा असेंब्लीमधील बॉम्बफेकीचा खटला खूपच गाजला. केवळ भारतातच नव्हे, तर सा-या जगभर त्याची दखल घेतली गेली. वर्तमानपत्रांचे रकाने भरभरून वाहिले. त्यात रस घेताना जनता न्हाऊन निघाली. स्वातंत्र्यदेवीला जणू ओल्या पडद्याने त्यांनी अभिषेक केल्याचा आनंद त्यांच्या चेह-यावर पसरला होता. स्वातंत्र्याची चळवळ गतिमान झाली. इंग्रज राज्यकर्ते हतबुद्ध झाले. यामुळे भगतसिंग आणि बटुकेश्वर दत्त यांना जेवढी प्रसिद्धी मिळाली तेवढी त्या काळात कुणालाच मिळाली नव्हती. थोडक्यात ही घटना इतिहासातील सोनेरी पान ठरले.

भगतसिंग यांनी ॲडिशनल मॅजिस्ट्रेट श्री. पूल यांच्या कोर्टात आपलं म्हणणं देण्याऐवजी ते सेशन जज्जच्या कोर्टात देण्याचे जाहीर केल्यामुळे भारतीय दंड विधान कलम ३ अनुसरून हा खटला सेशन जज्ज श्री. मिडल्टन यांच्या कोर्टाकडे वर्ग करण्यात आला. दिल्लीच्या तुरुंगातच या खटल्याची सुनावणी दि. ४ जून १९२९ रोजी सुरू झाली. भगतसिंग यांनी आपल्या आणि बटुकेश्वर दत्त यांच्या बाजूने या कोर्टात जे म्हणणं दिलं ते आजही अत्यंत महत्त्वाचं आहे. कारण त्यात त्यांच्या पक्षाचे उद्देश आणि ते उद्देश गाठण्यासाठीचा निर्धार पूर्णपणे स्पष्ट होतो. स्वातंत्र्य मिळून एकोणसाठ वर्षे उलटून गेली तरी त्या म्हणण्याचं महत्त्व जराही कमी झालेलं नाही. उलट ते वाढलेलंच आहे. भगतसिंग यांच्या जन्मशताब्दी वर्षात म्हणूनच त्याचं वाचन-मनन-आणि त्यानुसार कृती करण्याची प्रेरणा आमच्या तरुणाईनं घेऊन भगतसिंग यांच्या ख-या क्रांतियात्रेत तन-मन-धनानं सामील होणं ही काळाची गरज मानली पाहिजे.

भगतसिंग यांनी दिलेलं आपलं प्रदीर्घ ऐतिहासिक म्हणणं खालीलप्रमाणे आहे. हे म्हणणं त्यांनी न्या. लिओनिल मिडल्टन यांच्या कोर्टात दि. ६ जून १९२९ रोजी दिलं होतं.

"आमच्यावर गंभीर आरोप ठेवले गेले आहेत. त्यामूळे आमच्या बचावासाठी आम्ही काही गोष्टी सांगणे आवश्यक आहे. आमच्या तथाकथित गुन्ह्यांविषयी खालील प्रश्न उद्‌भवतातः (१) असेंब्लीत बॉम्ब फेकले गेले होते हे सत्य आहे का? आणि हे जर सत्य असेल तर ते का फेकले गेले होते? (२) खालच्या कोर्टात आमच्यावर जे आरोप ठेवले गेले आहेत ते खरे आहेत की खोटे?

पहिल्या प्रश्नाच्या पहिल्या भागाबद्दल आमचे उत्तर होकारार्थी आहे; परंतु हा प्रकार, 'डोळ्यांनी प्रत्यक्ष पाहणा-या' साक्षीदारांनी जी साक्ष दिली आहे ती निखालस खोटी आहे. आम्ही बॉम्ब फेकल्याचे नाकारत नाही आणि म्हणूनच इथे या साक्षीदारांच्या जबान्यांचा खरेपणा पारखून पाहिला पाहिजे. उदाहरणार्थ, आम्ही हे सांगू इच्छितो की, आम्हा दोघांपैकी एकाजवळ पिस्तूल सापडले, हे सार्जंट टेरीचे म्हणणे धडधडीत असत्य आहे; कारण आम्ही जेव्हा स्वेच्छेने स्वतःला पोलिसांच्या स्वाधीन केले, तेव्हा आम्हा दोघांपैकी कुणाजवळही मुळीच पिस्तूल नव्हते. आम्ही बॉम्ब फेकत असताना आम्हाला पाहिले असे ज्या साक्षीदारांनी सांगितले ते खोटे बोलत आहेत. न्याय आणि सचोटी यावर विश्वास ठेवणा-या लोकांनी या खोट्या गोष्टीपासून धडा घेतला पाहिजे. त्याचबरोबर सरकारी वकिलांचा व्यवहार औचित्यपूर्ण होता आणि कोर्टाने आतापर्यंत आम्हाला दिलेली वागणूक न्यायाला धरून होती; हे आम्ही मान्य करतो."

पहिल्या प्रश्नाच्या दुस-या भागाचे उत्तर देण्यासाठी आम्हाला या बॉम्बफेकीसारख्या ऐतिहासिक घटनेचा जरा विस्तारपूर्वक परामर्ष घ्यावा लागेल. आम्ही हे कृत्य कोणत्या उद्देशाने आणि कोणत्या परिस्थितीत केले याचे पूर्ण व खुल्ला स्पष्टीकरण करणे आवश्यक आहे.

जेलमध्ये आमच्याकडे काही पोलिसाधिकारी आले होते. त्यांनी आम्हाला सांगितले की, या (बॉम्बफेकीच्या) घटनेनंतर लगेच लॉर्ड आयर्विनने संसदेच्या दोन्ही सभागृहांच्या एकत्रित अधिवेशनात सांगितले की, 'कुणा एका विशिष्ट व्यक्तीच्या विरुद्ध केलेला हा विद्रोह नाही, तर तो संपूर्ण शासन व्यवस्थेच्या विरुद्ध केलेला विद्रोह आहे.' हे ऐकून आम्ही त्वरित ताडले की, आमच्या या कृत्यामागे उद्दिष्ट लोकांना ख-या अर्थी समजून आले आहे.

मानवतेवर प्रेम करण्याच्या बाबतीत आम्ही कुणापेक्षाही तसूभर मागे नाही. आम्ही कुणाचाही व्यक्तिगत द्वेष करीत नाही. आम्ही सर्व प्राणीमात्राकडे नेहमी आदरपूर्वक नजरेने

पाहत आलो आहोत. स्वतःला सोशालिस्ट म्हणवणा-या दिवाण चमनलालने म्हटल्याप्रमाणे रानटी वर्तनाने देशाला कलंक लावणारे उपद्रवी लोक आम्ही नाही किंवा 'ट्रिब्यून' आणि इतर काही वर्तमानपत्राने आम्ही माथेफिरू आहोत असे सिद्ध करण्याचा जो प्रयत्न केला त्याप्रकारचे माथेफिरूही आम्ही नाही. स्वतःच्या देशाचा इतिहास; त्याची सद्य परिस्थिती आणि मनोचित आकांक्षा यांचा अभ्यास करणारे आम्ही केवळ मननशील विद्यार्थी आहोत. एवढाच विनम्रतापूर्वक दावा आम्ही करू शकतो. ढोंग किंवा पाखंडीपणाचा आम्ही तिरस्कार करतो.

एक अनर्थकारक संस्था :

आम्ही हे कृत्य कोणत्याही व्यक्तिगत स्वार्थापोटी किंवा विद्वेषाच्या भावनेने केलेले नाही. ज्या शासनाच्या प्रत्येक कृतीतून त्याची अयोग्यताच नव्हे, तर अपाय करण्याची क्षमतासुद्धा प्रकट होते. अशा शासन संस्थेला विरोध व्यक्त करणे एवढाच आमचा उद्देश आहे. या विषयावर आम्ही जितका जास्त विचार केला तितका आमचा असा दृढविश्वास होत गेला की, जगासमोर भारताच्या लज्जास्पद आणि असहाय अवस्थेचा ढोल बडवून जाहिरात करणे एवढ्यासाठीच केवळ हे शासन तेथे आहे. हे शासन म्हणजे एक बेजबाबदार आणि निरंकुश सत्तेचे प्रतीक आहे.

जनतेच्या प्रतिनिधींनी कितीतरी वेळा आपल्या राष्ट्रीय मागण्या सरकारसमोर मांडल्या परंतू त्या मागण्यांची सर्वथा अवहेलना करून सरकारने प्रत्येक वेळी त्या कच-याच्या पेटीत फेकून दिल्या. संसदेने पास केलेल्या गंभीर ठरावांना भारताच्या तथाकथित पार्लमेंटसमोरच तिरस्कारपूर्वक पायदळी तुडविले गेले आहे. दडपणूक करणारे आणि निरंकुश कायदे रद्द करू पाहणा-या ठरावाकडे नेहमीच अवहेलनेच्या नजरेने पाहिले गेले आहे. जनतेने निवडून दिलेल्या प्रतिनिधींनी जे कायदे आणि ठराव लादलेले होते आणि अवैद्य ठरवून रद्द केले होते त्यांना केवळ लेखणीच्या फटका-याने सरकारने पुन्हा लागू केले आहे. थोडक्यात, या शासन संस्थेच्या चालू अस्तित्वात काय चांगले आहे ते खूप विचार करूनही आम्हाला समजू शकले नाही. ही शासन संस्था भारतातील कोट्यवधी कष्टक-यांच्या श्रमांच्या कमाईच्या आधारे जरी डामडौल करीत असली तरी ती एक केवळ दिलबहलाव करणारी पोकळ, दिखाऊ व बदमाशपणाने भरलेली अशी संस्था आहे. आमच्या सार्वजनिक नेत्यांची मनोवृत्ती समजून घेण्यासही आम्ही असमर्थ आहोत. भारताच्या असहाय पारतंत्र्याची इतक्या उघडपणे चेष्टा करण्यामध्ये आणि पूर्वनियोजित अशा दाखवेगिरीवर सार्वजनिक संपत्ती आणि वेळ खर्च करण्यामध्ये आमची नेते मंडळी साहाय्य का करते, हे आम्हाला कळू शकत नाही.

आम्ही या समस्याबद्दल आणि कामगार आंदोलनाच्या नेत्यांच्या धरपकडीबद्दल विचार करत होतो. इतक्यात ट्रेड्स डिस्प्यूट बिल घेऊन सरकार समोर आले. या संबंधात असेंब्लीमधील कामकाज पाहण्यासाठी आम्ही गेलो. जी असेंब्ली दीनदुबळ्या श्रमिकांच्या दास्याची आणि शोषण करणा-यांच्या गळाकापू शक्तीची कडवट आठवण करून देते, त्या संस्थेकडून भारतातील लाखो श्रमिक लोक कोणत्याही गोष्टीची अपेक्षा करू शकत नाहीत. हा आमचा विश्वास तेथे गेल्यावर आणखीनच दृढ झाला.

ज्याला आम्ही रानटी आणि अमानूष समजतो असा तो कायदा देशाच्या प्रतिनिधींच्या माथी मारला गेला. कामगारांना अशाप्रकारे त्यांच्या प्राथमिक हक्कापासून वंचित केले गेले आणि त्यांच्या आर्थिक मुक्तीचे एकमेव हत्यार त्यांच्या हातातून हिसकावून घेतले गेले. अंग मोडून मेहनत करणा-या मूक श्रमिकांच्या परिस्थितीचा ज्याने आमच्याप्रमाणे विचार केला आहे, असा कुणीही माणूस शांतचित्ताने हे सर्व पाहू शकेल, असे वाटत नाही. शोषकांच्या बलीवेदीवर आणि सरकार स्वतःच मोठा शोषक आहे, मजूरांचे दररोज होणारे ते बक-यासारखे मूक बलिदान पाहून ज्यांच्या ज्यांच्या आतड्याला पीळ पडतो, तो माणूस स्वतःच्या आत्म्याच्या चित्काराची उपेक्षा करू शकत नाही.

गव्हर्नर जनरलच्या कार्यकारिणी समितीचे माजी सदस्य स्व. एस आर. दास यांनी आपल्या मुलाला लिहिलेल्या प्रसिद्ध पत्रात म्हटले होते की, इंग्लंडची सुखनिद्रा भंग करण्यास बॉम्बचा उपयोग आवश्यक आहे. श्री. दास यांचे हेच शब्द प्रमाण मानून आम्ही संसद भवनात बॉम्ब फेकले. कामगारांच्या वतीने बिलाचा निषेध व्यक्त करण्यासाठी आम्ही ते कृत्य केले. आपल्या जीवघेण्या यातना व्यक्त करण्यासाठी त्या निराधार मजुराकडे दुसरे कोणतेही साधनच नव्हते. आमचा एकमेव उद्देश होता, 'बहि-यांना ऐकवणे' आणि संधी मिळालीच तर या पीडित जनतेच्या मागण्यांकडे दुर्लक्ष करणा-या सरकारला वेळ आहे तोवर इशारा देणे हा.

अथांग प्रशांत सागररूपी भारतीय मानवतेची ही वरवर दिसणारी शांतता म्हणजे कोणत्याही क्षणी उद्‌भवणा-या एका भीषण तुफानाचे चिन्ह आहे. आम्ही तर फक्त येणा-या भीषण संकटाची पर्वा न करता बेफाम वेगाने पुढे धावणा-या लोकांसाठी (इंग्रजांसाठी) धोक्याची घंटा वाजविली आहे. आदर्श अहिंसेचे युग आता संपले आहे आणि आज उदयाला येणा-या नव्या पिढीला त्या 'आदर्श अहिंसेच्या' व्यर्थतेबद्दल कोणत्याही प्रकारचा संदेह उरलेला नाही, एवढेच फक्त आम्ही जनतेला सांगू इच्छितो. मानवतेबद्दल आम्हाला हार्दिक

सद्भावना आणि निस्सीम प्रेम वाटत असल्यामुळे निरर्थक रक्तपातापासून तिला वाचवण्यासाठीच, केवळ इशारा देण्याकरिता आम्ही हा उपाय वापरला आणि नजीकच्या भविष्यातला तो रक्तपात आम्हालाच नव्हे, तर लाखो लोकांना आधीपासूनच दिसतो आहे.

आदर्श अहिंसा :

वर आम्ही 'आदर्श अहिंसा' असा शब्दप्रयोग वापरला आहे. येथे त्याची व्याख्या करणेही आवश्यक आहे. आक्रमण करण्याच्या हेतूने जेव्हा बळाचा वापर केला जातो, त्याला हिंसा म्हणतात आणि नैतिक दृष्टिकोनातून त्याचे समर्थन करता येत नाही, परंतु जेव्हा एखाद्या उचित आदर्शासाठी त्याचा वापर केला जातो तेव्हा नैतिकदृष्ट्याही हे कृत्य उचित असते. कोणत्याही परिस्थितीत बलप्रयोग केला जाऊ नये हा विचार आदर्शवादी आणि अव्यवहारी आहे. गुरू गोविंदसिंह, शिवाजी, केमालपाशा, रिजाखॉन, वॉशिंग्टन, गॅरिबाल्डी, लाफायत आणि लेनिन यांच्या आदर्शापासून स्फूर्ती घेऊन आणि त्यांच्या पाऊलखुणावर पाऊल ठेवूनच भारतात उसळणारे हे नवे आंदोलन निर्माण होत आहे, की ज्यांची पूर्वसुचना आम्ही देत आहोत. भारतातील परकीय सरकार आणि आमचे राष्ट्रीय पुढारी दोघेही या आंदोलनाबाबत उदासीन आहेत आणि जाणूनबुजून त्यांच्या हाकांना प्रतिसाद न देता आपले कान बंद ठेवण्याचा प्रयत्न करीत आहेत. म्हणून दुर्लक्ष करता येणार नाही, असा एक इशारा त्यांना देणे हे आम्ही आमचे कर्तव्य मानले.

आमचे म्हणणे :

आतापर्यंत आम्ही या घटनेमागील मूळ उद्देशावरच प्रकाश टाकला. आता आम्ही आमचे म्हणणे काय आहे हे स्पष्ट करू इच्छितो.

या घटनेमध्ये मामुली जखमा झालेल्या व्यक्तीबद्दल किंवा असेंब्लीमधील कुणाही दुस-या व्यक्तीबद्दल आमच्या मनात थोडीही वैयक्तिक द्वेषभावना नव्हती. हे सांगण्याची जरूर नाही, पण तरीही आम्ही पुन्हा एकदा स्पष्ट करतो की, मानव जीवनाला आम्ही अत्यंत पवित्र मानतो आणि आम्ही दुस-या कुणा व्यक्तीला इजा करण्याऐवजी मानव जातीची सेवा करता करता हसत हसत स्वतः प्राणार्पण करू. मनुष्य हत्या हेच ज्यांचे काम असते त्या साम्राज्यशाहीच्या भाडोत्री सैनिकासारखे आम्ही नव्हेत. आम्ही मानव जीवनाची कदर करतो आणि त्यांचे रक्षण करण्याचा सतत आटोकाट प्रयत्न करतो. हे असूनही आम्ही हे मान्य करतो की, आम्ही जाणूनबुजून असेंब्लीत बॉम्ब फेकला.

आमच्या या म्हणण्यावर घटनाच प्रकाश टाकत आहेत आणि आमच्या कृत्याच्या परिणामावरूनच आमचा इरादा काय होता हे ठरवले पाहिजे, केवळ तर्काने किंवा काल्पनिक गोष्टीवरून ते ठरवले जाऊ नये. सरकारी तज्ज्ञांच्या साक्षीविरुद्ध आम्ही हे सांगू इच्छितो की आम्ही असेंब्लीत फेकलेल्या बॉम्बमुळे फक्त एका रिकाम्या बाकड्याची मोडतोड झाली आणि सुमारे ५-६ माणसांना थोडेसे खरचटले. सरकारी शास्त्रज्ञांच्या म्हणण्याप्रमाणे बॉम्ब शक्तिमान होते आणि तरीही त्यांच्यामुळे अधिक नुकसान झाले नाही. हा चमत्कारच म्हणावा लागेल. पण आमच्या मते शास्त्रशुद्ध पद्धतीने ते बॉम्ब तसेच बनवले गेले होते. पहिली गोष्ट म्हणजे बाके आणि डेस्क यांच्या मधील रिकाम्या जागेत दोन्ही बॉम्ब पडले. दुसरी गोष्ट म्हणजे त्या जागेपासून २ फूटाच्या अंतरावर बसलेल्या लोकांना ज्यांच्यात श्री. पी.आर. राव, श्री. शंकर राव आणि सर जॉर्ज शूस्टर यांची नावे उल्लेखनीय आहेत. त्यांना कोणतीही इजा झाली नाही किंवा अगदीच नाममात्र इजा झाली. सरकारी तज्ज्ञांच्या म्हणण्याप्रमाणे अधिक शक्तिमान असे पोटॅशियम क्लोरेट आणि पिक्रिक ॲसिड त्या बॉम्बमध्ये असते तर त्याने लाकडी कठडा तोडून त्याला काही फर्लांगावर उभ्या असणा-या लोकांपर्यंत उडवले असते आणि जर त्याहूनही शक्तिशाली स्फोटक पदार्थ त्या बॉम्बमध्ये भरला असता तर असेंब्लीतील बहुतेक सभासदांना त्या बॉम्बने निश्चितच उडवले असते. एवढेच नाही, आमची इच्छा असती तर आम्ही ते बॉम्ब सरकारी कक्षात फेकू शकलो असतो. कारण ती गॅलरी खास व्यक्तींनी अगदी खच्चून भरलेली असते किंवा आम्ही सर जॉन सायमनलाच आमचे लक्ष्य बनवले असते. कारण त्याच्या दुर्दैवी कमिशनमुळे विचार करणा-या प्रत्येक व्यक्तीच्या मनात त्यांच्या विषयी तीव्र तिरस्कार निर्माण झालेला होता आणि त्यावेळी तो असेंब्लीच्या अध्यक्षीय कक्षामध्ये बसलेलाही होता; परंतु आमचा असला कोणताही हेतू नव्हता आणि ज्या कामासाठी ते बॉम्ब तयार केले गेले होते, नेमके तेवढेच काम त्या बॉम्बने केले. तो नेमक्या ठरवलेल्या ठिकाणी म्हणजेच रिकाम्या असलेल्या जागीच पडला. या पलीकडे त्याने दुसरे काही वाईट केले नाही.

एक ऐतिहासिक धडा :

यानंतर आमच्या कृत्याबद्दल शिक्षा भोगण्यासाठी आम्ही जाणूनबुजून स्वतःला पोलिसांच्या स्वाधीन केले. साम्राज्यवादी शोषकांना आम्ही हे सांगू इच्छितो की, मूठभर लोकांना मारून कोणतेही उदात्त ध्येय गाडून टाकता येत नाही. किंवा दोन यःकश्चित

व्यक्तींना तुडवून टाकून राष्ट्र दडपून ठेवता येत नाही. फ्रान्समधील क्रांतिकारक चळवळ दडपण्यासाठी परिचयपत्र व परिचय चिन्ह (आयडेंटीटी कार्ड) पद्धत अथवा बॅसिलचा भयानक दगडी तुरुंग असमर्थ ठरला. रशियन क्रांतीची आग फाशीचे तख्त आणि सैबेरियातील हद्दपारी यामुळे विझली नाही. या इतिहासाच्या अनुभवावर लक्ष वेधण्याची आमची इच्छा होती. मग वटहुकूम आणि सुरक्षा कायदे भारतीय स्वातंत्र्याची ज्योत विझवू शकतील काय? गुप्त कटांचा तपास लावून किंवा कपोलकल्पित कट-कारस्थानांचा आधार घेऊन नवजवानांना शिक्षा ठोठावून किंवा एका महान ध्येयाच्या स्वप्नाने प्रेरित झालेल्या नवयुवकांना तुरुंगात डांबून क्रांतीचे अभियान थोपवता येईल काय? हे जर त्यांच्याकडे दुर्लक्ष केले जाणार असेल तर वेळेवर दिलेल्या सार्वत्रिक इशा-याने लोकांचे प्राण वाचविणे शक्य आहे आणि निरर्थक हालअपेष्टांपासून त्यांचे रक्षण करणे शक्य आहे. अशी पूर्वसूचना देण्याच्या कामाचा हा भार उचलून आम्ही आमचे कर्तव्य पूर्ण केले आहे.

क्रांती म्हणजे काय?

'तुमच्या मते क्रांतीचा अर्थ काय?' असा प्रश्न भगतसिंग यांना खालच्या कोर्टात विचारला गेला होता. त्या प्रश्नाचे उत्तर देताना त्याने सांगितले होते की, क्रांतीसाठी रक्तरंजित युद्ध अनिवार्य नाही. तसेच यामध्ये व्यक्तिगत प्रतिहिंसेला कसलेही स्थान नसते. क्रांती म्हणजे केवळ बॉम्ब व पिस्तुले यांचा पंथ नव्हे. आमच्या मते क्रांती म्हणजे अन्यायावर आधारलेल्या प्रचलित समाजव्यवस्थेत आमुलाग्र परिवर्तन.

समाजाचे प्रमुख अंग असूनही आज कामगारांना त्यांच्या प्राथमिक हक्कापासून वंचित ठेवले जाते आणि शोषण करणारे भांडवलदार त्यांच्या निढळाच्या कमाईतून निर्माण होणारी सर्व संपत्ती हडपून टाकतात. दुस-यांचे अन्नदाते असणारे शेतकरी आज सहकुटुंब एकेका दाण्यासाठी गरजवंत बनले आहेत. जगभरच्या बाजारपेठांसाठी कपडे उपलब्ध करून देणा-या विणक-याला आपले व पोराबाळांचे शरीर झाकण्याइतके देखील कापड मिळत नाही. सुंदर महाल निर्माण करणारे गवंडी, लोहार, सुतार स्वतः मात्र घाणेरड्या झोपड्यात राहून आपली जीवनलिला समाप्त करतात. या विपरीत समाजातील शोषक भांडवलदार छोट्या-मोठ्या कारणासाठी लाखो लोकांचे नशीब उलटेपालटे करू शकतात.

ही भयानक विषमता आणि जबरदस्तीने लादला गेलेला भेदभाव जगाला एका महाभयंकर प्रलयाकडे खेचून नेत आहे. हीच स्थिती अधिक काळ टिकून राहणे शक्य नाही.

हे स्पष्ट आहे की धनिक समाज एका भयंकर ज्वालामुखीच्या तोंडावर बसून रंगेल चैनबाजी करत आहे आणि या शोषकांची निष्पाप मुले आणि कोट्यवधी शोषित जनता एका भयानक दरीच्या काठावरून चालले आहेत.

आमूलाग्र परिवर्तनाची आवश्यकता :

संस्कृतीचा हा प्रासाद वेळीच सावरला गेला नाही तर लवकरच चक्काचूर होऊन तो जमीनदोस्त होईल. देशाला एका आमूलाग्र परिवर्तनाची गरज आहे आणि ज्यांना ही गोष्ट समजली आहे त्यांचे हे कर्तव्य आहे की त्यांनी साम्यवादी सिद्धांतावर आधारित समाजाची पुर्ननिर्मिती केली पाहिजे. जोपर्यंत हे केले जात नाही आणि माणसाचे माणसाकडून होणारे शोषण किंवा ज्याला आपण साम्राज्यशाही म्हणतो ते एका राष्ट्राचे दुस-या राष्ट्राकडून होणारे शोषण नष्ट केले जात नाही तोपर्यंत मानवतेची यातनातून सुटका होणार नाही आणि तोपर्यंत युद्ध थांबवून विश्वशांतीचे युग निर्माण करण्याच्या सर्व गोष्टी म्हणजे निव्वळ ढोंग असण्याखेरीज दुसरे काही नाही. क्रांतीचा आम्हाला अभिप्रेत असणारा अंतिम अर्थ असा आहे की, जी वरील प्रकारच्या सर्व संकटापासून मुक्त असलेली आणि जिच्यात सर्वहारा वर्गाची अधिसत्ता सर्वमान्य असेल अशी एक समाजव्यवस्था स्थापन करणे आणि याच्या परिणामी निर्माण होणारा विश्वसंघच पीडित मानवतेला भांडवलशाहीच्या जोखडातून मुक्त करण्यास आणि साम्राज्यवादी युद्धाच्या विनाशातून सोडवण्यास समर्थ होऊ शकेल.

समयोचित इशारा

हे आमचे ध्येय आहे, आदर्श आहे आणि या ध्येयापासून प्रेरणा घेऊन आम्ही कळकळीचा आणि जोरदार इशारा दिला आहे. पण जर आमच्या इशा-याकडे लक्ष दिले गेले नाही आणि सध्याच्या शासन संस्थेने उठणा-या जनशक्तीच्या वाटेत अडथळे आणण्याचे काम बंद केले नाही, तर मात्र क्रांतीच्या या ध्येयाच्या पूर्तीसाठी एक भयंकर युद्ध पेटणे अनिवार्य आहे. सर्व बंधनांना व अडथळ्यांना तुडवून पुढे जाणा-या त्या युद्धाच्या शेवटी सर्वहारा वर्गाच्या सर्वाधिकारशाहीची स्थापना होईल. ही सर्वाधिकारशाहीच क्रांतीच्या ध्येयाची पूर्ती करण्याचा मार्ग प्रशस्त बनवेल. क्रांती हा मानवजातीचा जन्मजात अधिकार आहे, की जो हिरावून घेतला जाऊ शकत नाही. स्वातंत्र्य हा प्रत्येक माणसाचा जन्मसिद्ध अधिकार आहे. खरे पाहता श्रमिकवर्गच समाजाचे पोषण करतो, जनतेच्या सर्वंकष सत्तेची स्थापना हे श्रमिकवर्गाचे अंतिम उद्दिष्ट आहे. या ध्येयासाठी आणि या विश्वासासाठी आम्हाला जी काही

शिक्षा होईल तिचे आम्ही सहर्ष स्वागत करू. क्रांतीच्या या पूजावेदीवर आम्ही आमचे यौवन नैवेद्य म्हणून आणले आहे कारण या महान ध्येयासाठी मोठ्यात मोठा त्यागसुद्धा कमीच आहे. आम्ही संतुष्ट आहोत आणि क्रांतीच्या आगमनाची उत्सुकतेने प्रतीक्षा करीत आहोत. इन्कलाब जिंदाबाद !

(आम्ही कशासाठी लढत आहोत? शहीद भगतसिंह : लेखसंग्रह मागोवा प्रकाशन-३०. २३ मार्च १९८७ या पुस्तिकेतून. पेज नं. ३६ ते ४२)

भगतसिंग यांच्या या निवेदनानं सेशन कोर्टाचे न्यायमूर्ती मिडल्टन यांच्या रागाचा पारा वाढला. कारण हे न्यायमूर्ती खरा न्याय देणारी न्यायदेवता नव्हती. ब्रिटिश सरकारच्या ते अंकित होते. सरकारला हवा असणारा न्याय देणारे ते पगारी नोकर होते! त्यामुळे सेशन कोर्टाने भगतसिंग आणि बटुकेश्वर दत्त यांना जन्मठेपेची शिक्षा दि. १२ जून १९२९ रोजी सुनावली. निकालानंतर भगतसिंग यांना मियावाली तुरुंगात तर बटुकेश्वर दत्तला लाहोर येथील मध्यवर्ती तुरुंगात पाठवून देण्यात आले.

एवढ्यावर भगतसिंग थांबणार नव्हते. त्यांना आजन्म कारावासाची भीती नव्हती. त्यांना या खटल्याच्या निमित्ताने या क्रांतिकारकांच्या चळवळीशी भारतीय जनतेचा संबंध जोडावयाचा होता. जनतेकडून स्वातंत्र्य चळवळीबद्दल सहानुभूती निर्माण करावयाची होती. जनतेला आकृष्ट करून घेऊन या चळवळीत त्यांना सहभागी करून घ्यावयाचे होते. सेशन कोर्टापुढे मांडलेल्या निवेदनानं हा त्याचा उदात्त हेतू साध्य व्हायला सुरूवात झाली होती.

भगतसिंग यांच्या या निवेदनामुळे पत्रकारांचं लक्ष त्यांच्यावर केंद्रित झालं होतं. त्यांचं हे निवेदन वर्तमानपत्रातून प्रसिद्ध झालं होतं. या निवेदनामुळे भारतीय जनतेला फ्रान्स, अमेरिका आणि रशियामध्ये झालेल्या क्रांत्यांची आठवण झाली. स्वामी विवेकानंदांच्या आव्हानानुसार त्यांना अमेरिकेतील प्रजातंत्र राज्यपद्धतीची आठवण आणि रशियाच्या क्रांतीमुळे कामगारांच्या समाजवादाचे स्मरण होऊ लागले होते, तर भगतसिंग यांच्या निवेदनामुळे त्यांच्या हिंदुस्थान समाजवादी प्रजातंत्र या पक्षाचे उद्देश आणि ध्येयधोरणे लोकांपर्यंत विनासायास जाऊन पोहोचली होती. ज्या राज्यव्यवस्थेमध्ये एका मनुष्याकडून दुस-या मनुष्याचे शोषण होते, ज्या राज्यपद्धतीत विषमतेचे विष भरलेले असते, ज्या राज्यपद्धतीत माणसाला गुलाम केलेले असते, ज्या राज्यव्यवस्थेत माणसाला अस्पृश्य ठरवून श्रेष्ठ-कनिष्ठ असे भेद पाडले जातात, अशा सा-या व्यवस्थेचा अंत करून भारतात वर्ण-जाती-प्रजाती, गरीब-श्रीमंत,

श्रेष्ठ-कनिष्ठ आदी भेदविरहित समानतेवर आधारलेले समाजवादी प्रजातंत्र निर्माण करण्याचं त्यांच्या पक्षाचं स्वप्न होतं. या स्वप्नाचं स्वरूप लोकमानसात स्पष्ट व्हावं म्हणून भगतसिंग त्यांच्यावरील चाललेल्या खटल्याचा, त्यांना झालेल्या शिक्षेचा वापर एखाद्या व्यासपीठासारखा करीत होते. म्हणूनच सेशन कोर्टात जन्मठेपेची शिक्षा ठोठावताच त्यांनी उच्च न्यायालयात अपील दाखल केले. या अपिलात आपला बचाव करण्याचा त्यांचा हेतू मुळीच नव्हता. जन्मठेपच काय पण फाशीची शिक्षा त्यांना झाली असती तरी त्यांना त्याची मुळीच चिंता नव्हती, पण भारतीय जनतेला आणि जगाला या खटल्यातील न्याय्य बाजू समजावी, भारतीय जनता ब्रिटिशाविरुद्ध उभी राहावी, हा अपील करण्यामागचा त्यांचा हेतू होता.

भगतसिंग आणि बटुकेश्वर यांचा हा खटला लाहोर हायकोर्टात न्यायमूर्ती फोर्ड आणि एडिसन यांच्यापुढे चालू झाला. या दोन न्यायमूर्तींपुढे भगतसिंग यांनी आपल्या जबानीत जे म्हणणं दुस-यांदा मांडलं ते पहिल्या म्हणण्यापेक्षा अधिक तिखट, तेजस्वी आणि न्यायाच्या तत्त्वांवर आधारलेलं होतं. या म्हणण्यात त्यांच्या मनात समाजपरिवर्तनाची असलेली आंच आणि समाजवादावर आधारलेली राज्यपद्धती आणण्याबद्दल स्पष्ट कल्पना तर होतीच, पण न्यायाबद्दलची संकल्पनाही पूर्णावस्थेत पोहोचलेली दिसते.

लाहोर हायकोर्टातील भगतसिंग यांचे दुसरे जगप्रसिद्ध वक्तव्य पुढीलप्रमाणे होतं.

"माय लॉर्ड,

आम्ही वकील नाही. आमच्याजवळ कुठल्याही पदव्या नाहीत. एवढेच नाही तर आम्ही इंग्रजी भाषेचे तज्ज्ञही नाही. म्हणून आमच्याकडून सुंदर भाषणाची आशा केली जाऊ नये. आमच्या जबानीची भाषा, त्यातील उणिवांकडे लक्ष न देता आपण त्यातील वास्तव अर्थ समजून घेण्याचा प्रयत्न करावा, अशी आमची प्रार्थना आहे. इतर मुद्दे, मांडणी आमच्या वकिलावर सोडून मी स्वतः एका मुद्यावर आमचे विचार व्यक्त करणार आहे. हा मुद्दा या खटल्यात अत्यंत महत्त्वाचा आहे. यात आमची नैतिकता काय होती आणि आम्ही कुठल्या पातळीपर्यंत गुन्हेगार आहोत, हा या खटल्यातील महत्त्वाचा मुद्दा आहे."

"हा मोठा गुंतागुंतीचा मामला आहे. म्हणूनच त्याच्या प्रभावाखाली आम्ही वैशिष्ट्यपूर्ण ढंगाने विचार आणि व्यवहार करू लागलो होतो. एका विचाराच्या विकासाची उंची आपणापुढे कुणीही सांगू शकणार नाही. ती ठेवूनच आमच्या नैतिकतेचे आणि अपराधाचे अनुमान आपण काढावे, अशी आमची इच्छा आहे. प्रसिद्ध कायदेतज्ज्ञ सालोमन यांच्या विचारानुसार कोणत्याही व्यक्तीला, त्याच्या अपराधापाठीमागील उद्देश जाणून घेतल्याशिवाय आणि जोपर्यंत कायद्याच्या विरोधात त्याचे आचरण सिद्ध होत नाही, तोपर्यंत त्याला अपराधी मानता कामा

नये आणि त्याला शिक्षाही देता कामा नये."

"सेशन जज्ज यांच्या कोर्टात आम्ही जी लिखित कैफियत सादर केली होती, ती आमच्या उद्देशांचे स्पष्टीकरण करत आहे आणि त्या रूपात आमच्या नैतिकतेची लक्षणेही स्पष्ट करीत आहे, पण सेशन जज्ज महोदयांनी लेखणीच्या एका फटका-यात आमच्या प्रयत्नांना बाद केले आहे. 'सर्वसाधारणपणे गुन्ह्याला व्यवहारात आणणारी गोष्ट कायद्याच्या कार्याला प्रभावित करीत नाही आणि या देशातील कायद्याच्या व्याख्यांमध्ये अपराधाच्या मागील उद्देश आणि नैतिकतेची चर्चा केलेली नाही."

"माय लॉर्ड, अशा परिस्थितीमध्ये सुयोग्य न्यायमूर्तीसाठी योग्य बाब अशी होती की, त्यांनी एकंदर अपराधाच्या परिणामावरून निर्णय घेतला पाहिजे होता. किंवा आमच्या कैफियतीच्या मदतीने मनोवैज्ञानिक बाजूने विचार करून निर्णय दिला पाहिजे होता; परंतु त्यांनी या दोन्हीपैकी एकाचाही निर्णय देताना विचार केलेला नाही."

"असेंब्लीमध्ये आम्ही जे दोन बॉम्ब फेकले, त्यामुळे कुठल्याही व्यक्तीची शारीरिक किंवा आर्थिक हानी झालेली नाही, ही पहिली लक्षात घेण्यासारखी बाब आहे. या दृष्टीने पाहता आम्हाला जी शिक्षा सुनावली गेली आहे, ती केवळ कठोरातील कठोर तर आहेच, पण ती बदला घेण्याच्या भावनेतून दिली गेली आहे. दुस-या दृष्टिकोनातून पाहिले तर जोपर्यंत गुन्हेगाराच्या मन आणि भावनेचा ठावठिकाणा लागत नाही तोपर्यंत त्याच्या ख-या उद्देशाचा मागमूसही लागू शकत नाही. जर त्याच्या उद्देशाकडे पूर्णपणे दुर्लक्ष केले तर कोणत्याही व्यक्तीला आपण न्याय देऊ शकत नाही. कारण उद्देश डोळ्यापुढे ठेवला नाही तर जगातील मोठमोठे सेनापती साधारण खुनी वाटण्याची शक्यता आहे. सरकारी महसूल वसूल करणारे अधिकारी चोर-दरोडेखोर दिसू लागतील आणि न्यायमूर्तींनी तशा निर्णयाची अंमलबजावणी केल्यावर त्यांच्यावर खटला भरावा लागेल. याप्रमाणे सारी समाजव्यवस्था आणि सभ्यता खून खराबा, चोरी आणि दरोडेखोरी बनून राहील. जर उद्देशाची उपेक्षा केली गेली तर समाजातील व्यक्तीला न्याय करण्यास सांगण्याचा कुठल्याही सत्तेला काय अधिकार आहे? उद्देशाची उपेक्षा केली गेली तर प्रत्येक धर्म प्रसारक असल्याचा प्रचारक भासू लागेल आणि प्रत्येक प्रेषितावर खटला भरावा लागेल. कारण त्याने करोडो भोळ्या आणि अज्ञानी लोकांना हातोहात फसविल्याचा आरोप लावला जाईल. जर उद्देशच आपण विसरलो तर येशू ख्रिस्तासारखे धर्मात्मा समाजात गडबड गोंधळ करणारे, शांततेचा भंग करणारे आणि विद्रोहाचा प्रचार करणारे वाटतील आणि कायद्याच्या शब्दात 'खतरनाक व्यक्तिमत्त्व' असणारे मानले जातील."

"परंतु आम्ही त्यांची पूजा करीत असतो. त्यांच्याबद्दल आमच्या अंतःकरणात खूप आदर असतो. त्यांची मूर्ती आमच्या हृदयात आध्यात्मिकतेच्या पवित्र लाटा निर्माण करीत असतात. असे का? तर त्यांच्या प्रयत्नांच्या प्रेरणेमागे एक उच्चतम दर्जाचा उद्देश असतो. त्या त्या काळातील शासनकर्त्यांनी त्या संतमहंतांच्या उद्देशांना ओळखले नव्हते. त्यांनी त्यांचा वरवरचा व्यवहारच पाहिला; परंतु त्या काळापासून आतापर्यंत एकोणीस शतके उलटून गेली आहेत. त्याकाळापासून आत्तापर्यंत आपण काही प्रगतीच केली नाही का? का आपण त्यांनी केलेल्या चुकांची पुर्नरुक्ती करणार आहोत? जर असे असेल तर माणूसकीसाठी केलेली बलिदाने व महान हुतात्म्यांनी केलेले प्रयत्न निष्फळच ठरतील आणि आजच्या काळापासून वीस शतकागोदर आपण ज्या ठिकाणी होतो त्याच स्थानावर आजही आपण आहोत असे होईल."

"कायद्याच्या दृष्टिकोनातून उद्देशाच्या प्रश्नाचं फार मोठं महत्त्व मानलं जातं. जनरल डायरचंच उदाहरण घ्या. त्याने अंदाधुंद गोळीबार केला आणि शेकडो निरपराध आणि शस्त्रहीन लोकांचे मुडदे पाडले; परंतु लष्कराच्या कोर्टाने त्यांना गोळ्या घालून ठार मारण्याची शिक्षा देण्याचा हुकूम देण्याऐवजी त्यांच्यावर लाखो रुपयांच्या इनामांची उधळण केली. आणखी एका उदाहरणाकडे ध्यान देऊन पाहा. श्री. खड्गबहाद्दूरसिंह हा एक नवजवान गुरखा आहे. त्याने कलकत्त्यामध्ये एका धनिक मारवाड्यास सुरा भोसकून मारून टाकले. जर उद्देशाला एका बाजूला ठेवून दिले तर श्री. खड्गबहाद्दूरसिंहाला फाशीची शिक्षा मिळाली पाहिजे होती, पण त्याला काही वर्षांची शिक्षा दिली गेली आणि त्याने ती शिक्षा पूर्णपणे भोगण्यापूर्वीच त्याला शिक्षेतून मुक्त केले गेले. कायद्यात काही पळवाटा ठेवल्यामूळे त्याला मृत्यूची सजा मिळाली नाही का? का त्याच्या विरोधात हत्या केल्याचा गुन्हा सिद्ध होऊ शकला नाही. त्याने आमच्याप्रमाणेच अपराध केल्याचं मान्य केलं होतं; परंतु त्याचे प्राण वाचले आणि तो स्वतंत्र आहे. मी आपणास विचारतो की, त्याला फाशीची शिक्षा का दिली नाही?... उद्देशाच्या दृष्टीने पाहिलं तर त्याच्या अपराधाची क्रिया आमच्या क्रियेच्या तुलनेत अधिक घातक आणि कठोर होती. त्याला फारच कमी तीव्रतेची शिक्षा मिळाली. कारण त्याचा उद्देश बरोबर होता. ज्याने एका सुंदर मुलीचा खून केला होता. त्याच्या क्रौर्यापासून समाजाला त्याने संरक्षण मिळवून दिले होते. श्री. खडगबहाद्दूरला कायद्याची प्रतिष्ठा राखण्यासाठी काही वर्षाची शिक्षा दिली गेली. 'कायदा माणसासाठी आहे माणूस कायद्यासाठी नाही.' या तत्त्वाची येथे पायमल्ली आणि अवहेलना होत नाही काय? या परिस्थितीमध्ये ज्या सवलती

खड्गबहाद्दूरसिंहला मिळाल्या त्या आम्हाला का दिल्या जात नाहीत? कारण त्याला हलकी शिक्षा देताना त्याचा उद्देश न्यायमूर्तींनी दृष्टीपुढे ठेवला होता. नाहीतर जो दुस-या माणसाचा खून करतो अशी कोणतीही व्यक्ती फाशीच्या शिक्षेतून सुटू शकत नाही. आमचे कार्य सत्तेच्याविरुद्ध होते म्हणून का आम्हाला कायद्याचे अधिकार मिळत नाहीत? किंवा या कार्याला राजनीतीचं महत्त्व आहे?"

"माय लॉर्ड, जी राज्यसत्ता अशा क्षुद्र कारणांची मदत घेते, जी राजवट व्यक्तीचे दैवी अधिकार हिरावून घेते अशा राजसत्तेला सत्तेवर राहण्याचा काय अधिकार आहे? असे मोकळेपणाने बोलण्याची आम्हाला परवानगी द्या; परंतु अशी सत्ता जमीनजुमल्यावर कायम राहिली तर तिच्या शीरावर हजारो निष्पाप लोकांच्या रक्ताच्या पापाचं ओझं राहणार आहे. जर कायदा उद्देश पाहत नसेल तर न्याय होऊ शकणार नाही आणि जेथे न्याय नाही तेथे कायमस्वरूपी शांतताही नांदू शकणार नाही."

"जर उंदरांना मारणं हा उद्देश डोळ्यांपुढे असेल, तर पिठात विष घालणं गुन्हा ठरत नाही; परंतु त्या विषमिश्रित पिठाच्या पदार्थाने कोण्या माणसाचा खून केला तर तो खून करणारा गुन्हेगार होतो. म्हणून जो कायदा नीतीवर आधारलेला नाही आणि न्यायाच्या तत्त्वाच्या विरुद्ध आहे तो कायदा बंद केला पाहिजे. अशा न्यायविरोधी कायद्याच्या विरोधात मोठमोठ्या बलवान बुद्धिजीवी वर्गाने बंड पुकारलेले आहे."

"आमच्या खटल्यातील सार अगदी सरळ सोपे आहे. दि. ८ एप्रिल १९२९ रोजी आम्ही केंद्रीय असेंब्लीमध्ये दोन बॉम्ब फेकले. त्यांच्या स्फोटामुळे थोड्या लोकांना किरकोळ जखमा झाल्या. सभागृहात गोंधळ माजला. शेकडो प्रेक्षक आणि सदस्य बाहेर पळून गेले. काही वेळानंतर शांतता पसरली. मी आणि माझे साथीदार बी.के. दत्त शांतपणे प्रेक्षकांच्या सज्जात बसून राहिलो होतो आणि आम्ही स्वतः पोलिसांकडे जाऊन अटक करून घेतली. आम्हाला अटक करण्यात आली, आमच्यावर आरोप ठेवले गेले आणि आम्हाला खूनखराबा केल्याच्या गुन्ह्याबद्दल शिक्षा ठोठावण्यात आली. जर आम्ही पळून जाऊ इच्छित असतो तर आम्ही सहजासहजी पळून जावू शकलो असतो. हे सत्य सेशन जज्जसाहेबांनी स्वीकारलं आहे. आम्ही आमचा गुन्हा मान्य केला आहे आणि आमची बाजू स्पष्ट करण्यासाठी आम्ही आमची कैफियतही दिली आहे. आम्हाला शिक्षेचे भय बिलकूल नाही; परंतु आम्हाला चुकीच्या दृष्टीने अपराधी वा गुन्हेगार मानणं आम्हाला मुळीच मान्य नाही. आमच्या कैफियतीमधील काही परिच्छेद काढून टाकले गेले आहेत. ही बाब वास्तवाच्या दृष्टीने पाहता आम्हाला हानीकारक आहे."

"आमच्या कैफियतीचे मूळ पूर्ण रूपात अध्ययन केले तर आमच्या दृष्टिकोनामुळे आमचा देश एका नाजूक वळणावरून प्रवास करीत असल्याचे स्पष्ट होते आहे. अशा परिस्थितीमध्ये फार मोठ्या कर्कश आवाजात आरोळी ठोकणे जरूरीचे होते आणि आम्ही आमच्या विचारांचा लोकांना जागे करण्यासाठी पुकारा केला आहे. आम्ही चुकीच्या मार्गाने जात आहोत ही शक्यता आहे. आमची विचार करण्याची पद्धती जज्ज महोदयांच्या विचार करण्याच्या पद्धतीपेक्षा वेगळी असेल; परंतु याचा अर्थ असा नव्हे की, आमचे विचार व्यक्त करण्यास परवानगी नाकारावी आणि चुकीच्या गोष्टी आमच्यावर लादाव्यात."

'इन्कलाब जिंदाबाद' आणि 'साम्राज्यवाद मुर्दाबाद' या संबंधीच्या ज्या व्याख्या आम्ही आमच्या कैफियतीमध्ये दिल्या आहेत, त्या कमी केल्या आहेत, कारण त्या आमच्या उद्देशाचा मूळ गाभा आहेत. 'इन्कलाब जिंदाबाद' या घोषणेचा सर्वसामान्यपणे चुकीचा अर्थ समजला जातो. तसा आमचा त्या घोषणेमागील उद्देश नाही. पिस्तूल आणि बॉम्ब हे इन्कलाब आणू शकत नाहीत; परंतु इन्कलाबची तलवारीची धार विचाराच्या सहाणेवर तेजदार होते आणि हीच बाब आम्ही व्यक्त करू इच्छित होतो."

"भांडवलशाही आणि साम्राज्यशाही युद्धाच्या संकटांना समाप्त करणं हाच आणि एवढाच आमच्या 'इन्कलाब'चा अर्थ आहे. मुख्य उद्देश आणि ते उद्देश गाठण्यासाठी केलेल्या प्रयत्नांच्या प्रक्रियांना समजून घेतल्याशिवाय कुणीही संबंधी न्याय-निर्णय देणं योग्य नव्हे. चुकीच्या गोष्टी आमच्यावर लादणं-आमच्याशी जोडणं हा आमच्यावर होणारा शुद्ध अन्याय आहे."

"हा इशारा देणं अतिशय आवश्यक होतं. बेचैनी दररोज वाढत चालली आहे. जर वेळीच योग्य इलाज केला नाही तर रोग धोकादायक रूप घेऊन येईल. कोणतीही मानवी शक्ती त्याला थांबवू शकणार नाही. आता आम्ही या वादळाची दिशा बदलण्यासाठी कार्यवाही सुरू केली आहे. आम्ही इतिहासाचे गंभीर अभ्यासक आहोत. आम्हाला विश्वास वाटतो की, जर सत्ताधारी शक्तींनी योग्य वेळी योग्य कार्यवाही केली असती तर फ्रान्स, रशियाच्या रक्तरंजित क्रांत्या झाल्या नसत्या. जगातील मोठमोठ्या सत्ताधारी शक्तींना विचारांची वादळं थांबवताना रक्तबंबाळ वातावरणातच डुंबावे लागले आहे. सत्ताधारी लोक परिस्थितीच्या प्रवाहाला बदलू शकतात. आम्ही इशारा देऊ इच्छित होतो, जर आम्हाला काही व्यक्तींच्या हत्या करण्याची इच्छा असती तर आम्ही आमची मुख्य उद्देशपूर्ती करण्यात अयशस्वी झालो असतो."

"माय लॉर्ड, ह्या भावना आणि उद्देश डोळ्यापुढे ठेवून आम्ही कार्यवाही केली आहे

आणि या कार्यवाहीचे परिणाम आमच्या कैफियतीचे समर्थन करीत आहेत. आणखी एक मुद्दा स्पष्ट करणं आम्हाला आवश्यक वाटतं. जर आम्हाला बॉम्बच्या ताकदीची-शक्तीची काहीच माहिती नसती तर पं. मोतीलाल नेहरू, श्री. जयकर, श्री. जिनासारख्या सन्माननीय राष्ट्रीय पातळीवर प्रसिद्ध व्यक्तींच्या उपस्थितीमध्ये आम्ही बॉम्ब का म्हणून फेकले असते? आम्ही आमच्या नेत्यांचे जीवन मृत्यूच्या खाईत कोणत्याही प्रकारे लोटले असते का? आम्ही वेडे तर नाहीत आणि जर वेडे असतो तर आम्हाला तुरुंगात कोंडून ठेवण्याऐवजी वेड्याच्या इस्पितळात ठेवले गेले नसते का? बॉम्बच्या संदर्भात आम्हाला निश्चित स्वरूपाची माहिती होती. त्यामुळेच आम्ही असले धाडस केले. ज्या बेंचवर लोक बसले होते त्या बेंचवर बॉम्ब फेकणं अत्यंत अवघड काम होतं. जर बॉब फेकणारे योग्य बुद्धीचे नसते तर बॉम्ब मोकळ्या जागेवर पडण्याऐवजी बेंचवर पडले असते. मी तर असे म्हणतो की, बॉम्ब फेकण्याची मोकळी जागा निवडण्यासाठी आम्ही जी हिंमत दाखवली त्याबद्दल खरे तर आम्हाला बक्षीस मिळायला पाहिजे. अशा परिस्थितीमध्ये, माय लॉर्ड, आम्ही विचार करतोय की, आम्हाला (आपण) योग्य त-हेने जाणून समजून घेतले गेले नाही. आम्ही आपल्यापुढे आमची शिक्षा कमी करण्यासाठी आलेलो नाही; परंतु आमची बाजू स्पष्ट करण्यासाठी आलो आहोत. आमची अशी इच्छा आहे की, आमच्याबरोबर अयोग्य व्यवहार केला जाऊ नये आणि आमच्या संबंधात अयोग्य मत नोंदवले जाऊ नये. शिक्षेचा प्रश्न आमच्यादृष्टीने अत्यंत गौण आहे."

"या कैफियतीमध्ये भगतसिंग यांचे भावी भारताचे स्वप्न रेखाटले आहे, पण भगतसिंग गुलाम देशाचे रहिवासी असल्याने परदेशी गो-या न्यायमूर्तींना ते रुचणे, पचणे अवघड गेले. म्हणूनच हायकोर्टातील न्यायमूर्तींनीही सेशन जज्जचा निर्णय उचलून धरला. त्यांची आजन्म कारावासाची शिक्षा कायम केली गेली. हायकोर्टाने भगतसिंग आणि दत्त यांचे अपील दि.१३ जाने. १९३० रोजी रद्द केले!"

हायकोर्टातील न्यायमूर्ती एफ्. फोर्डने आपल्या निकालात भगतसिंग आणि दत्त यांच्याबद्दल जी शेरेवजा टिपणी लिहिली आहे, ती अत्यंत महत्त्वाची आहे. "हे लोक (भगतसिंग आणि दत्त) अंतःकरणाने उदात्त आहेत. पूर्ण शक्तिनिशी ते वर्तमान काळातील समाजाचा साचा बदलण्याच्या इच्छेने प्रेरित झालेले आहेत, असं म्हटलं तर काही चूक होणार नाही. भगतसिंग हे एक इमानदार आणि खरे क्रांतिकारी आहेत. मला सांगण्यास कुठलाही संकोच वाटत नाही की ते एका स्वप्नाला उराशी बाळगून पूर्ण खरेपणाने लढण्यासाठी सज्ज उभे आहेत. आज अस्तित्त्वात असलेला

सामाजिक साचा मोडल्याशिवाय जगाची सुधारणा होऊ शकणार नाही. हेच त्यांचं स्वप्न आहे. कायद्याच्या जंजाळात अडकून पडलेल्या माणसाच्या स्वतंत्र इच्छेची त्या जागी स्थापना करण्याची त्यांची इच्छा आहे. अराजकवाद्यांची नेहमीच या स्वप्नाला मान्यता मिळाली आहे; परंतु गुन्हा त्यांनी आणि त्याच्या सहकारी बंधूंनी केला आहे, त्याचीही काही तरफदारी मी करीत नाही."

यावरूनही भगतसिंग यांच्या उदात्त ध्येयासक्तीची आणि त्यासाठी बलिदान करण्यासाठी सिद्ध असल्याची कल्पना येऊ शकते.

(२२)

सेशन जज्जांनी जन्मठेपेची सजा सुनावल्यानंतर भगतसिंग आणि बटुकेश्वर दत्त यांना तुरुंगात डांबले. तुरुंगामध्ये त्यांना अत्यंत अमानुष वागणूक मिळत होती. मारहाण तर नित्याची बाब होती. हे राजकीय कैदी असूनही त्यांना नित्कृष्ट दर्जाचे अन्न दिले जात होते. त्यांना अंघोळीला पुरेसे पाणी मिळत नसे, की साधे वर्तमानपत्रही वाचायला मिळत नसे. पुस्तके मिळणे तर महाकर्मकठीण काम असे. या राजकीय कैद्यांना जगाच्या घडामोडीपासून दूर अंधा-या कोठडीत ठेवले जात होते. याशिवाय राजकीय कैद्यांना पोलिसांकडून तुरुंगात फार त्रास दिला जायचा. त्यांना झोपू न देणे, तासन्‌तास उभे करणे, तोंडावर मिरच्याचा तोबारा बांधून त्याखाली जाळ लावून ते शेकणे इ. क्रूर पद्धतीचा अवलंब करून त्यांचे शारीरिक आणि मानसिक संतुलन बिघडविण्याचा त्यांचा सततचा उद्योग चालू असे. या सा-या अन्यायी वागणुकीची भगतसिंग यांना चीड येत असे. राजकीय कैद्यांना सन्मानाची वागणूक दिली जावी, त्यांना पुस्तके वाचावयास मिळावीत या आणि इतर मागण्यांसाठी भगतसिंग आणि बटुकेश्वर दत्त यांनी अन्नत्याग सत्याग्रह करण्याची योजना ठरविली होती. त्यानुसार त्यांनी दि. १४ जून १९२९ पासून तुरुंगातच अन्नत्याग सत्याग्रह सुरू केला होता.

हा अन्नत्याग सत्याग्रहाचा संघर्ष हा सशस्त्र सत्ताधारी आणि निःशस्त्र क्रांतिकारक व्यक्ती यांच्यामधील होता. ही कुस्ती विजोडच होती. सत्ताधा-यांचे एजंट जेलर पोलिस हे व्हिटॅमीनयुक्त चवदार अन्न खाऊन धष्टपुष्ट झालेले होते. ते या लढाईत एका बाजूला तर तुरुंगातील क्रांतिकारक अन्नत्याग करून अस्थिपंजर झालेले दुस-या बाजूला होते. सत्ताधारी आपल्या फायद्यासाठी राजनैतिक कैद्यांना शारीरिक, मानसिक ताप देणारे तर तत्त्वासाठी हे अशक्त कैदी आपल्या चारित्र्याच्या आणि नैतिकतेच्या बळावर लढणारे होते. सत्ताधारी न्यायालयेही त्यांच्यावर अन्यायच करणारी होती. तरीही या संघर्षात न्याय मिळण्यासाठी भगतसिंग आणि

त्यांच्या साथीदारांनी केलेला संघर्ष अलौकिक असाच आहे. या संघर्षाच्या कालानुक्रमे घडलेल्या घटनांचा इतिहास मोठा मनोरंजक आणि स्वातंत्र्याच्या चळवळीला प्रेरणा देणारा होता.

भगतसिंग यांनी मियावली जेलमध्ये १५ जून १९२९ रोजी, तर बटुकेश्वर दत्त त्यांनी लाहोरच्या केंद्रीय जेलमध्ये त्याच दिवशी अन्नत्याग सत्याग्रह सुरू केला. भगतसिंग यांनी १७ जून १९२९ रोजी इन्स्पेक्टर जनरल पंजाब (जेल) लाहोर यांना या अन्नत्यागाची नोटीस पाठविली. त्यातील एका पत्रावरून सरकारने सॉण्डर्स खून खटल्यात इतरांबरोबर भगतसिंग यांच्यावरही खटला दाखल केल्याचे आणि त्या खटल्याची सुनावणी २६ जून १९२९ पासून सुरू होणार असल्याचे नोंदविले आहे. तसेच त्या पत्रात त्यांनी या तुरुंगात राहून त्यांना आपले वडील वा इतर नातेवाईकांना भेटता येत नाही, त्यामुळे त्यांना खटल्याची कायदेशीर तयारी करता येत नसल्याने त्यांना ताबडतोब लाहोर येथील केंद्रीय जेलमध्ये हलविण्याची विनंतीही केली आहे.

त्याच तारखेच्या दुस-या पत्रात भगतसिंग यांनी आपणाला सामान्य कैद्याप्रमाणे वागणूक मिळत असल्याची तक्रार केली आहे. त्यामुळे दिल्ली तुरुंगापेक्षा त्यांचे ६ पौंड वजन कमी झाल्याचे नोंदविले आहे. याच पत्रात त्यांनी इन्स्पेक्टर जनरलकडे आपल्या मागण्या संक्षिप्त स्वरूपात मांडल्या आहेत, तर त्याच दिवशी बटुकेश्वर दत्त यांनी लाहोरमधील केंद्रीय जेलमध्ये जेलच्या सुपरिन्टेन्डन्टला लिहिलेल्या पत्रात सविस्तरपणे आपल्या मागण्या नोंदविल्या आहेत. राजनैतिक कैद्यांना विशेष दर्जा मिळावा आणि त्यांना युरोपियन कैद्याप्रमाणे सा-या सोयी सवलती मिळाल्या पाहिजेत आणि राजनैतिक कैद्याशी जशी वागणूक देणे कायद्याने ठरविले आहे तशी वागणूक मिळावी. अशी अपेक्षा केली आहे. त्यांना तुरुंगात वाट चुकलेले वेडे तरुण अशी त्यांची हेटाळणी केली जाते. त्याबद्दलही आपली नापसंती व्यक्त केली आहे. याशिवाय दत्त यांनी खालील मागण्या केलेल्या आहेत.

१. चांगले अन्न- सकाळी- दूध आणि डबल रोटी, दुपारी- डाळ, भात, तूप, साखर आणि भाजी आणि रात्रीच्या जेवणात डबल रोटी, चटणी आणि मांस. २. मेहनतीची, परिश्रमाची कामे करण्यास सक्ती करू नये. ३. वर्तमानपत्र आणि प्रत्येक प्रकारचे वाचनीय साहित्य. भगतसिंग यांनी आपल्या पत्रात यासंदर्भात इतिहास, अर्थशास्त्र, राजनैतिक, विज्ञान, कविता, नाटक किंवा कादंब-या आणि वर्तमानपत्राची मागणी केलेली आहे. ४. स्नानासाठी साबण, तेल कंगवा आणि न्हावी मिळावा. ५. चांगली वागणूक, चांगले कपडे मिळावेत.

या पत्राच्या शेवटी दत्त यांनी मागण्या मान्य होईपर्यंत आम्ही अन्नत्याग सत्याग्रह चालू

ठेवणार असल्याचे स्पष्ट केले आहे. त्यानंतर पुढे या अन्नत्याग सत्याग्रहाला इतर तुरुंगातील क्रांतिकारक कैद्यांनी दि. ३० जून १९२९ रोजी 'भगतसिंग दिन' पाळून पाठिंबाही दिला होता.

दि. १५ जून १९२९ रोजी सुरू झालेला हा अन्नत्याग सत्याग्रह आक्टों. १९२९ मधील पहिल्या आठवड्यापर्यंत जवळजवळ चार महिने चालला होता. याच दरम्यान इंग्रज सरकारने क्रांतिकारकांच्या चळवळीचा बीमोड करण्याचा चंग बांधला. जून १९२९ अखेरपर्यंत बहुतेक सारे क्रांतिकारक पकडण्यात आले. त्यात शिववर्मा, अजय घोष, जयदेव कपूर, गयाप्रसाद, किशोरीलाल, सुखदेव इ. क्रांतीकारकांचा समावेश होता. विजयकुमार सिन्हा आणि राजगुरूनाही नंतर अटक केली गेली. भगतसिंग, सुखदेव, राजगुरू इ. तिघा जणांवर लाहोर कटाचा खटला भरण्यात आला. चंद्रशेखर आझाद, भगवती चरण इ. फरारी झाले. लाहोरचा खटला लाहोर कोर्टात सुरू झाला तेव्हा १० जुलै १९२९ रोजी सर्व क्रांतिकारकांची लाहोर कोर्टाच्या आवारात भेट झाली तेव्हा 'क्रांती चिरायु होवो' 'इन्कलाब जिंदाबाद' 'साम्राज्यवाद मुर्दाबाद' इ. घोषणांनी भगतसिंग आणि बटुकेश्वर दत्त यांचं इतर क्रांतिकारकांनी स्वागत केलं. भगतसिंग यांची अन्नत्याग सत्याग्रहामुळं प्रकृती खूपच खालावली होती. पूर्वीच्या बलदंड भगतसिंग यांची अस्थिपंजर काया स्ट्रेचरवरून कोर्टात आणली होती. त्यावेळी सर्वांच्या डोळ्यात अश्रू उभे राहिले. राजकीय कैद्यांना माणुसकीची वागणूक मिळण्यासाठी हा अन्नत्याग सत्याग्रहाचा संघर्ष पेटला होता. दि. २४ जुलै १९२९ रोजी लाहोरच्या केंद्रीय तुरुंगातून भगतसिंग आणि बी.के. दत्त यांनी भारत सरकारच्या गृहमंत्र्यांना आपल्या वेदना कळविल्या आहेत. त्यात पूर्वी केलेल्या मागण्यांचे पालुपद मांडले आहे. "आमच्या मागण्या पूर्णपणे योग्य आहेत, पण तुरुंगाधिका-यांनी एके दिवशी आम्हाला सांगितले की, उच्च अधिका-यांनी आमच्या मागण्या मान्य करण्यास नकार दिला आहे. यापेक्षाही भयानक गोष्ट ही आहे की, आम्हाला जबरस्तीने अन्न खाऊ घालणारे आमच्याशी अत्यंत क्रूर पद्धतीने वागतात. एके दिवशी अशा पद्धतीने जबरदस्तीने अन्न खाऊ घातल्यानंतर भगतसिंग पंधरा मिनिटे मूर्च्छित पडले होते म्हणून ही दुर्व्यवस्था ताबडतोब बंद झाली पाहिजे."

त्यांनी आपल्या पत्रात शेवटी यु. पी. तुरुंग समितीमधील पं. जगतनारायण आणि खान बहाद्दूर हाफिज हिदायत हुसेन यांनी राजनैतिक कैद्याबाबत केलेल्या शिफारशी लागू करण्याची मागणी केली आहे. 'प्रतिष्ठित वर्गातील कैद्यांना जी वागणूक दिली जाते त्याच पद्धतीची वागणूक राजनैतिक कैद्यांनाही दिली पाहिजे,' हा हट्ट धरला आहे. पत्रातील ताज्या कलमात त्यांनी राजनैतिक कैद्यांचा अर्थ दिला आहे. ज्यांना शासनाच्या विरोधात केलेल्या

कृत्यामुळे शिक्षा झाली आहे. अशा कैद्यांना राजनैतिक कैदी मानावे. उदा. १९१५-१७ च्या लाहोर कट खटला, काकोरी कट खटला आणि इतर विद्रोही खटल्यात शिक्षा मिळालेले लोक!

अन्नत्याग सत्याग्रह करणा-या कैद्यांची प्रकृती खालावू नये. त्यांना तुरुंगात त्यामुळे मृत्यू येऊ नये, म्हणून तुरुंगाधिकारी सत्याग्रह करणा-यांना जबरदस्तीने अन्न खाऊ घालण्याचा प्रयत्न करीत. कैद्याला पोलिसांनी खाली पाडून त्याचे हातपाय, डोके गच्च दाबून धरून त्याच्या तोंडात नळी घालीत. ते दूध पाजण्याचा प्रयत्न करत. हे टाळण्यासाठी किशोरीलाल या क्रांतिकारकाने घशाला फोड यावेत म्हणून गरम पाणी घशात ओतून घेतले आणि त्यावर मिरच्या खाल्ल्या. त्यामुळे घसा सुजला. त्यात फोड आले, त्यामुळे घशात नळी घालून दूध पाजणे बंद करावे लागले. अजय घोष यांनी तर निराळीच युक्ती योजली. त्यांना घशात नळी घालून दूध पाजले की, ते दोन माशा पकडून ते घशात टाकायचे. त्यामुळे उलट्या होऊन पाजलेले दूध बाहेर पडायचे. तेव्हा पोलिसांनी दुसरी युक्ती योजली. त्यांनी मातीच्या घागरीत पाण्याऐवजी दूध भरून ठेवले. पाणी नाही मिळाले तर कैदी हे दूध प्राशन करतील. हा त्यांचा होरा होता, पण राजकीय कैद्यांनी या दूधाच्या घागरीच फोडून टाकल्या. तेव्हा पोलिसांचा नाइलाज झाल्याने पुन्हा नेहमीप्रमाणे घागरीत पाणी भरून ठेवण्याची दक्षता घेतली. दूध नाहीतर निदान या सत्याग्रह करणा-या कैद्यांनी पाणी तरी पिऊन जिवंत राहावे ही त्यांची इच्छा!

बळजबरीने दूध पाजण्याचे उपाय अयशस्वी झाल्यानंतर तुरुंगाधिका-यांनी दुसरी शक्कल लढविली. त्यांनी पाण्याने भरलेल्या घागरीजवळील मोकळ्या जागेत विविध प्रकारची उत्तमोत्तम गोड फळे, मिठाई ठेवली. भूक लागल्यानंतर सत्याग्रही कैदी फळे, मिठाई खातील आणि पाणी प्राशन करतील. ही अटकळही वाया गेली. अन्नत्याग सत्याग्रहींनी ती सारी फळे आणि मिठाई बाहेर फेकून दिली, पण त्यातील एक तुकडा वा कणही तोंडात घातला नाही. केवढा हा मनोनिग्रह, भुकेवर जणू त्यांनी विजय मिळवला होता. जतिन्द्रनाथ दास यांची प्रकृती अत्यंत नाजूक अवस्थेला आली असताना त्यांच्यापुढे ठेवलेली फळे आणि मिठाई हे पदार्थ फेकून देण्यापेक्षा त्यांनी त्या पदार्थाकडे साधा दृष्टिक्षेपही टाकला नाही. ते क्षणाक्षणाला मृत्यूला मिठी मारायला सिद्ध झालेले होते.

जतिन्द्रनाथ दास यांचे प्राण वाचविण्यासाठी दि. २८ जुलै १९२९ रोजी भगतसिंग यांनी जाहीर केले की, भगतसिंग व बटुकेश्वर दत्त हे वगळून इतर कैदी अन्नत्याग सत्याग्रह बंद करतील. फक्त जतिन्द्रनाथ दास यांनी डॉक्टरांच्या सल्ल्याने एनिमा करून घ्यावा. हे साकडे त्यांनी जतिन्द्रनाथापुढे टाकले. त्यांना गव्हर्नरच्या आदेशाप्रमाणे बोर्स्टल तुरुंगात आणले.

भगतसिंग यांच्या प्रेमापोटी त्यांनी एनिमा करून घेतला. त्यावेळी ते हलक्या आवाजात म्हणाले, "भगतसिंग हे एक वीर पुरुष आहेत. मी त्यांच्या शब्दाचा अपमान करू इच्छित नाही." त्यावेळी जतीन्द्रनाथांचा अन्नत्याग सत्याग्रहाचा ४७ वा दिवस होता. त्यांचा जीव वाचावा म्हणून सरकार त्यांना जमानतीवर सोडायलाही तयार झाली, पण जतीन्द्रनाथांनी त्यासही नकार दिला.

दि. २ सप्टें. १९२९ रोजी भगतसिंग आणि दत्त यांच्या सत्याग्रहाचा ८१ वा दिवस होता, तर इतर सत्याग्रहींचा ५३ वा दिवस होता. तरीही भगतसिंग आणि त्यांच्या साथीदारांच्या मागण्यांकडे ब्रिटिश राज्यकर्ते दुर्लक्ष करीत राहिले. तेव्हा लाहोर कट खटल्यातील क्रांतिकारकांनी पंजाब जेल तपासणी समितीच्या अध्यक्षांना दि. ६ सप्टें. १९२९ रोजी एक दीर्घ पत्र लिहिले. "तपासणी समितीने आमचे समाधान होण्याइतपत आमच्या मागण्या मान्य करण्याविषयी शिफारस करावी. कारण अशा समितीने पूर्वी केलेल्या तुरुंग सुधारण्याच्या सूचना मान्य केल्या होत्या. आमच्या बाबतीतही समितीने केलेल्या शिफारशी सरकार मान्य करील, ही आशा, पण या समितीच्या शिफारशीवर नऊ तास चर्चा झाल्यावर आम्ही अन्नत्याग सत्याग्रह थांबविण्यास तयार झालो. आम्ही मागणी केली होती की, सा-या राजकीय कैद्यांना भगतसिंग आणि दत्त यांच्याबरोबर एकाच बरॅकमध्ये राहण्याची परवानगी द्यावी आणि जतिन्द्रनाथ दास यांची सुटका करावी, पण आमच्या मागण्यांना सरकारने केराची टोपली दाखवली म्हणून आम्ही ताबडतोबीने अन्नत्याग सत्याग्रह लगेच चालू केला."

याच पत्रातील तिस-या परिच्छेदात ते लिहितात की, "साथी दास यांची स्थिती अत्यंत चिंताजनक बनली आहे. त्यांच्या मृत्यूनंतर आम्ही आमच्या कर्तव्यापासून दूर जाऊ असा विचार सरकार करीत असेल, तर ती मोठी चूक ठरेल. आम्ही आमच्या ठरलेल्या मार्गावरून चालत राहण्यास तयार आहोत. त्यासाठी आम्ही आमच्या साथीदारांचे दोन गटात विभाजन केले आहे. पहिल्या गटातील क्रांतिका-यांचा या अन्नत्याग सत्याग्रहात मृत्यू झाला तर दुस-या गटातील क्रांतिकारी कैदी अन्नत्याग सत्याग्रह सुरू करतील. आमचे साथी दास यांच्या पाऊलवाटेने चालण्याशिवाय आमच्यापूढे दुसरा सरळ आणि सन्मानाचा मार्ग उरलेला नाही... आम्ही मृत्यू येईपर्यंत हा संघर्ष करीत राहू."

असे दिवस चालले होते. जतिन्द्रनाथ दास मरणपंथाला लागले होते. त्यांचे अंग निर्जीव झाले होते. त्यांचा आणि इतरांचा अन्नत्याग सत्याग्रह तोडण्यासाठी ब्रिटिश सरकारने

प्रयत्नांची पराकाष्टा केली. बॉम्ब, बंदुकी आणि पिस्तुले वापरणा-या क्रांतिकारकांचा अन्नत्याग सत्याग्रह दिखाऊ मुळीच नव्हता. तत्त्वासाठी प्राण देण्यास सारेच सज्ज झाले होते. जतिन्द्रनाथांच्या अन्नत्याग सत्याग्रहाचा १३ सप्टें. १९२९ रोजी ६३ वा दिवस उजाडला. ते शेवटचे श्वास मोजत होते. बोर्स्टल तुरुंगात जतिन्द्रनाथ दास यांनी दुपारी शेवटचा श्वास घेतला. ते सत्यासाठी, स्वातंत्र्यासाठी, समतेसाठी, समाजवादी प्रजातंत्रासाठी हुतात्मा झाले. भारताच्या कानाकोप-यामधून कोट्यवधी जनतेने अश्रू गाळले. लाहोरमध्ये जतीन्द्रनाथांची भव्य प्रेतयात्रा निघाली. ती सव्वा मैल लांबीची होती. त्यांचा देह आगगाडीने आग्रा, कानपूर मार्गे कलकत्त्याला नेताना प्रत्येक स्टेशनवर लाखो लोकांनी त्यांच्या जयजयकारात त्यांचे अंत्यदर्शन घेतले. जवाहरलाल नेहरू आणि सुभाषचंद्र बोस यांनी वाटेत एका स्टेशनवर त्यांना पुष्पहार अर्पण करून आदरांजली वाहिली. कलकत्त्यातील अंतयात्रेत पाच लाख लोक सामील झाले होते. तुरुंगात असताना अन्नत्याग सत्याग्रह करून मृत्यू पावलेल्या क्रांतिकारी जगाच्या इतिहासात जतीन्द्रनाथ दासांचे नाव सोन्याच्या अक्षरात लिहिले जाईल, यात शंकाच नाही. एवढे महाभारत घडले तरी ब्रिटिश राज्यकर्ते गेंड्याचे कातडे पांघरून स्वस्थ राहिले, पण हा संघर्ष चालू ठेवण्यासाठी भगतसिंग आणि बटुकेश्वर दत्त अन्नत्याग सत्याग्रह चालू ठेवण्यात दंग होते. मृत्यू समोर दिसत होता. त्याला मगरमिठी मारण्यासाठी ते दोघेही क्रांतिकारक सदैव तयार होते.

जतिन्द्रनाथ दास यांच्या मृत्यूनंतर लोकांमध्ये ब्रिटिश सरकारविरुद्ध असंतोष पसरू लागला. ब्रिटिश सरकार आणि काँग्रेसचे पुढारी हा अन्नत्याग सत्याग्रह समाप्त व्हावा यासाठी उत्तेजित झाले. तुरुंग तपासणी समितीने भगतसिंग आणि दत्त यांच्या बहुतेक मागण्या मान्य करण्यात आल्या. जवळजवळ चार महिन्याच्या अपूर्व संघर्षानंतर त्यांच्या तत्त्वाचा विजय होत होता. या अन्नत्याग सत्याग्रहानं भारतीय लोकमानसात राजकीय जागृती झाली होती. स्वातंत्र्य चळवळीला एक प्रकारची गती त्यामुळे मिळणार होती. तेव्हा भगतसिंग यांनी विचार केला. अन्नत्याग सत्याग्रह समाप्त करण्यास ते तयार झाले पण एका अटीवर! ते म्हणाले, "आम्हा सर्वांना एकदम अन्नत्याग सत्याग्रह समाप्त करण्याची संधी मिळावी!" ब्रिटिश अधिकारी प्रसन्न झाले. सर्व एकत्र जमले गेले. रसाचे प्याले भरले गेले. भगतसिंग यांनी स्वतःसाठी डाळ रोटी आणि भात मागविला. सर्व क्रांतिकारक साथी भगतसिंग यांना म्हणाले, "तुम्ही आमचे नेते आहात. तुम्हीच हा अन्नत्याग सत्याग्रह थांबविण्याची सुरुवात करा." डॉ. मंडळींनीही भगतसिंग यांना नेता असल्यामुळे उपवास सोडण्याची विनंती केली.

तेव्हा दि. ५ आक्टों. १९२९ रोजी भगतसिंग आणि दत्त यांच्या अन्नत्याग सत्याग्रहाच्या एकशे चौदाव्या दिवशी सा-यांनी या सत्याग्रहाला पूर्णविराम दिला आणि हे अन्नत्याग सत्याग्रहाचे रोमहर्षक पर्व संपुष्टात आणले.

तुरुंगात क्रांतिकारकांनी ब्रिटिश साम्राज्याविरुद्ध प्रत्येक दिवशी आपला संघर्ष चालू ठेवला. तुरुंगातील परिस्थिती सुधारण्यासाठी अन्नत्याग सत्याग्रह चालला होता. जतीन्द्रनाथ दास त्यात हुतात्मा झाले. सरकारने या संदर्भात काही आश्वासने दिली. त्या आश्वासनाच्या पूर्तीच्या वायद्यावर विश्वास ठेवून अन्नत्याग सत्याग्रह समाप्त करण्यात आला, पण मधल्या काळात शासनाने दिलेल्या आश्वासनाची पूर्तता करण्यास टाळाटाळ चालविली. याच दरम्यान लाहोर कटाच्या खटल्याची सुनावणी सुरू झाली. त्यांच्या ब्रिटिश सरकारचा न्याय हे एक थोतांड असल्याचे भारतीय जनतेच्या नजरेसमोर आणण्यासाठी भगतसिंग यांनी प्रयत्न चालविले. त्यातील एक पाऊल म्हणजे गृहमंत्री भारत सरकारला दि. २० जाने. १९३० रोजी केलेली तार होय. त्या तारेत ते लिहितात. "राजकीय कैद्यांच्याबरोबर तुरुंगात करावयाच्या व्यवहाराबाबतच्या प्रश्नाला आमचे समाधान होईल आणि त्यास अंतिम स्वरूप देण्यात येत आहे. या समितीच्या जेल सुधार आश्वासनावर विश्वास ठेऊन आम्ही अन्नत्याग सत्याग्रह थांबविला होता. आखिल भारतीय समितीच्या अन्नत्याग सत्याग्रह संबंधीच्या प्रस्तावाच्या छापील प्रती जेलमध्ये वाटण्यात जेल अधिका-यांनी प्रतिबंध केला. काँग्रेसच्या प्रतिनिधी मंडळाच्या कैद्यांच्या भेटीसही परवानगी नाकारली. दि. २३, २४ आक्टों. १९२९ रोजी पोलिस अधिका-यांच्या हुकुमानुसार कटाच्या खटल्यातील संबंधित क्रांतिकारी कैद्यावर क्रूरपणे हल्ले केले गेले."

भगतसिंग यांचे दुसरे पाऊल होते आंतरराष्ट्रीय क्रांतिकारी चळवळीशी भारतीय स्वातंत्र्यचळवळीचे नाते निर्माण करण्याचे. त्यासाठी त्यांनी दि. २६ जाने. १९३० रोजी लेनिन दिनाच्या निमित्ताने लाहोर कट खटल्यातील अंडर ट्रायल कैद्यांनी आपल्या मानेभोवती लाल रुमाल बांधून कोर्टात प्रवेश केला. ते काकोरी-गाणे म्हणत आले. न्यायमूर्तींनी कोर्टात प्रवेश करताच त्यांनी 'समाजवादी क्रांती जिंदाबाद', आणि 'साम्राज्यवाद मुर्दाबाद'च्या घोषणा दिल्या. तेव्हा भगतसिंग यांनी खालील तार तिस-या इंटरनॅशनल मॉस्कोच्या अध्यक्षांच्या नावाने पाठविण्यासाठी न्यायमूर्तीच्या स्वाधीन केली.

"लेनिन दिनाच्या निमित्ताने आम्ही सोव्हिएट रशियामध्ये होत असलेल्या महान प्रयोगाबद्दल तेथील अनन्यसाधारण अनुभवाबद्दल आणि कॉम्रेड लेनिनच्या गतिमान यशाबद्दल त्यांना आमच्या दिल्लीकरांच्या हार्दिक शुभेच्छा पाठवत आहोत. आम्ही स्वतः जगातील

क्रांतिकारी चळवळीशी नाते जोडू इच्छितो. कामगार राज्याची जीत व्हावी आणि भांडवलशाहीचा नाश व्हावा."

पुढे भगतसिंग यांनी अशाच अर्थाची तार आणि कॉम्रेड कृष्ण वर्मा यांच्या मृत्यूचा शोक संदेश हिंदुस्थानी असोसिएशन, बर्लिनच्या नावाने पाठविला होता.

दि. २० जाने. १९३० ची तार गृहमंत्रालयास पाठविली होती. त्या संबंधात गृहमंत्रालयाने काहीच प्रतिक्रिया कळविल्या नव्हत्या. भगतसिंग यांनी लाहोर कटाच्या खटल्यातील कैद्यांच्या सह्या घेऊन दि. २८ जाने. १९३० रोजी गृहमंत्रालयाकडे दीर्घ स्मरण पत्र पाठविले. जागेअभावी ते संपूर्ण पत्र येथे देता येत नाही. त्याचा भावार्थ येथे देण्याचा प्रयत्न केला आहे.

अन्नत्याग सत्याग्रह समाप्त केल्यानंतरही सरकारने क्रांतिकारकांना दिलेली आश्वासने पाळली नाहीत. उलट राजकीय कैद्यांचा सूड घेण्याच्या इच्छेने त्यांना अमानुष वागणूक दिली जात असल्याचे पत्रात प्रारंभी नमूद करून या संदर्भात एका आठवड्यात अंतिम निर्णय कळविण्याबाबत स्पष्ट केले आहे.

"पंजाब तुरुंग पाहणी समितीने आम्हाला आश्वासने दिल्यानंतर आम्ही अन्नत्याग सत्याग्रह थांबविला. शहीद जतिन्द्रनाथ दास यांच्या हौतात्म्यानंतर हा प्रश्न असेंब्लीमध्येही विचारला गेला. तेव्हा सर जेम्स करींर यांनी 'आता आमचे मन बदलले' असल्याचे तसेच त्यांना राजकीय कैद्यांच्याबरोबर द्यावयाच्या वागणुकीबद्दल सहानुभूती असल्याचे जाहीर केले होते. त्यानंतर विविध प्रांतातील तुरुंगातील राजकीय कैद्यांना चांगली वागणूक देण्याचे मान्य केल्यानंतर अखिल भारतीय काँग्रेस समितीने दिलेल्या निवेदनाचा मान राखून आम्ही अन्नत्याग सत्याग्रह समाप्त केला होता; परंतु गेल्या चार महिन्यात या सत्याग्रहींबरोबर जो सुडाच्या भावनेने व्यवहार केला जात आहे, त्याची काही उदाहरणे खाली देत आहे."

१. श्री. बी.के. बॅनर्जी हे दक्षिणेश्वर बॉम्ब खटल्यातील आरोपी केंद्रीय तुरुंग लाहोर येथे पाच वर्षाची सजा भोगत होते. त्यांनी अन्नत्याग सत्याग्रहात भाग घेतला म्हणून त्यांची पाच वर्षांची सजा संपली तरी त्यांची अजूनही सुटका केली नाही. लाहोर खटल्यातील कैदी सत्याहत्तर वर्षांचे वृद्ध गृहस्थ बाबा सोहनसिंह जन्मठेपेची शिक्षा भोगत आहेत. तसेच मियाँवाली तुरुंगातील सरदार काबलसिंह आणि सरदार गोपालसिंह यांनाही त्यांनी सत्याग्रहात भाग घेतल्याबद्दल शिक्षा फर्मावल्या आहेत. त्यातील अनेकांच्या शिक्षेत वाढ केली आहे. काहींचा विशेष दर्जा काढून घेतला आहे.

२. तसेच याच अपराधाबद्दल केंद्रीय तुरुंगातील कैदी सर्वश्री शचिंद्रनाथ सन्याल, रामकृष्ण खत्री, सुरेशचंद्र भट्टाचार्य, राजकुमार सिन्हा, शचिंद्रनाथ बरुशी, मन्मथनाथ गुप्ता,

तसेच काकोरी कट खटल्यातील अनेक राजबंद्यांना या सत्याग्रहात सहभागी झाल्याने शिक्षा दिल्या गेल्या आहेत. त्यामुळे श्री. सन्याल यांचे मनःस्वास्थ्य बिघडले आहे. त्यांचे वजन १८ पौंडांनी उतरले आहे. तसेच त्यांच्यासारख्या इतर कैद्यांच्या सोयीसवलती रद्द केल्या आहेत. त्यांना नातेवाइकांशी भेटायला बंदी केली आहे. त्यांच्या पत्रव्यवहारावरही बंदी घातली आहे. या संबंधात पं. जवाहरलाल यांनी दोनदा पत्रकारांना मुलाखती दिल्या आहेत.

३. अखिल भारतीय काँग्रेसचे अन्नत्याग सत्याग्रहासंबंधीचे पत्रकही अधिका-यांनी कैद्यांना देण्यास नकार दिला आहे. एवढेच नाही तर काँग्रेस प्रतिनिधी मंडळास कैद्याना भेटण्यास परवानगी नाकारली आहे.

४. पोलिसांच्या उच्च अधिका-यांनी दि. २३ व २४ आक्टों. १९२९ ला राजकैद्यावर अमानुष हल्ले केले आहेत. त्याच्या बातम्या वर्तमानपत्रातून प्रसिद्ध झाल्या आहेत. विशेष न्यायाधिश पं. श्रीकृष्ण यांनी आमच्यापैकी एकाचा जबाब दाखल करून घेतला होता. तो आपणाकडे दि. १६ डिसें. १९२९ रोजी पाठवला आहे; परंतु पंजाब सरकार किंवा भारत सरकारने यावर उत्तर पाठवलेले नाही. उलट स्थानिक सरकारला आमच्या विरुद्ध खटला चालविणे आवश्यक वाटते आहे.

५. १९२९ च्या डिसेंबर महिन्यात लाहोर येथील बोर्स्टल तुरुंगातील कैदी श्री किरणचंद्र दास, तसेच आणखी आठ कैद्यांना हातापायात बेड्या ठोकून कोर्टात दाखल केले गेले. ही बाब पंजाब तुरुंग परीक्षण कमिटी आणि पंजाब तुरुंगाचे इन्स्पेक्टर जनरल यांच्यामधील तडजोडीचे उल्लंघन करणारी आहे.

राजबंद्यांच्या सर्व यातना-त्रासाची माहिती मिळाल्यावर आम्हाला पुन्हा अन्नत्याग सत्याग्रह चालू करावा लागेल. वरील उदाहरणांची तीव्र दाहकता पाहता असे वाटते की, शहीद जतिन्द्रनाथांची मोठी पुण्याई संपलेली आहे काय? आम्ही असे मानावे का, की लोकचळवळ तोडण्यासाठी वा टाळण्यासाठीच सरकारने आम्हाला चुकीची आश्वासने दिली होती? आता सारे काही आमच्या सहनशक्तीच्या बाहेर चालले आहे. आता आम्ही वाट पाहू शकत नाही. राजकीय कैद्यांना वाईट वागणूक देण्याचा व्यवहार असाच चालत राहिला तर आमच्या जवळ संघर्ष करण्याशिवाय दुसरा मार्गच उरलेला नाही. अन्नत्याग सत्याग्रह सुरू करणं, तो दीर्घकाळपर्यंत चालू ठेवणं ही गोष्ट सरळ आणि सोपी नाही, हे आम्हाला चांगले ठाऊक आहे. तरीही आम्ही आपणास सांगू इच्छितो की भारतमाता आजही अनेक जतिन्द्रनाथ दास, रामरक्खा आणि भानसिंहांना जन्म देणारी दिव्य माता आहे."

याच पत्रात राजकीय आणि सर्वसाधारण कैद्यांच्या वर्गीकरण करण्याच्या संदर्भात तसेच अपराधामागील हेतू आणि अहिंसात्मक अपराधी आणि हिंसक अपराधी वर्गीकरणाबाबतही या पत्रात सविस्तर चर्चा भगतसिंग यांनी केली आहे. ती मुळातून वाचावी.

दि. २८ जाने. १९३० च्या पत्रातील शेवटच्या दोन परिच्छेदातील पहिल्या परिच्छेदामध्ये भगतसिंग यांना राजकीय कैद्यांच्या ज्या मागण्यासाठी अन्नत्याग सत्याग्रहाचे महाभारत घडले होते. त्या सा-या सवलती राजकीय कैद्यांना मिळाल्या पाहिजेत, असा हट्ट धरला आहे. आणि शेवटच्या परिच्छेदात त्या पुढील सात दिवसांत मिळाल्या नाहीत, तर पुन्हा सर्व राजकीय कैदी अन्नत्याग सत्याग्रह करण्यास बांधील असल्याचा निर्वाणीचा इशारा दिला आहे.

(२३)

क्रांतिकारकांच्या स्वातंत्र्यचळवळीच्या इतिहासात लाहोर कट खटल्याचे अनन्यसाधारण महत्त्व आहे. भगतसिंग यांनी या खटल्याचा आपल्या उद्देशांचा प्रचार करण्यासाठी पुरेपूर उपयोग करून घेण्याचे ठरविले. या खटल्याबाबत त्यांची भूमिका आणि कार्यप्रणाली तसेच पक्षाच्या उद्देशांना लोकांपर्यंत पोहोचविण्याची त्यांनी परिणामकारक व्यूहरचना आखली. भगतसिंग हे उत्तम संघटक तर होतेच, पण त्याबरोबर युद्ध कसे खेळावे, यातही ते तरबेज होते. ही चळवळ फक्त थोड्या क्रांतिकारकांची चळवळ न राहता ती लोकचळवळ व्हावी, ही त्यांची इच्छा होती. त्यासाठी इंग्रज सरकारविरुद्ध डाव-प्रतिडाव टाकण्यासाठी त्यांनी तुरुंगात असतानाच एक समिती तयार केली. त्यात ते स्वतः, सुखदेव आणि विजयकुमार सिन्हा होते. लाहोर कट खटल्याचा उपयोग चळवळीच्या प्रचारासाठी त्यांनी मोठ्या सफाईने केला.

या लाहोर कट खटल्यात सर्वश्री सुखदेव, किशोरीलाल, शिववर्मा, गयाप्रसाद, जतिन्द्रनाथ दास, जयदेव कपूर, कमलनाथ तिवारी, जितेन्द्रनाथ संन्याल, अशारम, देशराज, प्रेमदत्त, महावीरसिंह, सुरेंद्र पांडे, अजय घोष, विजयकुमार सिन्हा, राजगुरू, कंदलाल आणि भगतसिंग या अठरा क्रांतिकारकांचा समावेश होता. भगतसिंग आणि बटुकेश्वर दत्त यांना असेंब्लीत बॉम्बस्फोट घडवून आणल्यामुळे शिक्षा झाल्या होत्याच, पण नंतर बटुकेश्वर दत्त यांना या खटल्यातून वगळले गेले. यांच्याशिवाय पकडण्यात आलेल्या इतर क्रांतिकारकांत जयगोपाल, हंसराज बोहरा, ललितकुमार मुखर्जी, फणिन्द्रनाथ घोष, मनमोहन मुखर्जी, रामशरण दास आणि ब्रह्मदत्त या सातांचा समावेश होता. या सात क्रांतीकारक कैद्यांना शासनाने माफीचे साक्षीदार बनवले होते. त्यापैकी रामशरण दास आणि ब्रह्मदत्त हे माफीचे साक्षीदार बदलले. त्यांनी क्रांतिकारकांच्या विरुद्ध गुप्त माहिती सांगितली नाही. वरवरच्या साधारण गोष्टी फक्त निवेदन केल्या.

भगतसिंग यांच्या मार्गदर्शनाखाली ज्यांच्यावर खटले भरले होते. त्या क्रांतिकारकांनी आपल्या वेगळ्या अशा वैशिष्ट्यपूर्ण व्यक्तीमत्त्वाची झलक अन्नत्याग सत्याग्रह करून दाखविली होतीच. त्यात ते यशस्वी झाले. ते सारे देशभक्त असल्याचे सत्य स्वीकारले गेले होते. या अन्नत्याग सत्याग्रहाचाही उपयोग ब्रिटिश राज्यकर्त्यांचा भारतीयांवरील अन्याय, अत्याचार आणि त्यांची पिळवणूक होत असलेल्या गोष्टीचा प्रचार करण्यातही भगतसिंग यशस्वी झाले होते. आता भगतसिंग आणि त्यांच्या साथिदारांनी लाहोर कट खटल्याचा आणि प्रामुख्याने न्यायालयाच्या नकली चेह-याचा प्रचाराची साधने म्हणून उपयोग करण्यास सुरूवात केली. न्यायालयात जेव्हा खटल्याचे कामकाज सुरू होई तेव्हा ते पाहण्या-ऐकण्यासाठी जास्तीत जास्त लोकांनी तेथे यावे, असे भगतसिंग यांना वाटे, तर सरकार या उलट जनतेला या खटल्यापासून दूर ठेवण्याची कोशिश करीत असे, पण लोक मोठ्या संखेने न्यायालयात येत. लोकांची क्रांतिकारकांना सहानुभूती आणि साथ होती. त्यामूळे न्यायालय नेहमीच लोकांच्या गर्दीने भरून वाहत असे. अशा वेळी राजकीय कैदी कोर्टात येताना 'इन्कलाब जिंदाबाद', 'साम्राज्यवाद मुर्दाबाद', 'जगातील कामगारांनो एक व्हा' आणि 'वंदे मातरम्' या घोषणा देत येत असत. या घोषणांचे प्रतिध्वनी आकाशाला कोंदून टाकत असत. क्रांतिकारक बेहोश होऊन घोषणा देत. न्यायालयाच्या आवारात जमलेले लोकही या घोषणांना साथ देत असत. वातावरणात क्रांतीची हवा पसरल्याचा सा-यांना भास होई, इतके वातावरण मंत्रून जाई. आपल्या तत्त्वज्ञानाचा असा प्रचार होत असल्याचे पाहून क्रांतीकारक आपल्या प्राणाचे बलिदान देण्याची इच्छा व्यक्त करणारे गीतही ध्येयधुंद होऊन गात असत. ते गीत पुढीलप्रमाणे असे.

"सरफरोशी कीं तमन्ना अब हमारे दिलमें है।
देखना है जोर कितना, बाजुए कातिलमें है।।
वक्त आने दे बता देंगे तुझे ए आसमॉं
हम अभीसें क्या बताए, क्या हमारे दिलमें है।
ऐ शहिदे-मुल्को-मिल्लतमें तेरे ऊपर निसार।
अब तेरी हिम्मत की चर्चा गैर की महफिलमें है।।"

'इन्कलाब जिंदाबाद' आणि इतर घोषणाबद्दल टिपणी लिहिताना 'मॉडर्न रिव्ह्यू' या पत्राच्या संपादकानं मत मांडलं की, या घोषणा अराजकवादाचं प्रतीक असल्यानं निरर्थक

आहेत. या मताचं खंडण करण्यास भगतसिंग मागे कसे राहतील? आपल्या तत्त्वाचा, मताचा प्रचार करण्याची संधी कशी दवडतील? त्यांनी संपादकाचं मत खोडून टाकण्यासाठी जे विचार मांडले ते भगतसिंग यांच्या चिंतनशिलतेची आणि प्रौढत्वाची साक्ष देणारी आहे. ते लिहितात,

"आम्ही हिंसा आणि उत्पात यांना क्रांतीची प्रतिकं मानीत नाहीत. आम्ही जतिन्द्रनाथ जिंदाबाद ही घोषणा देतो याचा अर्थ म्हणजे त्यांच्या जीवनाचा महान आदर्श तसेच त्यांचा उत्साह नेहमीसाठी कायम लोकापुढे उभा ठेवला पाहिजे. ज्याने त्यासाठी अपार कष्ट उपसले आणि बलिदानाची प्रेरणा दिली त्या महान बलिदानाचा आदर्श आमच्यात कायम टिकावा, आपणही आपल्या आदर्शासाठी त्यांच्याप्रमाणे उत्साह आणि कष्ट झेलावेत ही त्यांच्याबद्दलच्या स्तुतीची भावना आमच्या मनात जागी आहे, याप्रमाणे 'इन्कलाब जिंदाबाद' या शब्दाचा अर्थ केवळ शब्दार्थाने आम्ही घेऊ इच्छित नाही. क्रांतीचा खरा अर्थ विकासासाठी परिवर्तनाची भावना आणि आकांक्षा असणे असा आहे. सामान्य लोक जीवनातील पारंपारिक स्थितीला घट्ट चिकटून असतात. ते परिवर्तनाच्या विचाराने घाबरून जातात. हीच स्थितीशीलतेची भावना आहे. तिच्या जागेवर क्रांतिकारक गतीशील भावना जागविण्याची आवश्यकता आहे. दुस-या शब्दात सांगावयाचे झाल्यास असे म्हणता येईल की, अकर्मण्यता आणि रूढीवादी शक्ती मानवाच्या प्रगतीमधील अडथळा बनून राहिल्या आहेत. हा अडथळा दूर करण्यासाठी क्रांतीचे विचार आणि भावना आवश्यक आहेत. जुनी व्यवस्था नेहमी बदलत गेली पाहिजे. नवी व्यवस्था स्थापन करण्यासाठी जागा मोकळी झालेली असली पाहिजे. या भावार्थाने प्रभावित होऊन आम्ही इन्कलाब जिंदाबादची घोषणा देत असतो."

या खटल्यातील प्रत्येक घटनेचा उपयोग भगतसिंगांनी आपल्या तत्त्वज्ञानाचा आणि स्वातंत्र्यचळवळीचा प्रचार करण्यासाठी मोठ्या कौशल्याने केला. इंग्रज सरकारने क्रांतिकारकापैकी काहींना सरकारी साक्षीदार केले, ते त्यांच्याकडून क्रांतिकारकांच्या गुप्त कारवायांच्या बातम्या वदवून घेऊन त्यांना अराजकवादी ठरविण्याचा सरकारचा मूळ हेतू होता, पण भगतसिंग यांनी असा काही सापळा रचला की, त्यामुळे इंग्रजांचा नकली चेहरा आणि क्रांतिकारकांचे स्वातंत्र्यासाठी नियोजनबद्ध चाललेले युद्ध जनतेसमोर येण्यास मदत झाली. त्याचं एकच उदाहरण सांगण्यासारखं आहे. सरकारी साक्षीदार श्री. फणिन्द्रनाथ साक्ष देण्यास उभे राहिले तेव्हा, शिववर्माने त्याला बॉम्ब बनविण्याची कृती सांगण्यास भाग पाडले आणि बॉम्ब कसा बनवावा याची सविस्तर माहिती दुस-या दिवशीच्या वर्तमानपत्रात प्रसिद्ध झाली. लोकांना ही स्फोटक माहिती घरबसल्या मिळाली. ती या क्रांतिकारकांच्या युक्तीमुळेच! सरकार या राजकीय क्रांतिकारकांना राजद्रोही ठरवू पाहत

होते. तर वृत्तपत्राच्या माध्यमातून ते सच्चे देशभक्त असल्याची कल्पना लोकमानसात रुजत होती. क्रांतीकारकांच्या दु:खाची खरी कल्पनाही लोकांना कळत होती.

न्यायालयाचे सकाळचे काम संपले म्हणजे दुपारच्या जेवणाची सुट्टी होई. या राजकीय कैद्यांना बाहेरून अन्नपदार्थ देणारे नातेवाईक मित्र असत. तशी परवानगी होती. श्रीमती सुभद्रा जोशी या क्रांतिकारकांच्या सहानुभूतीदार. प्रत्येक दिवशी त्या क्रांतिकारकांसाठी विविध खाद्यपदार्थ आणत असत. भगतसिंग यांना दहीवडे आणि केक फार आवडत. भगतसिंग या खाद्यपदार्थांची चव घेत असत, पण त्यांना इतरांना ते पदार्थ खाऊ घालण्यात खूप आनंद वाटत असे. हे पाहिल्यावर लोकांना अचंबा वाटे की, हे मृत्यूच्या दारात उभे असलेले क्रांतिकारक; परंतु स्वतंत्र देशातील मुक्त नागरिक असल्याचे भासत. त्यांना ना खटल्याची खंत, ना पुढे होणा-या मृत्यूदंडाचा खेद! या क्रांतिकारकांच्या वृत्तीनं न्यायमूर्तीही अचंबित व्हायचे.

न्यायमूर्ती स्थानापन्न झाले की, हे क्रांतीकारक कैदी राष्ट्रीय गीत गात आणि नेहमीच्या घोषणा देत न्यायालयात प्रवेश करायचे! त्यामूळे सा-या न्यायालयात शांतता पसरायची. न्यायाधीश, वकील आणि तेथील नोकर लोक माना खाली घालून स्तब्ध असायचे. सारं न्यायालय गांभीर्य आणि क्रांतीच्या लाल रंगानं जणू झाकाळून जायचं.

न्यायालयात ही परिस्थिती, तर न्यायालयाबाहेर-न्यायालयाच्या आवारात गर्दी केलेल्या लोकांच्या अशाच भावना असायच्या. या गर्दीत तरुण विद्यार्थी वर्गाचा भरणा मोठा असे. आत क्रांतिकारक आणि बाहेर हे तरुण विद्यार्थी श्री. ओमप्रकाशच्या गीतातील खालील ओळी जोशात म्हणायचे.

"कभी वो दिनभी आएगा कि, जब आझाद हम होंगे।
ये अपनीही जमीं होगी, यह अपना आसमा होगा।।
शहिदोंकीं चिताओंपर जुडेंगे हर बरस मेले।
वतनपर मरनेवालोंका यही बाकी निशां होगा।।"

भारतीय लोकांचं, तरुण विद्यार्थ्यांचं आपोआप स्वातंत्र्यलढ्यात कसं लढावं याचं प्रशिक्षण होत असे.

एके दिवशी गमतीचा प्रसंग घडला. सरकारी साक्षीदार पिंज-यात येऊन उभे राहिले. जयगोपाल हा सरकारी साक्षीदार क्रांतिकारक कैद्यापुढून त्यांना चिडविण्यासाठी मिशीवर पीळ देत आणि वेडेवाकडे हस्तविक्षेप करीत चाललेला. क्रांतिकारक असा अपमान सहन

करणे अशक्य! सा-यांनी 'शेम शेम'च्या घोषणा दिल्या आणि सर्वात वयाने कमी असलेल्या प्रेमदत्ताने त्या माफीच्या साक्षीदारावर आपला जोडा फेकला. न्यायालयाने कामकाज बंद केलं आणि क्रांतिकारक कैद्यांना बेड्या घालण्याच्या आज्ञा दिल्या. त्यास कैद्यांनी नकार दिल्यावर त्यांना कायमच्या बेड्या घालण्याचा हुकूम झाला, पण दुस-या दिवशी फक्त पाच अशक्त क्रांतिकारकांना हातात बेड्या घालण्यात पोलिस यशस्वी झाले. त्यामुळे दुस-या दिवशीही न्यायालयाचं कामकाज स्थगित करण्यात आलं. त्याच्या बातम्या वर्तमानपत्रात प्रसिद्ध व्हायच्या. तिस-या दिवशी बेड्या न घालण्याच्या अटीवर कैदी न्यायालयात हजर राहण्यास तयार झाले, पण पोलिसांनी हातात बेड्या ठोकल्याच. कोर्टात गेल्यावर त्या काढून घेऊ असे त्यांनी आश्वासन दिले, पण ते पाळले गेले नाही. दुपारच्या जेवणाच्या वेळी भगतसिंग हसून म्हणाले, 'मित्रांनो, जेवणापुरत्यातरी त्या बेड्या काढा.' ती विनंती मान्य केली, पण जेवणानंतर पुन्हा बेड्या घालायची जबरदस्ती पोलिस करू लागले. त्यास क्रांतिकारक विरोध करू लागले, तेव्हा पोलिसांनी लाठीमार सुरू केला. पाठीवर, पोटावर, पायावर, नडगीवर शरीराची जागा दिसेल तिथं पोलिस क्रुद्ध होऊन मारत होते. न्यायमूर्ती डोळे उघडे ठेवून पाहत होते. त्यांना तुरुंगात नेल्यावर मारपीट करण्यात आली, पण बेड्या हातात घालून घेऊन क्रांतिकारक न्यायालयात येण्यास तयारच होत नव्हते. हे सैतानी क्रूर कृत्य करणारे हताश होऊन म्हणाले, 'यांना मारून टाकता येईल, पण कुठल्याही त-हेने हातात बेड्या ठोकून न्यायालयात आणता येणार नाही.' त्यांनी पुरते हात टेकले.

न्यायालयात क्रांतिकारी कैद्यांना अशी बेशरमपणे केलेली मारपीट तेथे जमलेल्या लोकांनी उघड्या डोळ्यांनी पाहिली. त्यामुळे सर्वसामान्य लोक न्यायमूर्तीवर आणि ब्रिटिश कार्यकर्त्यावर चिडले. शहरातील लोक पेटून उठले. संध्याकाळी भव्य अशी सभा त्यांनी आयोजीत केली. सभेत ब्रिटिश राज्यकर्त्याविरुद्ध भाषणे झाली. त्याचे वृत्तांत दुस-या दिवशीच्या वर्तमानपत्रात रकानेच्या रकाने भरून आले. संपादकांनी लेख लिहिले. परदेशात ब्रिटिशांची लाज गेली. ब्रिटिशांविरुद्ध लोकांत द्वेष पसरविण्यासाठी आणि स्वातंत्र्य चळवळीला वेग आणण्यासाठी स्वतःला बसलेल्या माराचाही व्यासपीठासारखा उपयोग झाल्याचे पाहून माराचं दुःख ते विसरून गेले.

लोकांनी केवळ सभांमधून भाषणे केली नाहीत, त्यांनी क्रांतिकारक कैद्यांसाठी उभारलेल्या बचाव समितीला भरभरून देणग्या दिल्या. गरीबातल्या गरीब लोकांनी एकवेळ उपाशी राहून पैसे पाठविले. देशातून अशी मदत पाठविणारांची संख्या तीस हजाराच्यावर गेली होती. ही

किती मोठी जागृती झाली! भगतसिंग यांना बसलेल्या माराच्या कित्येकपटीने अधिक ब्रिटिशांविरुद्धचा असंतोष लोकांनी व्यक्त केला. भगतसिंग आपली ही लढाई लोकलढाई करण्यासाठी धडपडत होते. ब्रिटिशांच्या कुकर्मामुळे भगतसिंग या धोरणात यशस्वी होत होते. भगतसिंग यांना तुरुंगात आणि न्यायालयात मारपीट झाली, त्या दिवशी देशाने 'भगतसिंग दिवस' मानून त्यांच्याबद्दलचा आदर व्यक्त केला. त्याचबरोबर ब्रिटिश सरकारबद्दल रोष प्रकट झाला. ही महत्वाची बाब घडत होती.

या सर्व गोष्टींमध्ये सरकारला सपशेल माघार घ्यावी लागली. अन्नत्याग सत्याग्रहाच्या विजयानंतर भगतसिंग यांनी या बेड्या घालून न्यायालयात न जाण्याच्या संघर्षात दुसरा विजय मिळविला. त्यामुळे देशातील लोक आणि नेते मंडळी या खटल्यात अधिक रस घेऊ लागले. राजकीय कैद्यांशी भेटून चौकशी करू लागले. लेख लिहून ब्रिटिशांची निर्भत्सना करू लागले. मोतीलाल नेहरू हे तर देशातील प्रसिद्ध वकील आणि नेता. ते स्वतः या क्रांतिकारकांना भेटले. त्यांच्या घोळक्यात बसले. त्यांची दुःखे समजावून घेताना त्यांना गहिवरून आले.

भगतसिंग यांच्या या दूरदर्शी राजकीय डावपेचामुळे भारतभर देशभक्तीची हवा पसरली. दि. १ जाने. १९३० मध्ये पंडित जवाहरलाल नेहरूंच्या नेतृत्वाखाली लाहोर येथे रावी नदीच्या काठी काँग्रेसच्या महासभेने संपूर्ण स्वातंत्र्याची घोषणा केली! हीच संपूर्ण स्वातंत्र्याची घोषणा एक वर्ष अगोदर समाजवादी प्रजातंत्र संघटनेतर्फे भगतसिंग यांनी केली होती. यावरून भगतसिंग, त्यांची नवजवान भारत सभा आणि समाजवादी प्रजातंत्र संघटनेच्या चळवळीचा अ.भा. काँग्रेस पक्षावर किती मोठा प्रभाव होता हेच सिद्ध होत नाही का?

जवाहरलाल नेहरूंनी दि. १ जाने. १९३० रोजी संपूर्ण स्वातंत्र्याच्या केलेल्या घोषणेत त्यांनी समाजवादालाही उचलून धरले होते. थोडक्यात नेहरूंनी भगतसिंग यांची ध्येयधोरणेच घोषीत केली होती. ते म्हणाले होते, "जर भारताला आपली गरिबी आणि विषमता संपवायची इच्छा असेल, तर भारताला त्याच मार्गाने म्हणजे समाजवादी तंत्राच्या मार्गाने जावे लागणार आहे. भारत या उद्दिष्टांची प्राप्ती करण्यासाठी आपल्या पद्धती विकसित करील आणि या आदर्शाचा आपल्या प्रज्ञा आणि प्रतिभेने स्वीकार करेल आणि प्रयत्नाने तो आदर्श वास्तवात उतरवेल."

भगतसिंग आणि जवाहरलाल यांचं स्वातंत्र्य आणि समाजवाद हे एकच ध्येय होतं. ते ध्येय गाठण्यासाठी त्यांना पटत नसूनही अहिंसा आणि सत्याग्रहाचा स्वीकार करावा लागला होता. त्यासाठी अन्नत्याग सत्याग्रह करून दाखवला होता. तुरुंग सुधार समितीने

भगतसिंग व त्यांच्या सहका-यांनी केलेल्या मागण्या मान्यही केल्या. त्यानुसार शिफारसीही जाहीर केल्या. पण त्यांची अंमलबजावणी जाने. १९३० पर्यंत झाली नव्हती. म्हणून त्यांनी ४ फेब्रु.पासून पुन्हा अन्नत्याग सत्याग्रह सुरूही केला. पुन्हा वादळ उठलं. भगतसिंग यांना सहानुभूती दाखविण्यासाठी बरेली तुरुंगात असलेल्या काकोरी खटल्यातील क्रांतिकारक कैद्यांनी अन्नत्याग सत्याग्रह सुरू केला. त्यांच्यातील इतर तुरुंगातील कैद्यांनीही अन्नत्याग सत्याग्रह करून साथ दिली.

या पुन्हा सुरू झालेल्या अन्नत्याग सत्याग्रहाने ब्रिटिश सरकार दचकले, घाबरले. जतिन्द्रनाथ दासांच्या मृत्यूमुळे देश कसा पेटला होता, ही आठवण ते विसरले नव्हते. शेवटी सरकारने १९ फेब्रू. १९३० रोजी कैद्यांना ए, बी आणि सी या तीन वर्गात विभागण्याचे जाहीर केले. ज्या कैद्यांचा गुन्हा नैतिक अधःपतनात येत नाही त्यांना 'ए' वर्गात बसविले, तर 'बी' गटात युरोपियन कैदी, तसेच धनिक कैद्यांना ढकलण्यात आले. काकोरी कट खटल्यातील राजकीय कैद्यांना 'बी' गट मिळाल्याने त्यांनी अन्नत्याग सत्याग्रह सोडला. लाहोर कट खटल्यातील राजकीय कैद्यांना ही सवलत मिळाली नाही तरी आपल्या भाईबंदांना ती मिळाली म्हणून भगतसिंग आणि त्यांच्या सहका-यांनीही अन्नत्याग सत्याग्रह समाप्त केला.

दि. १२ सप्टें. १९२९ रोजी असेंब्लीत एक बिल सादर केले होते. त्यानुसार चौकशीअधीन असलेल्या कैद्यांनी न्यायालयात येण्यास बहिष्कार टाकला. तर त्यांच्या अनुपस्थितीमध्ये खटल्याची सुनावणी होईल ही शंका क्रांतिकारकांना वाटत होती. अशा बीलास सहजपणे मंजूरी मिळणार नसल्याची सरकारला खात्रीही होती. ते बिल पेंडिंग पडले होते म्हणूनच भगतसिंग आणि बटुकेश्वर दत्त यांनी स्पेशल मॅजिस्ट्रेट, लाहोर यांना दि. ११ फेब्रू. १९३० रोजी पत्र पाठवून आपली बाजू भक्कमपणे मांडली. "आम्ही ब्रिटिश न्यायालयावर बहिष्कार टाकलेला नाही. हे आम्ही प्रथम नमूद करू इच्छितो. आम्ही श्रीमान लुईस यांच्या न्यायालयात जात आहोत... परंतु लाहोर कटाच्या खटल्यात हे (न्यायालयात न जाण्याचे) पाऊल आम्हाला एका विशेष परिस्थितीमध्ये उचलावे लागले. आम्हाला अगदी सुरुवातीपासून जाणवतंय की, न्यायालयातील चुकीच्या निर्णयाच्या वा तुरुंगातील अधिका-यांच्या माध्यमातून आमच्या अधिकाराचा संकोच करून आम्हाला जाणून बुजून त्रास दिला जातो. त्यामुळे आमची बाजू मांडण्यास प्रतिबंध केला जातो."

"आम्हाला अनुभवाने प्रतित होते आहे की, न्यायमूर्तीचं पहिलं मुख्य कर्तव्य म्हणजे न्याय करताना ते निःपक्ष असले पाहिजेत. दोन्ही बाजूच्यावर ते असले पाहिजेत... दुसरी

महत्त्वाची गोष्ट म्हणजे चौकशीअधीन कैद्याची बाजू मांडताना त्यांना कुठल्या कठीण प्रसंगांना तोंड देण्याची पाळी येऊ नये. जर काही अडचणी असतील तर त्या त्यांनी दूर कराव्यात. असे घडत नसेल तर सारा खटला म्हणजे थट्टामस्करीच होऊन जाईल; परंतु अशा महत्त्वपूर्ण खटल्यात न्यायमूर्तींचं वागणं अगदी उलट असंच आहे. म्हणून आम्हाला मुख्य मुद्यावर निवेदन देण्याची नाइलाजानं गरज वाटते."

त्यानंतर पत्राच्या पुढील दोन परिच्छेदात भगतसिंग यांनी अडचणींचा पाढा वाचला आहे. चौकशीअधीन राजकीय कैदी लांबच्या प्रांतातील, मध्यमवर्गातील असल्याने त्यांची बाजू मांडणारांना पुन्हा पुन्हा न्यायालयात येणं कठीण होतंय. ज्यांच्यावर ही जबाबदारी टाकावी, अशा माणसांना आमची भेटही घेण्यास मज्जाव केला जातो. त्यात श्री. बी.के. दत्त (बंगाल), श्री. कमलनाथ तिवारी (बिहार) यांची उदाहरणे दिली आहेत. त्यांना व इतर कैद्यांना त्यामुळे त्यांचे वकील देणेही अशक्य झाल्याचे प्रतिपादन भगतसिंग यांनी केलं आहे.

त्यानंतर स्वतःचे उदाहरण घेत ते या पत्रात लिहितात. "माझा कोणी वकील नाही किंवा पूर्ण काळासाठी मी वकीलही देऊ शकत नाही म्हणून मी कायद्याच्या काही महत्त्वाच्या मुद्याबाबत स्पष्टीकरण करू इच्छितो. विशेष परिस्थितीमध्ये हे मुद्दे वकिलांनीच पाहावेत असं मला वाटलं, पण वकिलांना बसायला जागाही दिली गेली नाही. आमची बाजू लंगडी पडण्यासाठी, आम्हाला त्रास देण्यासाठीच अधिका-यांची ही जाणूनबुजून खेळली गेलेली चाल आहे.... असं वागवून बाजू मांडणा-या वकिलाची जिद्द कमी केली जाते आहे. मला माझ्या खटल्यासंबंधी कायदेशीर सल्लागाराशी विचारविनिमय करायचा होता आणि या मुद्यावर मला हायकोर्टात न्याय मागण्यासाठी त्यांना सांगायचे होते, पण त्यांच्याबरोबर या गोष्टी बोलण्यासाठी मला वेळच मिळाला नाही. त्यामुळं काहीच घडू शकलं नाही. याचा काय अर्थ आहे? खटला कायद्यानुसार चालवला जातोय हे दाखवून लोकांच्या डोळ्यात धूळ फेकली जातेय! आपली बाजू मांडण्यासाठी कैद्यांना वेळ का दिला नाही? या गोष्टीबद्दल आम्ही आमचा राग व्यक्त करीत आहोत. जर सर्व काही योग्य पद्धतीने होत नसेल तर सुनावणीच्या तमाशाची काही गरजच नाही. न्यायाच्या नावावर अन्याय होत असलेला आम्ही पाहू शकत नाही. अशा परिस्थितीमध्ये आम्ही विचार केला की, जीव वाचविण्यासाठी आम्हाला योग्य वेळ आणि संधी मिळाली पाहिजे. किंवा आमच्या अनुपस्थितीमध्ये चाललेल्या सुनावणीत आम्हाला सजा भोगण्यासाठी तयार राहायला पाहिजे."

कैद्यांना वर्तमानपत्रे पुरविण्याची तिसरी तक्रारही भगतसिंग यांनी पुन्हा या पत्रात

केली आहे. ते पुढे लिहितात. "चौकशीअधीन कैद्यांना दंड, शिक्षा झालेल्या कैद्याप्रमाणे मानणे गैर व चुकीचे आहे. तसे मानणे योग्य नाही. जामिनावर न सुटलेल्या कैद्यांनाही शिक्षा झालेल्या कैद्याप्रमाणे त्रास देता कामा नये. प्रत्येक चौकशीअधीन कैद्यांना कमीत कमी एक वर्तमानपत्र मिळण्याचा अधिकार आहे. न्यायालयही काही तत्त्वाद्वारे आम्हाला दररोज एक इंग्रजी वर्तमानपत्र देण्याबाबत सहमत झाले आहे; परंतु अपूर्ण वस्तू नसल्यापेक्षा असणे अधिक वाईट असते. इंग्रजी न जाणणा-यांना त्याचा काय उपयोग? त्याला स्थानिक भाषेतील वर्तमानपत्रे मिळण्याची आमची विनंती फोल ठरली आहे. म्हणून आम्ही इंग्रजी भाषेतील दैनिक 'ट्रिब्यून' परत करून आम्ही आमची नाराजी आणि राग व्यक्त केला आहे."

"या तीन आधारावर आम्ही दि. २९ जाने. १९३० रोजी न्यायालयात येण्यास नकार दिला आहे. जेव्हा आमच्या अडचणी दूर केल्या जातील तेव्हा आम्ही आनंदाने न्यायालयात येण्यास तयार आहोत."

या विनंतीचा विचार एप्रिल १९३० अखेर लाहोरच्या स्पेशल मॅजिस्ट्रेटने केला नाही. याचाच अर्थ ते लाहोर कट खटल्यातील राजकीय कैद्यांच्या बाबतीत पूर्वग्रहदूषीत होते, हे स्पष्ट होते.

(२४)

लाहोर कट खटल्याची सुनावणी संपवून राजकीय क्रांतिकारी कैद्यांना कडक शिक्षा जाहीर करण्यास ब्रिटिश सरकार उतावीळ झाले होते, तर कायद्याच्या लढाईत वेगवेगळे मुद्दे पुढे करून भगतसिंग हा खटला लांबविण्यात यशस्वी ठरत होते. खटला जितका लांबेल तितका त्यांचा आपल्या तत्त्वाच्या प्रचारासाठी उपयोग करून घेऊन जनतेला ब्रिटिशांविरुद्ध पेटविण्याचा त्यांचा हेतू सफल होऊ लागला होता. त्यातच दि. २६ जाने. १९३० रोजी देशाच्या कानाकोप-यातून लोकांनी समारंभपूर्वक स्वातंत्र्याच्या प्रतिज्ञा घेतल्या. दि. १२ मार्च १९३० ला म. गांधींनी आपल्या निवडक सोबत्यांसह दांडीयात्रा सुरू केली. मिठाचा कायदा मोडला. सारा देश या कायद्याच्या चिंध्या करीत होता. या सर्व गोष्टीचे मूळ भगतसिंग यांच्या डावपेचात आणि संघर्षात होते. हेच ब्रिटिशांना नको होते आणि सर्वशक्तीमान इंग्रज सरकारला त्यांच्या इच्छेप्रमाणे या खटल्याची वासलात लावण्यापासून कोण रोखणार होते?

दि. १ मे १९३० रोजी अखेरीस गव्हर्नर जनरल लॉर्ड आर्यविनने एक विशेष हुकूम

जाहीर केला. त्याचे नांव होते, 'लाहोर षड्यंत्र केस आर्डिनन्स'. या कायद्याने तीन न्यायमूर्तींची 'विशेष ट्रिब्युनल' म्हणून नियुक्ती केली गेली. या ट्रिब्युनलला भरमसाठ अधिकार प्रदान केले होते. या खटल्यातील क्रांतिकारी कैद्याच्या गैरहजेरीत, तसेच दोन्ही बाजूंच्या वकिलांच्या गैरहजेरीत आणि साक्षीदारांच्या गैरहजेरीत खटला चालवून निर्णय देण्याचा अधिकार या विशेष ट्रिब्युनलला मिळाला होता. म्हणजे ब्रिटिश सरकारच्या अन्यायाने शेवटचे टोक गाठले होते !

लाहोर कट खटल्याची 'विशेष ट्रिब्युनल'तर्फे सुनावणी होणे म्हणजे न्यायाचा तमाशाच झाला होता. या ट्रिब्युनलमध्ये तीन सभासद होते. न्यायमूर्ती जे. कोल्ड स्ट्रीम हे अध्यक्ष होते, तर न्यायमूर्ती आगा हैदर आणि न्यायमूर्ती जी.सी. हिल्टन हे सदस्य होते. एम.सी.एच. कार्डननोड हे सरकारी वकील होते.

भगतसिंग यांना या खटल्याच्या परिणामाची चांगली कल्पना होती, पण मिळणा-या शिक्षेबद्दल ते बेफिकीर होते. कारण त्यांना आपल्या जिवाची पर्वा नव्हती. ते आपले विचार जनतेपर्यंत पोहोचविण्यासाठी हरत-हेचे प्रयत्न करीत होते. विशेष ट्रिब्युनलच्या स्थापनेच्या दुस-या दिवशी त्यांनी भारतसरकारच्या गव्हर्नर जनरलला जे पत्र पाठवले ते भगतसिंग यांच्या बुद्धिकौशल्याची चुणूक दाखवणारे असेच आहे. त्या पत्रातील मजकूर खालीलप्रमाणे आहे. "आमचा खटला त्वरित संपविण्यासाठीचा ऑर्डिनन्स आम्हाला वाचून दाखविला. त्यासाठी पंजाब हायकोर्टाने आपल्या अधिकारात एका ट्रिब्युनलची नियुक्ती केली आहे....या संबंधात आमचं म्हणणं देणं आम्ही आवश्यक समजतो."

"आम्हाला सुरुवातीपासून ठाऊक आहे की, सरकार जाणून-बुजून आमच्याबद्दल चुकीचा समज पसरवीत आहे. शेवटी ही एक लढाईच आहे आणि आम्ही चांगल्या प्रकारे जाणतो की आपल्या शत्रूशी सामना करताना गैरसमज पसरविण्यात सरकारचा हात कोणीही धरणार नाही. अशा घृणास्पद कृतींना प्रतिबंध करण्याचे आमच्याकडे कुठलेच साधन नाही; परंतु काही गोष्टी ध्यानात धरून आम्ही काही गोष्टी सांगण्यासाठी नाइलाज झाल्याने तयार झालो आहोत."

पत्राच्या तिस-या व चौथ्या परिच्छेदात भगतसिंग यांनी अन्नत्याग सत्याग्रहाचा थोडक्यात आढावा घेतला. 'सामान्य समज असलेल्या व्यक्तीला ही गोष्ट कळेल की या खटल्यात अन्नत्याग सत्याग्रहाचा काही संबंध येत नसल्याचे सांगून भगतसिंग यांनी लाहोर कट खटल्याच्या अध्यादेशात अन्नत्याग सत्याग्रहाची क्रिया समाविष्ट केल्याबद्दल न्यायमूर्तींची

खिल्ली उडविली आहे. अध्यादेश जारी करण्यामागे अन्नत्याग सत्याग्रह हे कारणच नाही. दुसरेच काहीतरी त्यांच्या मनात असल्याने या अध्यादेशाच्या बेकायदेशीरपणावर कायद्याने हस्ताक्षर केले असल्याचे भगतसिंग यांनी बजावले आहे. या पत्रातील शेवटचे तीन परिच्छेद मुळातून वाचण्यासारखे आणि त्यावर चिंतन करण्यासारखे आहेत. ते परिच्छेद खालीलप्रमाणे आहेत.

"आम्ही आपणास सांगू इच्छितो की त्या अध्यादेशाने आमच्या भावना पायदळी तुडविल्या जाणे अशक्य आहे. आपण काही माणसांना पायदळी तुडविण्यात यशस्वी व्हाल देखील, पण लक्षात ठेवा आपण या राष्ट्राला पायदळी तुडवू शकणार नाही. जिथपर्यंत या अध्यादेशाचा संदर्भ पाहता या अध्यादेशाची निर्मिती म्हणजे आमचा शानदार विजयच झाल्याचे आम्ही मानतो. आम्ही प्रथमपासून हे सांगण्याचा प्रयत्न करीत आहोत की, आपला हा कायदा एक सुंदर लबाडी आहे. हा कायदा न्याय देऊ शकत नाही. दुःखाची गोष्ट अशी आहे की, ज्या सोइसवलती तुरुंगातील गुन्हेगारांना न्यायासाठी दिल्या जातात त्या सुख-सोइ-सवलती आम्हा राजकीय क्रांतिकारी कैद्यांना दिल्या जात नाहीत. आम्ही मागणी करतो की, सरकारने पडद्याबाहेर येऊन जाहीर करावे की, 'राजकीय क्रांतिकारी कैद्यांना आपली बाजू मांडण्याची संधीच दिली जाणार नाही.'

"आम्हाला वाटते की, हीच गोष्ट सरकारने स्पष्ट रूपात स्वीकारलेली आहे. आम्ही आपल्या सरकारच्या या स्पष्टवक्तेपणाबद्दल आपणास धन्यवाद देतो आणि या अध्यादेशाचे स्वागत करतो."

"आपले प्रतिनिधी स्पेशल मॅजिस्ट्रेट आणि फिर्यादी पक्षाचे वकील यांची डोकी नेहमीच आमच्या योग्य व्यवहाराचा स्वीकार करण्याऐवजी फक्त आमच्या खटल्याच्या संदर्भात विचार करून भयंकर खवळलेली आहेत. आमच्या या संघर्षाच्या शानदार विजयाचं याच्यापेक्षा दुसरं उदाहरण काय असू शकत?"

या पत्रापेक्षा भगतसिंग आणि इतर पाच साथीदारांनी मिळून लिहिलेलं दि. ५ मे १९३० चं पत्र मोठं बोलकं तर आहेच, पण भगतसिंग यांच्या वैचारिकतेचं, अन्यायकारी इंग्रजी राज्यावरील रागाचं आणि स्वातंत्र्य, आणि न्यायाबद्दलच्या प्रेमाचं ते जिवंत उदाहरण आहे. ते संपूर्ण पत्र वाचकांच्या सेवेत सादर करताना कुणालाही धन्यताच वाटेल. हे पत्र त्यांनी कमिशनर, विशेष ट्रिब्युनल, लाहोर कट खटला, लाहोर यांना उद्देशून लिहिले आहे.

"महोदय,

आमच्या सहा सोबत्यांच्या-साथीदारांच्या वतीने-त्यात मी एक आहे-खालील निवेदन या खटल्याच्या सुरुवातीस सादर करणं आवश्यक आहे. आम्हाला वाटतं की, ते दाखल करून घ्यावं."

"आम्ही या खटल्याच्या सुनावणीत कसल्याही प्रकारचा भाग घेऊ इच्छित नाही. कारण आम्ही या सरकारला न्यायाधिष्ठ सरकार असल्याचे मानत नाही किंवा कायद्याच्या आधारावर स्थापन झाल्याचेही समजत नाही. आम्ही आत्मविश्वासपूर्वक घोषित करतो की, 'सा-या शक्तीचा आधार मनुष्य आहे. कोणी एक व्यक्ती किंवा सरकार हेही या शक्तीचे मालक नाही. कारण ती शक्ती जनतेने त्यांना दिलेली नाही. कारण हे सरकार या तत्त्वाच्या विरुद्ध आहे. त्यामुळे त्यांचं अस्तित्वदेखील योग्य नाही. असली सरकारे जी राष्ट्राला लुटण्यासाठी एकत्र होतात त्यांच्यात तलवारीच्या शक्तीशिवाय कायम राहण्यासाठी कुठलाच आधार उरत नाही. म्हणूनच ते पूर्ण शक्तीने स्वातंत्र्याच्या विचाराच्या लोकांच्या इच्छांना पायदळी तुडवत आहेत. आम्हाला खात्री वाटते की, अशी सरकारे विशेष करून इंग्रजी सरकार जे असहाय आणि असहमत भारतीय राष्ट्रावर लादली गेलेली आहेत. गुंड आणि दरोडेखोर आणि लुटारू च्या टोळ्यांनी लोकांना नागडे उघडे करण्यासाठी आणि अनेकांच्या कत्तली करण्यासाठी सर्व प्रकारच्या शक्ती एकत्र केल्या आहेत. त्यांनी शांतीव्यवस्थेच्या नावावर त्यांच्या विरोधकांना आणि त्यांचे गौप्यस्फोट करणारांना यमसदनाला पाठवले आहे."

"आमची ही दृढ धारणा आहे की, साम्राज्यवाद ही एक डाकिणीच्या दुष्टचक्राशिवाय वेगळी काहीच नाही. साम्राज्यवाद हा माणसाच्या हातून मनुष्याची आणि राष्ट्राच्या हातून राष्ट्राची पिळवणूक करण्याचे अंतिम टोक आहे. साम्राज्यवादी आपल्या हितासाठी लुटीच्या योजना पूर्ण करण्यात केवळ न्यायालये तसेच कायद्याचा मुडदा पाडीत नाहीत, तर भयंकर खूनखराबा करण्यास मागेपुढे पाहत नाहीत. आपल्या शोषणाची भूक भागविण्यासाठी भयंकर युद्धासारखे गुन्हे ते करीत आहेत. जेथे काही लोक त्यांच्या अन्यायी शोषणकारी मागण्यांचा स्वीकार करण्यास नकार देतात किंवा त्यांना उद्ध्वस्त करणारे आणि त्यांच्या घृणास्पद कुचक्राला मानण्यास तयार होत नाहीत, अशा निरपराध लोकांच्या कत्तली करण्यास संकोचत नाहीत. शांतिव्यवस्थेच्या नावावर ते शांतिव्यवस्था भंग करीत असतात. कोलाहल माजवत ते लोकांच्या हत्या करतात."

"स्वतंत्रता हा प्रत्येक मनुष्याचा कधीही न मिटणारा अधिकार आहे. प्रत्येक मनुष्याला आपल्या श्रमाचे फळ मिळविण्याचाही सर्व प्रकारचा अधिकार आहे. प्रत्येक राष्ट्र हे मूलभूत

नैसर्गिक संसाधनाचा संपूर्ण मालक आहे. जर कोणते सरकार जनतेला त्याच्या अधिकारापासून अलग पाडीत असेल, तर जनतेचा केवळ अधिकारच नाही; परंतु आवश्यक कर्तव्य असते की, त्यांनी असे सरकार समाप्त केले पाहिजे. कारण ब्रिटिश सरकार या तत्त्वाच्या पूर्णपणे विरोधी आहे. त्यासाठी आम्ही त्यांच्या विरुद्ध लढत आहोत म्हणून आमचा दृढ विश्वास आहे की, कोणत्या पद्धतीने या देशात क्रांती घडवून आणणे शक्य आहे आणि या सरकारचा पूर्णपणे नाश केला जाऊ शकेल, यासाठी प्रत्येक प्रयत्न आणि स्वीकारल्या गेलेल्या सा-या पद्धती नैतिक स्तरावर योग्यच मानाव्या लागतील. आम्ही आजच्या सामाजिक, आर्थिक आणि राजकीय क्षेत्राच्या पद्धतीत क्रांतिकारक परिवर्तन घडवून आणण्याच्या पक्षाचे आहोत. आम्ही वर्तमानकाळातील समाजाला पूर्ण ताकदीने एका सुगठित समाजात बदलण्याची इच्छा बाळगणारे आहोत. अशात-हेने मनुष्याच्या हातून मनुष्याचे शोषण अशक्य करण्यासाठी, सर्वांसाठी सर्व क्षेत्रात पूर्ण स्वतंत्रता विश्वासार्ह बनवली जाईल. जोपर्यंत सारी सामाजिक पद्धती बदलत नाही आणि त्या स्थानी समाजवादी समाज प्रस्थापित होत नाही तोपर्यंत सारे जग विनाशकारी प्रलयकारी संकटात गटांगळ्या खात राहील. याची आम्हास संपूर्ण जाण आहे."

"आम्ही घोषणा करतो की, जिथपर्यंत शांतीपूर्ण किंवा अन्य पद्धतीची क्रांतिकारी आदर्शाची स्थापना करण्याचा संबंध आहे, तोपर्यंत तत्कालीन सरकारच्या मर्जीवर त्याचा निर्णय होणं अवलंबून आहे. आमच्या माणुसकीच्या, प्रेमाच्या, भावनांच्या कारणांमुळे आम्ही मानवतेचे पुजारी आहोत. आम्ही कायमस्वरूपी आणि स्वाभाविक शांतीची आस बाळगतो. त्याचा आधार न्याय आणि समता आहे. आम्ही खोट्या आणि दिखावटी शांतीचे समर्थक नाही."

"क्रांतिकारक बॉम्ब आणि बंदुकांचे साह्य ते शेवटच्या परिस्थितीमध्ये घेतात आणि शेवटच्या क्षणी नाइलाज म्हणून त्याचा स्वीकार करतात. आमचा विश्वाश पक्का आहे की, शांतता आणि कायदा मनुष्यासाठी असतो. मनुष्य शांतता आणि कायद्यासाठी नसतो."

"कायद्याची आंतरिक मूळ भावना वा हेतू स्वतंत्रता समाप्त करण्यासाठी अडचणी निर्माण करण्याचा नाही, तर स्वतंत्रता सुरक्षित राखण्यासाठी आणि तिला पुढं विकसित करण्यासाठी आहे. हे फ्रान्सच्या न्यायमूर्तींचं म्हणणं अगदी योग्य आहे. सरकारला कायद्याची अशी योग्य शक्ती बनवायला हवी की, ज्या शक्तीमुळे केवळ सामूहिक, सामाजिक हित वृद्धिंगत होण्यास त्याचा उपयोग होईल आणि तो कायदा जनतेच्या इच्छा-आकांक्षावर आधारलेला असेल. या

विधानाच्या मर्यादेवा भंग न्यायाची चाड असणा-या कुणालाही करता येणार नाही."

"जोपर्यंत कायदा जनतेच्या भावनेचे प्रकटीकरण करतो, तोपर्यंत कायद्याची पवित्रता राखली जाऊ शकते. जेव्हा कायदा शोषण करणा-या समूहाच्या हातातील कागदाचा तुकडा बनतो तेव्हा तो कायदा आपली पवित्रता आणि महत्त्व गमावून बसत असतो. न्याय देणा-याने मूलतः प्रत्येक प्रकारचा लोभ आणि लाभ किंवा हित आणि सुखाला तिलांजली दिली पाहिजे. ज्यावेळी कायदा आवश्यक सामाजिक गरजा पूर्ण करण्यास असमर्थ ठरेल त्यावेळी तो अत्याचार आणि अन्याय वाढवायचे शस्त्र बनत असतो. अशा कायद्याला चालू ठेवणं म्हणजे सामाजिक हितावर ढोंगी लोकांची लादलेली जबरदस्ती होय."

"सद्यकालीन सरकारचे कायदे परदेशी सरकारच्या हितासाठी वापरले जात आहेत आणि आम्हा लोकांच्या हिताच्या विरोधी आहेत, म्हणूनच आमच्यावर या कायद्याच्या संबंधातील कसल्याही प्रकारचे सदाचरण लागू होत नाही."

"म्हणून प्रत्येक भारतीयांची ही जबाबदारी-जिम्मेदारी आहे की या कायद्याच्या विरुद्ध आवाज उठविला पाहिजे. एवढेच नव्हे तर या कायद्याला ठोकरून दिले पाहिजे. इंग्रजी न्यायालय हे शोषणाचे माध्यम बनले आहे. ते न्याय देऊ शकत नाही. विशेषकरून राजकीय क्षेत्रात जेथे सरकारने लोकहित, यामध्ये भांडण, संघर्ष, ताणतणाव आहेत, तेथे हे न्यायालय न्यायाचे थोतांड याशिवाय काहीच नाही."

"या कारणासाठी आम्ही या खटल्याच्या सुनावणीत सहभागी होण्यास नकार देत आहोत आणि या खटल्याच्या कार्यवाहीवर आम्ही बहिष्कार टाकत आहोत."

नोट : दि. ५ मे १९३० रोजी न्यायमूर्तींनी नोंद केली आहे की हे निवेदन रेकॉर्डमध्ये ठेवले जावे; परंतु याची प्रत कुणालाही देऊ नये. कारण या निवेदनात आपल्या इच्छेविरुद्ध गोष्टी लिहिल्या आहेत. यावरून भगतसिंग यांच्या या स्फोटक निवेदनाचा धसका न्यायमूर्तींनी घेतला असल्याचेच सिद्ध होते.

भगतसिंग यांच्या न्यायालयीन कामकाजावर टाकलेल्या बहिष्काराने लोकचळवळीला बळ मिळाले. दि. ५ मे १९३० ला खटला पूंच हाऊसमध्ये चालू झाला. क्रांतिकारक कैद्यांना लॉरीमधून पूंच हाऊसमध्ये आणण्याच्या सोइ केल्या. हे राजकीय कैदी क्रांतीची गाणी म्हणत आणि 'इन्कलाब जिंदाबाद'च्या घोषणा देत न्यायालयात आले. न्यायमूर्ती रागाने बेभान झाले. गीतांचा व घोषणांचा अर्थ त्यांना समजावून सांगितल्यावर तर ते रागाने थरथरू लागले. तरीही शांत राहून या राजकीय कैद्यांना त्यांनी प्रश्न केला, "आपणास वकील

द्यायचा असेल तर सरकारतर्फे खर्च करून तशी व्यवस्था करण्यात येईल." सर्वांनी या प्रस्तावास नकार दिला, पण भगतसिंग यांनी सा-यांतर्फे सांगितलं की, "मला एका वकिलाची आवश्यकता आहे. तो वादविवाद करणार नाही फक्त न्यायालयाच्या कार्यवाहीची चौकशी करीत राहील." भगतसिंग यांनी त्यासाठी बॅ. दुनीचंदाचं नाव सांगितलं. ट्रिब्युनलने त्यांची सूचना स्वीकारली, पण दुस-या दिवशी पुन्हा भगतसिंग व त्यांचे साथीदार क्रांतीगीते गात आणि घोषणा देत न्यायालयात आले. न्यायमूर्ती पुन्हा चिडले. गाणी व घोषणा बंद करण्याचे त्यांनी हुकूम दिले, पण क्रांतिकारक कैद्यांनी ते मानले नाहीत. तेव्हा पोलिसांनी क्रांतिकारक कैद्यांवर हल्ला केला. लाथाबुक्क्यांचा मार सुरू केला. लाठीचे प्रसाद मिळू लागले. हे दृश्य इतके बीभत्स होते की, ट्रिब्युनलमधील एक भारतीय न्यायमूर्ती आगा हैदर यांना न्यायालयात बसवेना. ते उठले, बाहेर जायला निघाले. ते बाहेर जाते तर ट्रिब्युनलची प्रतिष्ठा धूळीला मिळाली असती, म्हणून अध्यक्षांनी त्यांना विनंती करून थांबविले. मारहाणीचे दृश्य पाहणे नको म्हणून न्यायमूर्ती आगा हैदर डोळ्यापुढे वर्तमानपत्र धरून बसून वाचत राहिले. आणि अध्यक्षांनी एक दिवसासाठी न्यायालयाचे कामकाज थांबविले! या संदर्भात आगा हैदरनी लिहून ठेवले की, "मी चौकशीअधीन क्रांतिकारी कैद्यांना तुरुंगात पाठविण्याच्या आदेशात सहभागी नव्हतो व जे घडले त्यास मी जबाबदार नव्हतो. मी या घटनेशी कोणत्याही प्रकारे संबंधित नाही."

याचा क्रांतिकारी कैद्यावर चांगला परिणाम झाला. ते बहिष्कारात सामील झाले. भगतसिंग यांना एवढे समाधान होते की, या ट्रिब्युनलमध्ये त्यांच्यावर व देशावर प्रेम करणारे स्वतंत्र व्यक्तिमत्त्वाचे एकतरी न्यायमूर्ती आगा हैदर होते. क्रांतिकारक कैद्यांच्या विरुद्ध खोटे खटले भरल्याबद्दल त्यांनी पोलिसांची कानउघाडणी केली होती.

या गोष्टी ट्रिब्युनलच्या अध्यक्षांना कशा आवडणार? त्यांनी वरच्या अधिका-याकडे तक्रार केली. न्यायमूर्तींना सरकारी वकिलांमार्फत प्रलोभने दाखविली, पण आगा हैदर बधले नाहीत. तेव्हा त्यांना शिपायास सांगून घरी पाठविण्यात आले. अशा व्यक्ती न्यायमूर्ती म्हणून ट्रिब्युनलमध्ये राहिल्या, तर सरकारला मनमानी कशी करता येईल? बाहेर लोकचळवळ उफाळून येत होती. ब्रिटिशांचा धीर सुटत होता. त्यांनी 'शांतता व सुव्यवस्था राखण्यासाठी आणिबाणीची परिस्थिती निर्माण झाल्याचे जाहीर केले.'

या घटना पाहून व्हॉइसरॉयने नवा अध्यादेश काढून जूनी ट्रिब्युनल रद्द केली. त्याजागी नवीन ट्रिब्युनल दि. २१ जून १९३० रोजी स्थापन केली. त्यात पूर्वीच्या ट्रिब्युनलमधील एक

सदस्य न्यायमूर्ती जी.सी. फिल्टनला नवीन ट्रिब्युनलचे अध्यक्ष केले आणि न्यायमूर्ती अब्दूल कादीर आणि न्यायमूर्ती जे.के. टैप यांना सदस्य केले. या ट्रिब्युनलपुढे चौकशीसाठी येण्यासही क्रांतिकारी कैद्यांनी अमान्य केले. तेव्हा या नवीन ट्रिब्युनलपुढे तीन महिने एकतर्फी कार्यवाहीचा तमाशा चालू राहिला. दि. २६ ऑगष्ट १९३० रोजी न्यायालयाने क्रांतिकारक कैद्यांना संदेश पाठविला, "इच्छा असेल तर खटल्यात आपला बचाव करण्यास स्वतः किंवा वकिलाचा प्रबंध करावा. साक्षीदारही पुढे आणावेत." परंतु क्रांतिकारक कैद्यांनी काहीही केले नाही.

या ट्रिब्युनलला खटला चालविण्यासाठी बेसुमार अधिकार दिले गेले. आरोपीच्या गैरहजेरीत खटला चालविण्याचा अधिकार त्यांना दिला गेला. आरोपीचा वकील देण्याचाही अधिकार काढून घेतला. आरोपींना साक्षीदार उभे करण्यासही बंदी घातली. फाशीसकट कोणतीही सजा देण्यास त्यांना मुक्त परवाना दिला गेला. या शिक्षेविरुद्ध अपील करण्याचाही अधिकार काढून घेतला गेला. लोकशाही असलेल्या जगाच्या इतिहासात अशाप्रकारे न्यायाचा खून करणारे न्यायालय म्हणून त्याची जगात छी-थू होण्यासारखे हे एकमेव न्यायालय होऊन गेले, अशीच नोंद भावी इतिहासकार करतील यात शंका नाही.

भगतसिंग व त्यांचे साथीदार यांना निकाल काय लागेल याची कल्पना आली, तरीही ते स्थितप्रज्ञासारखे शांत होते. दोन-तीन आठवड्यात लाहोर कट खटल्याचा निकाल लागण्याची शक्यता होती. त्यावेळी म्हणजे दि. १६ सप्टें. १९३० रोजी केंद्रीय तुरुंग लाहोर येथून भगतसिंग यांनी आपल्या छोट्या भावाला दोन पत्रे लिहिली. त्यावरून भगतसिंग यांच्या मनःस्थितीची कल्पना येऊ शकते. ते लिहितात, "जास्तीत जास्त या महिनाअखेरीस खटल्याचा निकाल जाहीर होईल. तेव्हा येथे आपली भेट होणं शक्य नाही. झाली तर दुस-या तुरुंगात होईल... वकिलास पाठविता आले तर पाठव. प्रिव्ही कॉन्सिलच्या संदर्भात एक महत्त्वाची गोष्ट सांगू इच्छितो, आईसाहेबांना धीर दे. घाबरू नकोस."

दि. २५ सप्टे. १९३० रोजी लिहिलेल्या दुस-या पत्रात ते धाकट्या भावाला धीर देत आहेत. ते लिहितात, "शेवटी तुम्हाला ठाऊक झाले की, तुरुंगाधिकारी भेटण्यास परवानगी देत नाहीत. तेव्हा आईसाहेबांना का बरोबर आणता? मला कळतंय की, यावेळी ती फार घाबरलेली आहे, पण या घाबरण्याचा आणि त्रास घेण्याचा काय फायदा?... मला कळाले आहे की, त्या खूप रडत आहेत. त्यामूळे माझीही बेचैनी वाढलीय. घाबरण्याची काही बाब नाही आणि यामुळे हाती काहीच लागणार नाही. सर्व संकटाचा धीरानं सामना कर. शेवटी लक्षात घे की, या जगात दुसरे हजारो लोकदेखील संकटात फसलेले आहेतच की. तेव्हा एक वर्षभर गाठीभेटी करण्याने तृप्ती झाली नाही तेथे आता चारपाच भेटी झाल्याने धीर येण्याची

शक्यता नाही. माझी कल्पना अशी आहे की, निकाल जाहीर झाल्यानंतर भेटीसाठी परवानग्या दिल्या जातील; परंतु भेटण्यास परवानगी मिळाली नाही म्हणून घाबरून जाण्यात काय फायदा?"

हे पत्र लिहिल्यानंतर भगतसिंग यांचा तीन दिवसांनी वाढदिवस येत होता. दि. २८ सप्टे. १९३० रोजी भगतसिंग २३ वर्षे पूर्ण करून २४ व्या वर्षात पदार्पण करीत होते. त्यांचा तो वाढदिवस त्यांनी तुरुंगात साजरा केला असेल? कसा केला असेल? त्यावेळच्या त्यांच्या दुःखाचं वर्णन करता येणं शक्य नाही. तसेच त्यांच्या धीराचं वर्णन करण्यास महाकवीचे शब्दही अपुरे पडतील! भगतसिंग धीराचा महामेरू होता. हे अनेक वेळा सिद्ध झाले!

खटल्याचा निकाल जाहीर होण्याअगोदरच्या दोन दिवसांपूर्वीची रात्र! त्या दिवशी ५ आक्टोबर ही तारीख होती. तुरुंगात भोजनाचा कार्यक्रम ठेवला होता. हे शेवटचं भोजन होतं. या भोजनात काही तुरुंगाधिकारीही सहभागी झाले होते. निकालानंतर इतके दिवस बरोबर राहिलेल्यांचा निरोप घ्यायचा-द्यायचा होता. भगतसिंग आणि त्यांचे क्रांतिकारी सोबती मोठ्या मौजमजेत, मस्तीत वागत होते. जणू काही त्यांची तुरुंगातून निर्दोष म्हणून सुटकाच होणार होती. अशा भावनेने सारे वागत होते. एकमेकांची थट्टामस्करी करीत होते. मृत्यूला आपला जिवलग मित्र मानणा-या या क्रांतिकारकांच्या मुक्त वागण्याने अधिकारीदेखील आश्चर्यचकित झाले. त्यांनी आपली दुःखे कशी हृदयाच्या कप्प्यात लपवली असतील? डोळ्यात दाटून येणारे अश्रू येण्यापूर्वीच त्यांनी कसे पिऊन टाकले असतील? त्यांच्या मनाची होणारी घालमेल कशी दाबून टाकली असेल? युद्धात लढणा-या योद्ध्यापेक्षा हे क्रांतिकारक योद्धे खरे शूरवीर पराक्रमी होते. यात शंकाच नाही. त्यांच्या त्यावेळच्या भावना कुणालातरी शब्दबद्ध करता येतील का?

दोन दिवसांनी दि. ७ आक्टों. १९३० रोजी ट्रिब्युनलचा विशेष दूत तुरुंगात आला आणि त्याने ट्रिब्युनलचा निर्णय क्रांतिकारक कैद्यांना जाहीर केला. न्यायालयीन इतिहासामध्ये न्यायमूर्तींनी निकाल जाहीर करण्याऐवजी त्यांच्या दूताने तो जाहीर करण्याची पहिलीच घटना असावी. कदाचित न्यायमूर्तीचा या संदर्भात गिल्टी काँन्शस जागा झाला असावा!

ट्रिब्युनलने काय निकाल दिला होता? हा ऐतिहासिक निकाल खालीलप्रमाणे होता.

भगतसिंग, सुखदेव आणि राजगुरू या त्रिमूर्तींना फाशीची शिक्षा झाली, तर विजयकुमार सिन्हा, शिव वर्मा, कमलनाथ तिवारी, गयाप्रसाद, जयदेव कपूर, महावीरसिंह आणि किशोरीलाल या सात क्रांतिकारकांना आजन्म काळ्या पाण्याची शिक्षा फर्मावली. कुंदनलाल यांना सात वर्षांची आणि प्रेमदत्त यांना तीन सालाची कठोर कैदेची शिक्षा झाली. अजय घोष, सुरेंद्रनाथ

पांडे, मास्टर आशाराम, देशराज आणि जितेंद्रनाथ सन्याल यांची निर्दोष सुटका केली गेली. बटुकेश्वर दत्त यांना या खटल्यातून पूर्वीच मुक्त केले होते आणि जतिन्द्रनाथ दास हे अन्नत्याग सत्याग्रह करून शहीद झाले होते.

हा निकाल लोकांना लवकर समजू नये याची सरकारने खूप काळजी घेतली होती पण अशा बातम्या वा-यासारख्या सर्वत्र पसरत असतात. त्या ऐकून आपला इंग्रज राज्यकर्त्यांबद्दलचा राग आणि रोष व्यक्त करण्यासाठी लोक पेटून उठले. १९४ कलम जारी असतानाही लाहोरमधील नगरपालिकेच्या मैदानावर भलीमोठी सभा झाली. वर्तमानपत्रांनी विशेषांक काढले. शिक्षा झालेल्या क्रांतिकारकांच्या फोटोंनी वर्तमानपत्रे भरली होती. सरकारचे पोलिस खाते गोंधळून गेले. गुप्तचर विभाग हैरान-बेचैन झाला. केवळ शिक्षेच्या बातमीने ब्रिटिशांविरुद्ध आगडोंब उसळला, तर भगतसिंग आणि त्यांच्या दोन साथीदारांना फाशी दिल्यावर काय होईल; या कल्पनेने राज्यकर्ते दिडमूढ झाले.

ही आग देशाच्या कानाकोप-यात पसरू लागली. दुस-या दिवशी मोठमोठ्या शहरात सभा, मिरवणुका, मोर्चे यांना धरबंध राहिला नाही. विद्यार्थी संघटनेनं हरताळाचं आव्हान केलं. लाहोरमध्ये सर्व संस्था-दुकाने बंद झाली. अनेक विद्यार्थी आणि महिला अटकेत पडल्या. डी.ए.व्ही. कॉलेजमधील प्राध्यापक आणि ऐंशी विद्यार्थ्यांना खूप बदडले गेले. तरीही लाहोरमध्ये जंगी मिरवणूक निघाली. भगतसिंग, सुखदेव आणि राजगुरू जिंदाबादच्या घोषणांनी आकाश दुमदुमून गेले. काँग्रेस पक्षातर्फेही एक विशाल सभा आयोजित केली गेली. भारतात सर्वत्र या ट्रिब्युनलच्या निर्णयाविरुद्ध निषेध करण्यात आले. हे सारे क्रांतिकारक तरुणांचे नायक बनले. त्यांच्या बलिदानापुढं नतमस्तक झाले. बहुतेक सरकारी अधिकारीदेखील या अन्यायी निर्णयाने क्रांतिकारकांचे समर्थक बनले. 'अजूनही सरकार या वीरांना फाशी देण्यापासून वाचवू शकेल,' असे उघड उघड बोलू लागले.

भगतसिंग, सुखदेव आणि राजगुरू यांची फाशी रद्द व्हावी, यासाठी काहीच करायचे नाही, हे निश्चित केले होते; परंतु पुत्रप्रेमामूळे भगतसिंग यांच्या वडीलांनी- सरदार किशनसिंहांनी ट्रिब्युनलच्या माध्यमातून व्हॉइसरॉयना विनंती अर्ज देऊन त्यात भगतसिंग यांचा बचाव करण्यासाठी वेळ मिळावा म्हणून विनंती केली होती. ती विनंती मान्य झाल्यावर बचाव सादर केला, तर कदाचित भगतसिंग यांची सुटका होऊ शकेल, असे पुत्रप्रेमी पित्याला वाटणं साहजिक होतं. पण भगतसिंग आणि त्यांचे मित्र अगदी वेगळ्या धोरणाने वागत होते. त्यांच्या समजुतीप्रमाणे इंग्रज सरकार बदला घेण्याच्या भावनेने वागत होते. त्यांनी दिलेला

न्याय हे एक थोतांड होते. कुठल्याही पद्धतीचा अवलंब करून ती शिक्षा कार्यवाहीत आणणारच होते मग त्यांना विनंत्या, प्रार्थना करण्यात काय अर्थ उरणार होता? उलट क्रांतिकारकांनी अशी दुर्बलता दाखविली तर लोक चळवळीत अंकुरित होऊ लागलेलं क्रांतीचं बीज वाढण्याची शक्यता कमी होणार होती. या भूमिकेवर भगतसिंग ठाम होते. पण वडीलांनी केलेल्या अर्जाने भगतसिंग यांच्या भावनेचा चेंदामेंदा झाला होता. तरीही आपल्या भावनांना आपल्या विचाराच्या नियत्रणाखाली दाबून ठेऊन त्यांनी दि. ०४ आक्टों. १९३० रोजी जे पत्र लिहिले त्यावरून भगतसिंग यांच्या वेगळ्या आणि तत्त्वाधिष्ठित व्यक्तिमत्त्वाची चांगलीच प्रचिती येते. ते पत्र पुढीलप्रमाणे आहे.

"पूज्य पिताजी,

आपण माझा बचाव करण्यासाठी स्पेशल ट्रिब्युनलकडे एक निवेदन सादर केल्याचे ऐकून मी खूप बेचैन झालो. ही बातमी इतकी यातनादायक होती की, मी ती सहजा-सहजी सहन करू शकलो नाही. या बातमीने माझी अंतरशक्ती भंग झाली आणि मनात उलट सुलट भावनांची गर्दी झाली. मला हे समजत नाही की, सध्याच्या परिस्थितीत या मामल्यात आपण अशात-हेचे निवेदन कसे देऊ शकता?"

"आपला पुत्र असल्याच्या नात्याने मी आपल्या पितृत्वाच्या भावनेचा मनोमन सन्मान आणि आदर करतो; परंतु हे वगळून बोलायचे झाले तर मला वाटते की, माझ्याबरोबर विचारविनिमय केल्याशिवाय निवेदन देण्याचा आपणास काहीच अधिकार नव्हता. आपण हेही जाणता की, राजकीय क्षेत्रात माझे विचार आपल्या विचारापासून वेगळे आहेत. आपली सहमती वा असहमतीचा विचार न करता मी नेहमीच स्वतंत्रपणे काम करीत आलो आहे."

"मला खात्री आहे की, आपणास ही गोष्ट आठवत असेल की, आपण सुरुवातीपासून ही गोष्ट मला पटवून देण्याचा प्रयत्न करीत होता की, हा खटला मी गंभीरपणाने लढवावा आणि आपला बचाव योग्य त-हेने सादर करावा; परंतु आपणास हेही ठाऊक आहे की, नेहमी मी त्यास विरोध केलेला आहे. मी कधीही माझा बचाव करण्याची इच्छा प्रकट केलेली नाही आणि तेव्हाही यावर गंभीरपणाने पाहिले आहे."

"आपण जाणता की, आम्ही एक निश्चित तत्त्वानुसार हा खटला लढवीत आहोत. माझे प्रत्येक पाऊल, या नीती सिद्धांत आणि कार्यक्रमानुसार पडले पाहिजे. आजची परिस्थिती एकदम वेगळी आहे; परंतु जरी परिस्थिती यापेक्षा काही वेगळी असती तरीदेखील बचाव सादर करणा-या व्यक्तीमध्ये मी शेवटचा राहिलो असतो. या खटल्यात माझ्यासमोर एकच

विचार होता, तो म्हणजे आमच्या विरुद्ध जे मजबूत आरोप केले आहेत त्याकडे आम्ही पूर्णपणाने दुर्लक्ष करीत आलो आहोत. माझा हा पक्का विश्वास आहे की, सर्व राजकीय कार्यकर्तांनी अशा परिस्थितीत उपेक्षा दाखविली पाहिजे आणि त्यांना जी कठोरतम शिक्षा दिली जाईल, ती त्यांनी हसत-खेळत सहन केली पाहिजे. या पूर्ण खटल्याच्या कामकाजात आमची योजना याच तत्त्वाशी एकरूप झालेली आहे. आम्ही असं करण्यात यशस्वी झालो की नाही, याचा निर्णय करणं माझं काम नाही. आम्ही आमच्या मतलबाचा, स्वार्थाचा त्याग करून आपले काम करत आहोत."

"लाहोर कट खटल्याचा ऑर्डिनन्स (अध्यादेश) लागू करताना व्हॉइसरॉय यांनी जे वक्तव्य जाहीर केले होते त्यात ते म्हणाले होते की, या खटल्यातील अपराधी शांतता व्यवस्था नष्ट करण्याचे प्रयत्न करू लागले आहेत. यामुळे जी परिस्थिती निर्माण झाली, त्या परिस्थितीमुळे जनतेसमोर ही गोष्ट मांडण्याची आम्हाला संधी मिळाली. आता शांतता आणि कायदा आम्ही समाप्त करत आहोत की आमचे विरोधक ब्रिटिश सरकार? हे जनतेनेच स्वत: पाहावे. या गोष्टीबद्दल मतभेद होऊ शकतात. कदाचित त्यांच्यापैकी एक आपणही मतभेद व्यक्त करणारे असाल; परंतु त्याचा अर्थ असा नाही की, आपण माझा सल्ला घेतल्याबिगर माझ्यातर्फे असे पाऊल टाकावे. तुम्ही विचार करता तेवढे माझे जीवन किंमती नाही. कमीत कमी माझ्यासाठी तरी या जीवनाची इतकी किंमत नाही की, या तत्त्वांनी ते वाचवावे! माझ्याशिवाय माझे इतर साथीदारसुद्धा आहेत. त्यांच्यावरील खटले माझ्या खटल्यापेक्षा मोठे, अवघड आणि गुंतागुंतीचे आहेत. आम्ही एक संयुक्त योजना स्वीकारली आहे. त्या योजनेवर आम्ही शेवटच्या क्षणापर्यंत कायम राहू. आमच्या व्यक्तिगत स्वरूपात बोलायचे तर या बाबीसाठी केवढीही मोठी किंमत द्यावी लागली तरी आम्हाला त्याची कसलीच काळजी वाटत नाही."

"पिताजी, मी अत्यंत खोल दु:खाच्या अनुभवातून जातो आहे. आपणावर माझ्याकडून दोषारोप केले जाईल, याची भीती मला वाटते. त्यापेक्षा अधिक आपल्या या कामाची निंदा करताना मजकडून सभ्यतेच्या सीमा उल्लंघन न होवो आणि माझे शब्द जास्त तिखट, तीव्र होऊ नयेत; परंतु मी आपणास स्पष्ट शब्दात माझे विचार नक्कीच सांगणार आहे. जर कोण्या दुस-या व्यक्तीने माझ्याशी असा व्यवहार केला असता तर मी त्याच्या कृत्याला गद्दारी, विश्वासघाताशिवाय दुसरे नाव दिले नसते; परंतु आपल्या बाबतीत मी एवढेच म्हणेन की, ही एक आपली कमजोरी, दुर्बलता आहे. तीही अगदी खालच्या स्तरावरील कमजोरी!"

"ती एक अशी वेळ होती की, त्यावेळी आम्हा सर्वांची परीक्षा होती. आपण या परीक्षेत अपयशी ठरला आहात, ही गोष्ट मी तुम्हाला सांगू इच्छितो आहे. मी जाणतो की, जेवढी इतर कोणती व्यक्ती देशप्रेमी होऊ शकते तेवढे आपण देशप्रेमी आहात. मी समजतो की, आपले पूर्ण जीवन भारताच्या स्वातंत्र्यासाठी कामी आले आहे; परंतु या वळणावर आपण अशी कमजोरी का दाखवली हेच मला समजत नाही."

"शेवटी मी आपणास आणि आपल्या अन्य मित्रांना तसेच माझ्या खटल्यात रस घेणा-यांना सांगू इच्छितो की, याबाबतीत आपण उचललेली पावले मला बिलकूल पसंत पडली नाहीत. मला बिलकूल आवडलेली नाहीत. मी आजही न्यायालयात आमची बाजू मांडण्याच्या विचाराचा नाही किंवा न्यायालयाने आमच्या काही मित्रांच्या बाजूने सादर केलेल्या स्पष्टीकरणात्मक निवेदन मंजूर केले तरी मी कुठलेही स्पष्टीकरण सादर करू इच्छित नाही."

"अन्नत्याग सत्याग्रहाच्या काळात ट्रिब्युनलला जे निवेदन पत्र मी दिले होते आणि त्या दिवसात मला जो साक्षात्कार झाला होता, तोही चुकीच्या अर्थाने समजून घेतला गेला आहे आणि वर्तमानपत्रात ही बाब प्रकाशित केली की, मी माझे स्पष्टीकरण सादर करू इच्छितो. कारण की, मी नेहमीच स्पष्टीकरण करण्याच्या विरोधात राहिलो आहे. आजदेखील हेच माझे मत आहे, जे पूर्वीही होते."

"बोर्स्टल तुरुंगातील माझे मित्र असलेले कैदी या गोष्टीला माझ्यातर्फे गद्दारी आणि विश्वासघातच मानत असले पाहिजेत. मला त्यांच्यापुढे माझी स्तुती स्पष्ट करण्यास वेळही मिळू शकला नाही."

"मला असे वाटते की, या संदर्भात जे प्रश्न निर्माण झाले आहेत, त्याबाबत जनतेला ख-या गोष्टी कळायला हव्या आहेत, म्हणून मी आपणास प्रार्थना करतो की, आपण लवकरात लवकर हे पत्र प्रकाशित करावे."

आपला आज्ञाधारक
भगतसिंग"

यानंतर काही दिवसांनी म्हणजे दि. २३ डिसें. १९३० रोजी पंजाबचे गव्हर्नर सर ज्याफ्रेडी यांच्यावर क्रांतिकारी युवक श्रीहरीकृष्णने गोळी झाडली आणि त्यांना जखमी केले. श्रीहरीकृष्णला पकडण्यात आले. त्याच्यावर खटला भरला गेला; परंतु वकीलांच्या सल्ल्यानुसार श्रीहरीकृष्ण ज्या पद्धतीने केसचा बचाव करीत होते, या गोष्टीशी भगतसिंग सहमत नव्हते.

क्रांतिकारी कैद्याची आणि राजकीय खटल्याची बाजू कोणत्या तत्त्वानुसार लढवावी याबद्दल त्यांनी आपल्या मित्रांना दोन पत्रे लिहिली. त्यातील पहिलं पत्र उपलब्ध नाही. दुसरे पत्र उपलब्ध आहे. त्यात भगतसिंग यांनी वडिलांना वर जे पत्र लिहिले आहे, त्याच तत्त्वांची मांडणी उच्च नैतिक स्तरावर केलेली आहे. ते उपलब्ध पत्र लाहोरमधील 'पीपल्स' नावाच्या इंग्रजी वृत्तपत्रात जून १९३१ मध्ये प्रसिद्ध झाले होते. त्यातील काही विचार असे आहेत.

"सा-या राजकीय क्रांतिकारक कैद्यांनी आपली बाजू आपणच मांडली पाहिजे... एक मनुष्य एकच आकांक्षा पुढे ठेवून काम करीत नसतो त्याला पकडल्यानंतर त्याच्या कृत्याचे राजकीय महत्त्व कमी न झाले पाहिजे (खटल्यातील). प्रतिवाद तसेच भावना जास्तकाळ टिकाव धरू शकत नसतात... व्यक्तिगत स्वरूपात कोणाला मारण्यात काहीच फायदा नसतो. या कृतीला राजकीय महत्त्व असते आणि हे महत्त्व वातावरण तयार करण्यास उपयोगी पडते. तसेच विचार करण्यासही प्रेरक ठरते. याबाबी शेवटपर्यंत संघर्ष करण्यासाठी खूप जरूरी असतात... व्यक्तिगत कार्य लोकांची सहानुभूती मिळवण्यासाठी असते. आम्ही कधी कधी या कार्याच्या माध्यमास आमच्या तत्त्वाचा प्रचाराचे नाव देत असतो. विचाराबरहुकूम क्रांतिकारकांच्या खटल्याचा बचाव केला गेला पाहिजे... कुठलाही सेनापती अशी युद्धनीती स्वीकारणार नाही की, ज्यामुळे फायद्यापेक्षा अधिक बलिदान देणे त्यास भाग पडेल. हरिकृष्णाचं मौल्यवान जीवन वाचविण्यासाठी माझ्यापेक्षा जास्त कोण प्रयत्नाची पराकाष्ठा करणार? पण मी आपणास सांगू इच्छितो की, ज्या गोष्टीमुळे वा तत्त्वामुळे त्यांचे जीवन अनमोल बनणार आहे. त्याकडे कानाडोळा करणं चुकीचं होईल. कुठल्याही किंमतीवर आपला जीव वाचवणे ही आमची नीती नव्हे. ही काँग्रेसची नीती होऊ शकते. ही आरामखुर्चीवर बसून राजकारण करणा-या राजनिती तज्ज्ञांची निती होऊ शकते, पण ही आमची नीती नव्हे..."

या हरिकृष्णच्या खटल्यात शेवटी दि. ९ जून १९३१ मध्ये हरिकृष्ण या युवकास फाशी दिले गेले.

या वर उल्लेख केलेल्या दोन पत्रांतील भगतसिंग यांचे तत्त्वज्ञान पाहिले तर त्यांची फाशीची शिक्षा रद्द करण्यास खुद्द परमेश्वर आला तरी (भगतसिंग परमेश्वराचं अस्तित्व मानीत नव्हते. त्यांचा 'मी नास्तिक का बनलो!' हा निबंध पाहा.) त्यासाठी भगतसिंग यांनी तसे न करण्याबद्दल बजावले असते. असे असले तरी लाहोर कट खटला बचाव समितीने या खटल्याच्या निकालाविरुद्ध प्रिव्ही कौन्सिलमध्ये जाण्याचा विचार सुरू केला. विशेष

विधिज्ञाचे मतानुसार या खटल्यात कायद्याच्या दृष्टीने काहीच जोर नव्हता. व्हॉइसरॉयने काढलेल्या अध्यादेशामागे कुठले सबळ कारण नव्हते. ट्रिब्युनलने क्रांतिकारक कैद्यांच्या गैरहजेरीत हा निर्णय घेतला होता. याबद्दल वादविवाद झाले नाहीत की बचाव झाला नाही. आरोपीचे म्हणणेही ऐकून घेतले नाही. मग हा निकाल न्यायाचा कसा असू शकतो?

म्हणून बचाव समिती अपील करू इच्छित होती. भगतसिंग त्याविरुद्ध मताचे होते. त्यांना भीती वाटत होती की, अपील मंजूर झाले तर फाशी टळेल आणि आपली इच्छा पूर्ण होणार नाही. पतंग जसा दिव्याच्या ज्योतीवर उडी घेऊन स्वतःला जाळून घेतो तसं मृत्यूचं चुंबन घेण्याचं भगतसिंग यांनी निश्चित केलं होतं. यासंदर्भात ते विजयकुमार सिन्हाला म्हणाले होते की, “बंधो, फाशी थांबवली जाईल असे काही व्हायला नको. आपण मरूनच क्रांतीची सेवा करू शकतो.” हीच भावना भगतसिंग यांनी आक्टो. १९३० मध्ये बटुकेश्वर दत्तला लिहिलेल्या पत्रातही व्यक्त झाली आहे. ते पत्र असे आहे.

सेंट्रल जेल लाहोर

ऑक्टो. १९३०

प्रिय बंधो,

मला शिक्षा फर्मावली गेली आहे आणि फाशीची शिक्षा दिली गेली आहे. या तुरुंगाच्या कोठडीत माझ्याशिवाय फाशीच्या शिक्षेची वाट पाहत बसलेले पुष्कळ गुन्हेगार आहेत. हे लोक एकच प्रार्थना करीत आहेत, ती म्हणजे कोणत्याही त-हेने त्यांना फाशीच्या शिक्षेतून वाचवावे; परंतु त्यांच्यात कदाचित मीच एक असा माणूस आहे की, मी त्या दिवसाची वाट पाहतो आहे की ज्यादिवशी माझ्या स्वतःच्या आदर्शासाठी फाशीच्या झोक्यावर झुलण्याचं मला सौभाग्य मिळेल. मी आनंदाने फाशीच्या तख्तावर चढून क्रांतिकारी आपल्या आदर्शासाठी केवढ्या शौर्याने बलिदान देऊ शकतात. हे जगाला दाखवून देईन.”

“मला फाशीची शिक्षा मिळाली आहे; परंतु तुला जन्मठेपेची शिक्षा झालेली आहे. तू जिवंत राहशील आणि तुला जिवंत राहूनच जगाला दाखवून द्यायचे आहे की, क्रांतिकारक आपल्या आदर्शासाठी केवळ मरण पत्करत नाहीत तर जिवंत राहून प्रत्येक संकटाचा सामनाही करू शकतात. संसारातील त्रासापासून मुक्ती मिळविण्याचे मृत्यू हे साधन बनणे योग्य नाही; परंतु जे क्रांतिकारक योगायोगाने फाशीच्या शिक्षेपासून वाचले आहेत त्यांनी जिवंत राहून जगाला दाखविले पाहिजे की, ते केवळ आपल्या आदर्शासाठी फाशी जात

नाहीत, तर तुरुंगातील अंधा-या कोठडीत हळूहळू अत्यंत निकृष्ट दर्जाचे अत्याचारही सहन करू शकतात."

तुमचा
भगतसिंग"

असे असताना बचाव समितीने अपील दाखल केले. हे अपील दाखल करण्यासाठी रुग्णशय्येवर असलेल्या मोतीलाल नेहरूंनीही विनंती केली होती. भगतसिंग यांनी या विनंतीस मान्यता दिली ती स्वतःचा जीव वाचविण्यासाठी नव्हे, तर त्यांना आपल्या प्रिय उद्देशांची पूर्ती होण्यासाठी वेळ मिळावा. भारतीय क्रांतिकारकांच्या स्वातंत्र्य चळवळीचा जगभर प्रसार आणि प्रचार होण्यास अवधी मिळावा, तसेच भारतीय किती शौर्याने गुलामीच्याविरुद्ध संघर्ष करण्यासाठी एकत्र आलेले आहेत हेही जगाला दाखविण्यासाठी भगतसिंग यांचा अपील करण्यास मान्यता देण्यामागील मुख्य हेतू होता. दुसरा हेतू पहिल्यापेक्षा टोकदार होता. फाशी काही काळ थांबेल तेव्हा काँग्रेसचा इंग्रज सरकारशी समझोता होईल. हा समझोता तरुणांमध्ये असंतोष निर्माण करणारा ठरेल आणि नेमक्या त्यावेळेला आम्हाला फाशीला द्यावे म्हणजे काँग्रेसची चळवळ अधिक उग्र होईल आणि काँग्रेसच्या बैलगाडीचा कासरा क्रांतिकारक आणि काँग्रेसमधील जहालांच्या हाती येईल आणि त्यानंतर मिळणारं स्वराज्य हे समाजवादी सरकार येईल आणि समाजातील अन्याय आणि पिळवणूक थांबेल असे गणित भगतसिंग यांनी अपील करण्याच्या संदर्भात मांडले होते.
"प्रिय साथींनो,

आपली चळवळ सध्या एका अत्यंत महत्त्वाच्या अवस्थेतून जात आहे. एका वर्षाच्या जोरदार लढ्यानंतर आता गोलमेज परिषदेने घटनात्मक सुधारणांविषयी काही ठराव मांडले आहेत आणि काँग्रेसच्या नेत्यांना त्याबद्दल (मत मांडण्यासाठी) आमंत्रित करण्यात आले आहे. या परिस्थितीत काँग्रेसच्या नेत्यांना त्यांचे आंदोलन मागे घेणे योग्य वाटत आहे. सध्याचे आंदोलन कोणत्या ना कोणत्या प्रकारची तडजोड होऊन बंद होणे अटळ आहे. ही तडजोड आज ना उद्या होणारच आहे तडजोड ही काही नेहमीच अपमानास्पद व निषेधार्ह गोष्ट नसते. जुलमी सत्ताधिशाविरुद्ध उभ्या राहणा-या कोणत्याही राष्ट्राला सुरुवातीला अपयश येणारच आणि संघर्षाच्या मधल्या काळात तडजोडी करून काही आंशिक सुधारणा पदरात पाडून घेणे हे करावेच लागते आणि नंतर, राष्ट्राच्या सर्व शक्ती व सर्व साधने

पूर्णपणे संघटित झाल्यावरच संघर्षाच्या फक्त शेवटच्या टप्प्यावरच, शेवटचा आघात करून सत्ताधा-यांचे सरकार उखडून टाकणे शक्य होते, पण त्याहीवेळी अपयशी ठरून कोणत्यातरी प्रकारे तडजोड करणे कधी कधी अटळ होते. रशियाच्या उदाहरणावरून हे सर्वात चांगल्या पद्धतीने समजून घेता येते."

"१९०५ साली रशियात एका क्रांतिकारक आंदोलनाला तोंड फुटले. परदेशात आश्रयाला गेलेला लेनिन रशियात परत आला होता. तो या लढ्याचे नेतृत्व करत होता. लोक त्याला सांगायला आले की, एक डझन जमीनदारांना ठार करून त्यांचे महाल जाळण्यात आले आहेत. लेनिनने त्यांना सांगितले, परत जा आणि बाराशे जमिनदारांना ठार करा आणि त्यांचे महाल जाळून टाका. त्यांच्या मते जरी क्रांती अपयशी झाली तरी यामुळे बरेच साध्य झाले असते. नंतर ड्यूमाची सुरुवात झाली. (ड्यूमा हे त्यावेळी झारने स्थापन केलेले संसदगृह) त्याच लेनिनने ड्यूमामध्ये भाग घ्यायला प्रतिपादन केले. हे १९०७ मध्ये त्याने सांगितले. १९०६ मध्ये पहिल्या ड्यूमामध्ये भाग घेण्यास लेनिनचा विरोध होता व त्यावर बहिष्कार टाकावा असे मत होते. खरे तर या पहिल्या ड्यूमाने दुस-या (१९०७ मधल्या) ड्यूमापेक्षाही जास्त प्रमाणात काम करायला मोकळीक दिली होती; दुस-या ड्यूमाचे हक्क काढून घेण्यात आलेले होते. १९०७च्या बदललेल्या राजकीय परिस्थितीमुळे हे घडले. प्रतिक्रांतिकारक शक्ती वरचढ बनत होत्या व ड्यूमाच्या व्यासपीठाचा समाजवादी कल्पनांवर चर्चा घडवून आणण्याचे व्यासपीठ म्हणून उपयोग करण्याची लेनिनना गरज वाटत होती."

"पुन्हा १९१७च्या क्रांतिनंतर बोल्शेविकांना ब्रेस्ट-लिटोव्हस्क तहावर सह्या करणे भाग पडले. लेनिन वगळता सर्वांचा याला विरोध होता. पण लेनिन म्हणाला, शांतता, 'शांतता आणि पुन्हा शांतता! कितीही किंमत देऊन शांतता'-जर्मन लष्करशहांना रशियाचे अनेक प्रांत तोडून द्यावे लागले तरीही! जेव्हा हा तह केल्याबद्दल काही बोल्शेविक विरोधी लोकांनी लेनिनचा निषेध केला. तेव्हा त्याने खुलेपणाने जाहीर केले की, जर्मन लढाईचा मुकाबला करणे बोल्शेविकांना शक्य नव्हते आणि बोल्शेविक सरकार पूर्णपणे नष्ट होण्यापेक्षा असा तह करणे जास्त चांगले असे त्यांनी ठरवले."

"तडजोड हेसुद्धा एक आवश्यक शस्त्र आहे व लढ्याच्या विकासात अनेकदा ते वापरावे लागते. पण जी गोष्ट आपण सतत स्वतःसमोर ठेवली पाहिजे ती म्हणजे आंदोलनाचे ध्येय. आपण कोणते उद्दिष्ट साध्य करण्यासाठी लढत आहोत याविषयी स्पष्ट कल्पना आपल्यासमोर ठवली पाहिजे. आपल्या चळवळीचे यशापयश जोखणे व पुढचे कार्यक्रम

सहजतेने ठरवणे याकरिता याची मदत होते."

"क्रांतिकारकांनी हे सदैव लक्षात ठेवले पाहिजे की त्यांचा झगडा संपूर्ण क्रांतीसाठी आहे. सत्ता पूर्णपणे त्यांच्या हातात आली पाहिजे. यादृष्टीने तडजोडीचे भय असते ते तडजोडीनंतर स्थितीवादी शक्ती क्रांतिकारक शक्तींना विस्कटून टाकण्याचा प्रयत्न करतात म्हणून. पण कसलेले व ध्यैर्यशाली क्रांतिकारक नेते अशा धोक्यापासून चळवळीला वाचवू शकतात. अशा प्रसंगामध्ये आपण अतिशय काळजीपूर्वक वागले पाहिजे व खरे प्रश्न काय आहेत, चळवळीचे ध्येय काय आहे, याबाबत गोंधळ उडू देता कामा नये. चळवळीची धोरणे व डावपेच याबद्दल प्रत्येकाने लेनिनचे जीवनकार्य अभ्यासले पाहिजे. तडजोडीविषयीची त्यांची निश्चित मते त्यांच्या 'लेफ्ट विंग कम्युनिझम' या पुस्तकामध्ये सापडतील."

मी वर असे म्हटले आहे की, सध्याचे आंदोलन, म्हणजे सध्याचा लढा हा एकतर कुठल्यातरी तडजोडीने संपेल, नाहीतर पूर्णपणे पराभूत होईल.

मी हे म्हणण्याचे कारण माझ्या मते यावेळी ख-या क्रांतिकारक शक्ती लढाईच्या मैदानात उतरलेल्या नाहीत, हा लढा मध्यमवर्गीय दुकानदार व काही थोडे भांडवलदार यांच्यावर आधारलेला आहे. हे दोघेजण आणि विशेषतः यातील दुस-या प्रकारची मंडळी, कधीही कोणत्याही लढ्यामध्ये स्वतःची मालमत्ता वा संपत्ती धोक्यात घालायला धजावणार नाहीत. ख-या क्रांतिकारक सैन्याच्या तुकड्या खेड्यापाड्यामध्ये व कारखान्यामध्ये आहेत, शेतकरी व कामगार आहेत. पण या शक्तींना हाताळणे आपल्या भांडवली नेत्यांना नको आहे. तसे धाडस त्यांना होणेच शक्य नाही. हा निद्रिस्त सिंह एकदा झोपेतून जागा झाला तर त्याला आवरणे शक्य होणार नाही. त्या वेळेनंतर कामगारांकडे वळण्याचे धाडस या नेत्यांना कधीही झाले नाही. मग उरतो शेतकरी. जेव्हा महाकाय शेतकरी वर्ग केवळ एका परक्या राष्ट्राच्या सत्तेचेच नव्हे, तर जमीनदार वर्गाचेही जोखड उलथून फेकून द्यायला निघालेला पाहिला तेव्हा या नेत्यांना जी धडकी भरली तिचे स्पष्ट प्रतिबिंब १९२२च्या बार्डोली ठरावामध्ये पाहायला मिळते.

याच ठिकाणी आपले नेते शेतक-यापुढे झुकण्यापेक्षा ब्रिटिशांपुढे शरण जाणे जास्त पसंत करतात. त्यांना संपूर्ण क्रांती नको आहे असे मी म्हणतो ते यामुळेच. आर्थिक व प्रशासकीय दडपणांच्या द्वारा काही सुधारणा, भारतीय भांडवलदारांना काही सवलती पदरात पाडून घेता येतील अशी त्यांना आशा आहे. म्हणूनच मी म्हणतो की, हे आंदोलन मरून जाणे अटळ आहे. ते एखादी तडजोड करून मग मरेल किंवा त्याशिवायच संपून जाईल.

'इन्कलाब जिंदाबाद'ची घोषणा मनःपूर्वक व प्रामाणिकपणे करणारे तरुण कार्यकर्ते आज स्वतःच्या खांद्यावर लढा घेऊन पुढे नेण्याइतके सुसंघटित नाहीत व त्यांची शक्ती कमी आहे आणि वस्तुस्थिती अशी आहे की, आपले मोठमोठे नेतेसुद्धा स्वतःच्या खांद्यावर काही जबाबदारी घेण्याचे धाडस दाखवायला तयार नाहीत.

या परिस्थितीत क्रांतीशी गंभीरपणे निष्ठा बाळगणा-या तळमळीच्या तरुण कार्यकर्त्यांना मला इशारा द्यावासा वाटतो की, खडतर काळ पुढे आहे. आपण गोंधळून जाणार नाही व निराश होणार नाही, ही काळजी त्यांनी घेतली पाहिजे. म. गांधींच्या दोन आंदोलनाच्या आपण घेतलेल्या अनुभवानंतर आज आपण आपली सध्याची परिस्थिती व पुढचा कार्यक्रम यांच्याविषयी स्पष्ट मांडणी करून घेऊ शकतो.

आता मला अगदी सोप्या प्रकारे याविषयी मांडणी करण्याची परवानगी द्या. तुम्ही नारा लावता, 'इन्कलाब जिंदाबाद'. मी असे गृहीत धरतो की, खरोखरच तुम्हाला गंभीरपणे क्रांती हवी आहे. असेंब्ली बॉम्ब केसमध्ये दिलेल्या जबानीमध्ये क्रांती म्हणजे काय याची व्याख्या आम्ही केली होती. ती अशी होती : क्रांती म्हणजे सध्या अस्तित्वात असलेली समाजव्यवस्था संपूर्णपणे उलथून टाकून तिच्या जागी समाजवादी व्यवस्था प्रस्थापित करणे. वस्तुस्थिती अशी आहे की, राज्यसंस्था, शासकीय यंत्रणा हे सत्ताधारी वर्गाच्या हातातले स्वतःचे हितसंबंध राखण्यासाठी व जोपासण्यासाठी वापरायचे हत्यार आहे. आम्हाला ते हिसकावून घेऊन आमच्या ध्येयपूर्तीसाठी हाताळायचे आहे, वापरायचे आहे आणि आमचे ध्येय आहे एका नव्या पायावर, मार्क्सवादाच्या पायावर समाजाची पुनर्रचना. हे साध्य करण्याकरिता आपण शासन यंत्रणा हातात घेण्यासाठी लढत आहोत. यामध्ये आपण सातत्याने जनसमुदायांचे शिक्षण केले पाहिजे व आपल्या सामाजिक पुनर्रचनेच्या कार्यक्रमासाठी पोषक वातावरण तयार केले पाहिजे आणि आंदोलनामध्येच आपण त्यांना सर्वात चांगल्या प्रकारे शिकवू शकतो व प्रशिक्षण देऊ शकतो.

या गोष्टी स्पष्टपणे समोर ठेवून, म्हणजेच आपले ताबडतोबीचे व अंतिम उद्दिष्ट स्पष्ट करून घेतल्यानंतर, आपण आता सध्याच्या परिस्थितीची तपासणी करू शकतो. कोणत्याही परिस्थितीचे विश्लेषण करताना आपण नेहमी अत्यंत परखड व अगदी वास्तवनिष्ठ राहिले पाहिजे.

हिंदुस्थानच्या सरकारात भारतीय जनतेला सहभाग व जबाबदारीचे स्थान मिळाले पाहिजे यासाठी जोरदार आवाज उठवला गेल्यानंतर मिंटो-मॉर्लो सुधारणा देण्यात आल्या व

त्यांच्यामध्येही केवळ सल्लामसलतीचा हक्क असणारे व्हॉईसरॉय कौन्सिल मान्य करण्यात आले. महायुद्धामध्ये भारतीयांच्या मदतीची फार गरज होती तेव्हा स्वयंशासनाबद्दल आश्वासने दिली गेली व सध्या अस्तित्वात असलेल्या सुधारणा अमलात आणल्या गेल्या. त्यांच्यानुसार असेंब्लीत कायदे करण्याची मर्यादित सत्ता प्रदान केली गेली. पण शेवटी असेंब्लीच्या निर्णयाला संमती देणे व्हॉईसरॉयच्या मर्जीवरच अवलंबून आहे. आता तिसरा टप्पा सुरू होत आहे.

आता पुन्हा सुधारणांविषयी चर्चा चालू आहे व नवे कायदे करायचे घाटत आहे. तरुणांनी याबद्दल काय भूमिका घ्यायला हवी? हा प्रश्न आहे. येऊ घातलेल्या सुधारणांबद्दल काँग्रेसचे नेते कोणते मानदंड लावून मत बनवणार आहेत मला ठाऊक नाही, पण आम्ही क्रांतिकारकांनी याबाबत निकष लावले पाहिजेत.

१. किती प्रमाणात भारतीयांच्या हातात जबाबदारी सोपविण्यात येणार आहे.
२. नव्या शासकीय संस्थांचे स्वरूप काय असणार आहे व जनसमुदायांना सहभागी होण्याचे अधिकार किती प्रमाणात असणार आहेत.
३. भविष्यातील संभाव्यता व खबरदारीचे उपाय.

या निकषांबाबत थोडे अधिक स्पष्टीकरण करावे लागेल. पहिली गोष्ट कारभारी मंडळावर (एक्झिक्युटिव्हवर) आपल्या प्रतिनिधींना किती नियंत्रण करायला मिळणार आहे. यावरून आपण आपल्या जनतेला किती प्रमाणात जबाबदारीची भूमिका देण्यात आली हे सहज ठरवू शकतो. आतापर्यंत कधीही कारभारी मंडळ हे विधिमंडळाला जबाबदार नव्हते आणि व्हॉईसरॉयला अंतिम नकाराधिकार (व्हेटो) होता; त्यामुळे निवडून आलेल्या असेंब्लीच्या सदस्यांच्या सगळ्या धडपडीला काहीच अर्थ नव्हता. हा विशेषाधिकार सारखा सारखा वापरायचा आणि राष्ट्रीय प्रतिनिधींनी गंभीरतापूर्वक घेतलेले निर्णय बेशरमपणे पायदळी तुडवायचे हीच नीती व्हॉईसरॉयने अवलंबली होती.

म्हणून पहिली गोष्ट आपण कारभारी मंडळाची रचना कशी केली जाणार आहे हे बघितले पाहिजे. एखाद्या लोकांच्या विधिमंडळाकरवी (पॉप्युलर असेंब्ली) ते निवडून दिले जाणार आहेत, का ते पूर्वीप्रमाणेच वरून लादण्यात येणार आहे? आणि ते विधिमंडळाला जबाबदार राहणार आहे, का पूर्वीप्रमाणेच विधिमंडळाला पूर्णतया धाब्यावर बसवणार आहे?

वरील दुस-या मुद्याबाबत मत ठरवताना आपण मतदानाच्या हक्काची व्याप्ती बघून ठरवायला हवे. गाठीशी मालमत्ता असणा-या व्यक्तीलाच मतदानाचा हक्क मिळेल हा नियम निखालसपणे रद्द केला पाहिजे व मतदानाचा हक्क सार्वत्रिक झाला पाहिजे. प्रत्येक प्रौढ स्त्री-

पुरुषाला मत देण्याचा हक्क असला पाहिजे.

(शासनसंस्थेच्या) स्वरूपाबद्दल बोलायचे तर आज आपल्या इथे दोन गृहे आहेत. ब-याच जणांचे मत असे आहे की, वरिष्ठ सभागृह असणे हे केवळ भांडवली अंधश्रद्धा किंवा झालर आहे. माझ्या मते एकच गृह असणारे शासनाचे स्वरूप हे सर्वात चांगले ठरेल.

प्रांतीय स्वायत्ततेचाही उल्लेख येथे करायला पाहिजे, पण मी काय ऐकले आहे त्यावरून मी एवढे म्हणू शकतो की, वरून लादलेला, प्रांतांच्या विधिमंडळाच्यावर असणारा व विशेष अधिकार असलेला गव्हर्नर म्हणजे जुलमी सत्ताधीशापेक्षा वेगळा काही असू शकणार नाही. याला प्रांतांच्या स्वायत्ततेऐवजी प्रांतांवरची हुकूमशाही म्हणणेच जास्त योग्य ठरेल. शासनसंस्थेचे लोकशाहीकरण करण्याचा हा फारच चमत्कारिक प्रकार आहे.

सध्याच्या परिस्थितीची चर्चा केल्यानंतर आपण कृतीची दिशा कोणती घ्यायची व आपला पुढचा कार्यक्रम काय असावा याची आता चर्चा करू.

अगोदरच मी म्हटल्याप्रमाणे, कोणत्याही क्रांतिकारक पक्षाला निश्चित असा कार्यक्रम असणे अत्यंत आवश्यक असते. कारण क्रांती म्हणजे कृती करणे, हे तुम्ही जाणले पाहिजे. क्रांती म्हणजे संघटित व पद्धतशीर कार्याद्वारा जाणीवपूर्वक घडवून आणलेला बदल. तो एखाद्या अचानक असंघटित वा उत्स्फूर्तपणे घडणा-या बदलाच्या वा उलथापालथीच्या अगदी विरुद्ध स्वरूपाचा असतो आणि कार्यक्रम निश्चित करण्यासाठी अभ्यास करणे आवश्यक असते.

(१) अंतिम ध्येय.

(२) जेथून आपण सुरुवात करायची आहे ती पूर्वस्थिती; म्हणजेच आज अस्तित्वात असणारी परिस्थिती.

(३) कृतीची दिशा, म्हणजेच कार्याची साधने आणि पद्धती.

या तीन घटकांची स्पष्ट कल्पना असल्याशिवाय कार्यक्रमाविषयी काही बोलणेही शक्य नाही. आपल्याला समाजवादी क्रांती घडवायची आहे आणि तिची अत्यावश्यक पहिली पायरी आहे राजकीय क्रांती. आम्हाला हे हवे आहे. राजकीय क्रांतीचा अर्थ हा नव्हे की राज्यसंस्था (किंवा ढोबळमानाने बोलायचे तर सत्ता) केवळ ब्रिटिशांच्या हातातून भारतीयांच्या हातात घेणे, तर ती अशा भारतीयांच्या हातात येणे की ज्यांना आपले अंतिम ध्येय मान्य आहे. आणखी स्पष्ट बोलायचे तर क्रांती म्हणजे जनसमुदायांच्या पाठिंब्याद्वारा क्रांतिकारक पक्षाच्या हातात सत्ता येणे. त्यानंतर पुढचे काम म्हणजे संपूर्ण समाजाची समाजवादी पायावर

पुनर्रचना करण्याचे कार्य संघटित करणे. क्रांतीचा हा अर्थ तुम्हाला अभिप्रेत नसेल तर माफ करा. 'इन्कलाब जिंदाबाद' असे ओरडणे थांबवा. निदान आम्हाला तरी क्रांती हा शब्द इतका पवित्र वाटतो की त्याचा थिल्लर गैरवापर होता कामा नये.

राष्ट्रीय असो वा समाजवादी असो, कोणतीही क्रांती करू शकणा-या एकमेव शक्ती शेतकरी, कामगार याच आहेत. काँग्रेसच्या नेत्यांकडे या शक्तींना संघटित करण्याइतके धैर्य नाही. ह्या चळवळीत तुम्ही हे पाहिले आहे. या शक्तीविना आपण हतबल ठरू ही गोष्ट इतर कोणाहीपेक्षा त्यांना जास्त चांगलं ठाऊक आहे. जेव्हा त्यांनी संपूर्ण स्वराज्याचा ठराव संमत केला – आणि पूर्ण स्वराज्याचा अर्थ खरोखरीच क्रांती असा होतो – तेव्हा वस्तुतः त्यांच्या मनात ते नव्हते. तरुणांच्या दबावामुळे त्यांना तसे करणे भाग पडले आणि मग एक धमकी म्हणून या घोषणेचा वापर करून, ब्रिटिशांकडून त्यांना अत्यंत प्रिय असलेली एक गोष्ट मिळवायची होती – वसाहतीचे स्वराज्य (डोमिनियन स्टेट्स).

काँग्रेसच्या गेल्या तीन अधिवेशनांमधले ठराव अभ्यासून तुम्ही याबाबत सहज मत ठरवू शकता. कलकत्त्याला त्यांनी एका वर्षात डोमिनियन स्टेट्स मागणारा ठराव संमत केला. नाहीतर त्यांना पूर्ण स्वराज्य हे ध्येय ठरवणारा ठराव संमत करावा लागला असता. मग ३१ डिसें. १९२९ च्या मध्यरात्रीपर्यंत त्यांनी अशी काही भेट आपल्या पदरात पडते का याची गंभीरतापूर्वक वाट पाहिली. ती न लाभल्यानेच पूर्वी आश्वासन दिल्याप्रमाणे त्यांना पूर्ण स्वराज्याचा ठराव संमत करावा लागला. न पेक्षा त्यांना ते नको होते. पण त्यानंतरही महात्माजींनी तडजोडीसाठी दार अजून उघडे आहे हे काही गुपित ठेवले नव्हते. खरी वृत्ती ती होती. सुरुवातीलाच त्यांना पक्के ठाऊक होते की आंदोलनाची सांगता कोणत्या ना कोणत्या तडजोडीतच होणार आहे. हाच तो अर्धवट उत्साहीपणा ज्याचा आम्हाला राग आहे; संघर्षाच्या एखाद्या अवस्थेत एखादी तडजोड करणे याचा आम्हाला राग नाही. असो.

आपण चर्चा याची करत होतो की कोणत्या शक्तीच्या आधारे क्रांती होऊ शकते. पण जर तुम्ही शेतकरी वा कामगारांकडे जाऊन त्यांचा कियाशील पाठिंबा उभा करणार असाल तर मला एक सांगू द्या, की ते तुमच्या भावनाविवश बोलण्याने भुलणार नाहीत. ते तुम्हाला परखडपणे विचारणार, की ज्या क्रांतीकरिता तुम्ही त्यांना त्याग करायला सांगताहात तिच्यातून त्यांना काय मिळणार आहे? हिंदुस्थान सरकारच्या शिरोभागी लॉर्ड रीडिंग असो वा सर पुरुषोत्तमदास ठाकोरदास, त्यांना काय फरक पडणार आहे? लॉर्ड आयर्विनची जागा सर तेजबहाद्दूर सप्रूंनी घेतली तर शेतक-याला त्याचे काय होय? त्यांच्या राष्ट्रीय भावनेला

आवाहन करण्याचा काही उपयोग नाही. तुमच्या उद्दिष्टप्राप्तीसाठी तुम्ही त्याला 'वापरून' घेऊ शकणार नाही. क्रांती ही त्याची असणार आहे व त्याच्या भल्यासाठी असणार आहे असे आधी मनोमन तुम्हाला वाटले पाहिजे आणि ते तुम्ही त्याला समजून सांगितले पाहिजे. सर्वहारावर्गासाठी सर्वहारावर्गाची क्रांती.

जेव्हा तुमच्या ध्येयाची अशी सुस्पष्ट संकल्पना तुम्ही नक्की केलेली असेल तेव्हा तुम्ही उत्साहाने तुमच्या आधारभूत शक्तींना कृतीसाठी संघटित करण्याला लागू शकाल. आता, दोन वेगवेगळ्या टप्प्यांमधून तुम्हाला जावे लागेल. पहिला टप्पा तयारी आणि दुसरा कृती.

सध्याचे आंदोलन संपुष्टात येईल तेव्हा प्रामाणिक क्रांतिकारक कार्यकर्त्यामध्ये घृणा आणि काहीसे नैराश्य आलेले तुम्हाला आढळून येईल. पण तुम्ही काळजी करण्याची गरज नाही. भावनाविवशता बाजूला सारा, वास्तवाला सामोरे जाण्याची तयारी ठेवा. क्रांती ही एक अतिशय अवघड कामगिरी आहे. क्रांती करणे हे कोणाही एका माणसाच्या कुवतीच्या पलीकडचे आहे. तसेच ते एखादी मुहूर्ताची तारीख ठरवून घडवून आणता येत नसते. विशिष्ट सामाजिक व आर्थिक परिस्थितीतून ती घडत असते. अशा परिस्थितीने समोर ठेवलेल्या संधीचा उपयोग करून घेणे हे सुसंघटित पक्षाचे कार्य असते आणि जनसमुदायाची तयारी करणे व क्रांतीच्या शक्तींना संघटित करणे हे फार अवघड काम असते. त्यासाठी क्रांतिकारी कार्यकर्त्यांना अत्यंत मोठा त्याग करावा लागतो.

एक मला स्पष्ट करू द्या.- जर तुम्ही एखादे व्यवसाय करणारे असाल किंवा सुस्थिर लौकिक अथवा प्रापंचिक जीवन जगणारे असाल तर कृपा करून या आगीशी खेळू नका. एक नेता म्हणून पक्षाला तुमचा काहीएक उपयोग होणार नाही. आपल्याकडे मुबलक नेते आहेत की जे संध्याकाळचे काही तास भाषण करण्यासाठी मोकळे काढतात. त्याचा काही उपयोग नाही. लेनिनचे शब्द वापरायचे तर आपल्याला 'व्यावसायिक क्रांतिकारकां'ची गरज आहे. अशा पूर्णवेळ कार्यकर्त्यांची गरज आहे की, क्रांतीव्यतिरिक्त ज्यांना दुस-या कोणत्याही आकांक्षा नाहीत वा आयुष्य नाही. असे जितके जास्त कार्यकर्ते एका पक्षामध्ये संघटित होऊन काम करतील तितकी यशाची शक्यता जास्त.

पद्धतशीरपणे पुढे जायचे तर, सर्वात जास्त जर कशाची गरज असेल तर अशा एका पक्षाची की ज्यात वरील प्रकारचे, सुस्पष्ट विचार असलेले, तीक्ष्ण आकलनबुद्धी असलेले व पुढाकार घेऊन त्वरित निर्णय घेण्याची क्षमता असलेले कार्यकर्ते आहेत. या पक्षाची शिस्त पोलादी असेल, तो भूमिगत पक्षच असायला पाहिजे याची जरूर नाही. खरे

तर उलटेच आहे. तरी आपणहून तुरुंगात जाण्याच्या धोरणामुळे काहींना भूमिगत जीवन जगणे भाग पडले. त्यांनीही आपले कार्य तेवढ्याच उत्साहाने पार पाडले पाहिजे आणि कार्यकर्त्यांच्या याच गटातून, खरीखुरी संधी येईल तेव्हा उपयोगी पडतील असे तयारीचे कार्यकर्ते निर्माण होतील.

पक्षाला कार्यकर्त्यांची जरूरी आहे आणि फक्त युवक चळवळीतून त्यांची भरती करून घेता येईल. म्हणून युवक आंदोलन हा आपल्या कार्यक्रमाचा प्रारंभबिंदू आहे. युवक आंदोलनाने अभ्यासवर्ग संघटित केले पाहिजेत; व्याख्याने केली पाहिजेत; पुस्तके, पुस्तिका, पत्रके, नियतकालिके प्रकाशित केली पाहिजेत. राजकीय कार्यकर्त्यांची भरती करणे व त्यांना प्रशिक्षण देणे यासाठी हे सर्वोत्तम काम आहे.

जे विचारांनी परिपक्व बनले आहेत व ध्येयासाठी जीवन वाहून टाकण्याची स्वतःची तयारी आहे असे ज्यांना वाटते आहे अशा युवकांना पक्षामध्ये घेता येईल. पक्षातील कार्यकर्त्यांनी युवक चळवळीला सतत मार्गदर्शन केले पाहिजे व तिचे नियंत्रण केले पाहिजे. पक्षाने आपल्या कामाला जनसमुदायामध्ये प्रचारकार्य करण्यापासून सुरूवात केली पाहिजे. हे अत्यंत आवश्यक आहे.

अशा पक्षाचे नाव कम्युनिस्ट पक्ष असे असायला हवे. राजकीय कार्यकर्त्यांच्या या पक्षाची बांधणी कडक शिस्तीची हवी व त्याने इतर सर्व चळवळीची हाताळणी करायला हवी. त्यालाच शेतक-यांना व कामगारांना संघटित करावे लागेल, कामगार संघटना उभ्या कराव्या लागतील आणि पुढे काँग्रेस व इतर राजकीय संस्था काबीज करण्याचाही प्रयत्न करावा लागेल आणि राजकीय जागृती करण्याकरता, केवळ राष्ट्रीयत्व नव्हे तर वर्गीय राजकारणाच्या जाणिवा निर्माण करण्याकरता, प्रचंड प्रकाशन मोहीम संघटित करावी लागेल. सर्व त-हेच्या प्रश्नावर प्रचार करून समाजवादी सिद्धांताचा प्रकाश जनसमुदायापर्यंत पोचविण्यासाठी पुस्तके सहज उपलब्ध होतील व व्यापक प्रमाणात प्रसृत होतील हे पाहिले पाहिजे.

कामगार चळवळीत मूर्ख कल्पना बाळगणारे काही लोक आहेत; त्यांना असे वाटते की, राजकीय स्वातंत्र्य मिळाल्याशिवायच शेतकरी व कामगारांना आर्थिक मुक्ती मिळू शकेल. हे लोक नुसते बडबडे तरी आहेत किंवा त्यांच्या डोक्यात गोंधळ तरी आहे. असले विचार कल्पनेच्याही पलीकडचे व चुकीचे आहेत. आम्हाला जनतेची आर्थिक मुक्ती हवी आहे आणि त्याचसाठी आम्ही राजसत्ता हाती घेण्याकरता धडपडत आहोत, यात शंका नाही की, प्रारंभी आपल्याला या वर्गाच्या लहानसहान आर्थिक मागण्या व सवलती याच्याकरिता

लढावे लागेल. पण हे लढे म्हणजे राजसत्तेसाठी करायच्या अंतिम लढ्याकरता त्यांना शिक्षण देण्यासाठी अवलंबायचा मार्ग आहे.

या शिवाय पक्षाची एक संघटित सैनिकी शाखा असणे आवश्यक आहे. हे अतिशय महत्त्वाचे आहे. काही वेळा अशा येतात की जेव्हा सैनिकी बळाची तीव्र गरज भासते, पण त्यावेळी काही असे दल बांधणे व त्याला पुरेशी साधनसामग्री उपलब्ध करणे तुम्हाला शक्य नसते. कदाचित याच विचारावर अतिशय काळजीपूर्वक स्पष्टीकरण मी करायला हवे. कारण या विषयावरच्या माझ्या विचारांचा चुकीचा अर्थ लावला जाण्याची फार मोठी शक्यता आहे.

दिसायला असे दिसते की, मी एखाद्या दहशतवाद्यासारखा वागलो आहे. पण मी दहशतवादी नाही. मी क्रांतिकारक आहे, की ज्याने एका दीर्घकालीन कार्यक्रमाविषयी काही निश्चित विचार केलेला आहे, ज्याची चर्चा आपण येथे करत आहोत. माझे साथी (कॉम्रेड इन आर्म्स) कदाचित रामप्रसाद बिस्मिल यांच्याप्रमाणे माझ्यावर असा आरोप करतील की फाशीच्या कोठडीत दिवस कंठताना माझ्या मनाची काही वेगळीच प्रतिक्रिया झालेली आहे, माझ्या मनाची चलबिचल झाली आहे, पण हे सत्याला धरून होणार नाही. तुरुंगाच्या बाहेर असताना माझ्या ज्या कल्पना होत्या, ज्या निष्ठा होत्या, जी जिद्द व जी प्रेरणा होती ते सर्व आजही तसेच आहे. नव्हे, जास्त चांगल्याप्रकारचे आहे. माझ्या सर्व शक्तिनिशी मी घोषित करतो की, मी दहशतवादी नाही व कदाचित माझ्या क्रांतिकारक जीवनाचा अगदी आरंभीचा काळ वगळला तर मी कधीच दहशतवादी नव्हतो आणि त्यापद्धतीने आपण काहीही मिळवू शकणार नाही अशी माझी खात्री झाली आहे. हिंदुस्थान रिपब्लिकन सोशालिस्ट असोसिएशनच्या इतिहासावरून याचा निवाडा तुम्हाला करता येईल. आमच्या सर्व कार्याचे उद्दिष्ट एकच होते. त्या महान आंदोलनाची सैनिकी शाखा या नात्याने आम्हाला त्या आंदोलनाशी एकरूप व्हायचे होते.

जर माझ्या प्रतिपादनाविषयी कोणी गैरसमज करून घेतले असतील तर त्याने स्वतःचे विचार सुधारून घ्यावेत. मला असे म्हणायचे नाही की बॉम्ब आणि पिस्तुले निरुपयोगी असतात. उलट ती उपयुक्त असतातच, पण माझ्या म्हणण्याचा अर्थ हा आहे की केवळ बॉम्ब फेकणे हे निरुपयोगीच नव्हे, तर कधी कधी हानीकारकही असते. पक्षाच्या सैनिकी शाखेने कोणत्याही आणीबाणीच्या परिस्थितीत वापरण्यासाठी जे काही गोळा करता येईल. ते सर्व युद्ध साहित्य सदैव सज्ज ठेवले पाहिजे. तिने पक्षाच्या राजकीय कार्याची पाठराखण केली पाहिजे. पण ती स्वतंत्रपणे कार्य करू शकत नाही व तिने तसे करणे योग्य नाही.

यावर दिग्दर्शीत केलेल्या मार्गाने पक्षाने आपले काम केले पाहिजे. नियतकालिक बैठका व परिषदा घेऊन पक्षाने आपल्या कार्यकर्त्यांचे सर्व विषयावर शिक्षण व प्रबोधन केले पाहिजे.

जर तुम्ही या धोरणाने काम सुरू करणार असाल तर तुम्ही अत्यंत शांत चित्त व साक्षेपी बनायला हवे. हा कार्यक्रम पूर्ण करायला किमान २० वर्षे आवश्यक आहेत. 'दहा वर्षात क्रांती' करण्याची तारुण्यसुलभ स्वप्ने दूर फेका. 'एका वर्षात स्वराज्य' मिळविण्याची गांधीजींची मनोराज्ये टाकून द्या. क्रांतीला ना भावनाविवशतेची गरज आहे, ना मृत्यूला कवटाळण्याची. तिला गरज आहे सततच्या संघर्षमय जीवनाची, धीरोदात्तपणे यातना सहन करण्याची आणि त्यागाची. पहिल्याप्रथम तुमची व्यक्तिकेंद्रितता चिरडून टाका. व्यक्तिगत सुख-समाधानाची स्वप्ने गळून जाऊ द्या. नंतर कामाला सुरुवात करा. तुम्हाला इंचाइंचाने पुढे जावे लागेल. त्यासाठी धैर्याची, चिकाटीची आणि अतिशय दृढ निर्धाराची गरज आहे. मग कोणत्याही अडचणी आणि कोणतेही कष्ट तुम्हाला नाउमेद करणार नाहीत. कोणत्याही यातनांनी व विश्वासघाताने तुमच्यातली क्रांतिकारक जिद्द विझून जाणार नाही. दुःख-क्लेशांच्या आणि त्यागांच्या अग्निदिव्यातून तुम्ही विजयी होऊन बाहेर पडाल आणि असला हा प्रत्येक व्यक्तिगत विजय क्रांतीच्या साधनसामग्रीच्या खजिन्यात पडलेली अनमोल भर असेल.
(**संदर्भ :** शहीद भगतसिंग आठवणी, विवेचन, विचार, अनुवाद- चित्रा बेडेकर-काही वाक्यभाग वगळून- संपादन डॉ. अशोक ढवळे, डॉ. रमेशचंद्र पाटकर)

अपील अपेक्षेप्रमाणे रद्द झाले. देशात असंतोष भडकला. सारा देश पेटून उठला. या पार्श्वभूमीवर बचाव समितीत कायद्याचे डावपेच लढले जावू लागले. शिक्षा देणारं ट्रिब्युनल तर संपलं होतं. त्याचे सदस्यही परदेशी गेले होते. तेव्हा सरकार किशनसिंहाच्या एक कायदेशीर मुद्दा लक्षात आला. त्यांनी हायकोर्टापुढे प्रश्न ठेवला की, ज्या न्यायालयाने फाशीची शिक्षा फर्मावली, तेच न्यायालय फाशीची तारीखही निश्चित करेल, पण तसे झाले नाही. ट्रिब्युनल अस्तित्वातच नाही. आता दुसरे न्यायालय फाशीची शिक्षा निश्चित करू शकत नाही. या मुद्यावर सरकारही हतबल झाले. हायकोर्ट या विषयावर विचार करण्यास तयारही झाले. भगतसिंग आणि त्याच्या साथीदारांचे प्राण वाचवू पाहणा-यांनी दुसरा मार्ग सुचवला. अशा वातावरणात दयेचा अर्ज करावा असे त्यांना वाटले. पण भगतसिंग या गोष्टीस तयार होतील का ही शंका वाटत होती. म्हणून त्यांचे मन वळवण्यासाठी श्री प्राणनाथ या वकिलावर जबाबदारी टाकण्यात आली. वकीलाने भगतसिंग, सुखदेव आणि राजगुरू यांना दि. १९ मार्च १९३१ रोजी भेटून गांधीजीही त्यांचे प्राण वाचवण्यासाठी प्रयत्न

करीत असल्याचे त्यांना सांगितले. देशाला लवकरच स्वराज्य मिळेल हा आशावाद स्पष्ट करण्यात आला. या स्वराज्याचे सुराज्यात रूपांतर करण्याचा पाया क्रांतिकारकांनी रचलाय, तर क्रांतिकारकांनीच ही सुराज्याची इमारत उभी केली पाहिजे. त्यासाठी भगतसिंग आणि त्यांच्या मित्रांनी जिवंत राहिले पाहिजे. हा मुद्दा स्पष्ट करून शेवटी 'व्हॉईसरॉयच्या नावावर दयेचा अर्ज देण्याची योजना वकिलांनी भगतसिंग यांच्यापुढे ठेवली.' तेव्हा भगतसिंग यांनी वकील प्राणनाथांना सांगितले की, 'दयेच्या अर्जाचा ड्राफ्ट आम्हीही करू शकतो.'

भगतसिंग यांनी केलेला जगावेगळा दयेचा अर्ज पंजाबच्या गव्हर्नरकडे तुरुंगाधिका-यामार्फत दि. २० मार्च १९३१ रोजी पाठवूनही दिला गेला. तो दुस-या दिवशी त्यांना भेटायला आलेल्या श्री. प्राणनाथ यांना दाखविला. तो खालीलप्रमाणे होता.

"प्रति, गव्हर्नर, पंजाब, सिमला

आपला योग्य तो मान ठेवत, खाली लिहिलेल्या गोष्टी आम्ही आपल्यासमोर सादर करू इच्छितो.

भारतातील इंग्रज सरकारच्या प्रमुख व्हॉईसरॉयने लागू केलेल्या 'स्पेशल लाहोर कौन्स्पिरसी ऑर्डिनन्स'द्वारा नेमल्या गेलेल्या इंग्रजी कोर्टाने, म्हणजेच स्पेशल ट्रिब्युनलने आम्हाला ७ आक्टों. १९३० रोजी फाशीची शिक्षा दिली. इंग्लंडचे सम्राट, म्हणजेच सम्राट पंचम जॉर्ज, यांच्याविरुद्ध युद्ध पुकारले हा आमच्यावरील खटल्यातील मुख्य आरोप होता. उपनिर्दिष्ट कोर्टाच्या निकालावरून दोन गोष्टी स्पष्ट होतात, पहिली गोष्ट ही की इंग्लंडचे राष्ट्र आणि भारतीय राष्ट्र या दोघांच्या दरम्यान युद्धाची परिस्थिती अस्तित्वात आहे आणि दुसरी गोष्ट ही की, वास्तविक आम्ही त्या युद्धात भाग घेतला होता व त्यामुळे आम्ही युद्धकैदी आहोत.

दुसरी गोष्ट थोडी आत्मस्तुती करणारी वाटते. तरीसुद्धा आम्ही ती मान्य करतो. इतकेच नव्हे तर त्याबद्दल आम्ही स्वतःला अतिशय भाग्यशाली समजतो. या आमच्या भावना आम्ही दाबून ठेवू शकत नाही.

पहिल्या गोष्टीसंबंधी आम्हाला थोडे सविस्तरपणे काही सांगणे भाग आहे. वरील वाक्यातून जसा अर्थ सूचित होतो त्याप्रकारचे युद्ध प्रत्यक्षात तरी आज कुठे दिसत नाही. युद्ध करणे याचा अर्थ कोर्टाने काय लावला आहे हे आम्हाला ठाऊक नाही; परंतु त्याचा योग्य तो अर्थ आम्हाला मान्य आहे. पण याबाबत आमचे विचार स्पष्ट करण्यासाठी काहीशा विस्तृतपणे विवेचन करण्याची आवश्यकता आम्हाला वाटते.

युद्ध सुरू आहे :

युद्ध पेटले आहे आणि जोपर्यंत मूठभर बलवानांनी स्वतःच्या स्वार्थसाधनेसाठी भारतातील मोलमजुरी करणा-यांच्या आणि सामान्य जनतेच्या निसर्गदत्त साधनांवर अधिकार कायम ठेवला आहे तोपर्यंत हे युद्ध चालू राहील, असे आम्ही सांगू इच्छितो. अशाप्रकारे स्वार्थ साधणारे इंग्रज भांडवलदार असोत किंवा हिंदुस्थानी असोत, त्या दोघांनी एकत्र येऊन लूट चालवलेली असो किंवा फक्त भारतीय भांडवलदाराकडून गरिबांचे रक्त शोषले जात असो, त्यामुळे परिस्थितीत काहीही फरक पडत नाही. भारतीय पुढा-यांना किंवा भारतीय समाजातील वरिष्ठांना थोड्या सवलती देऊन त्यांना आपल्या बाजूला करून घेण्यात आजचे सरकार यशस्वी झाले आणि त्यांच्यात तडजोड झाली तरी त्याची आम्हाला पर्वा नाही. दुर्भाग्याने क्रांतिकारी दलाच्या सभासद समजल्या जाणा-या त्या बेघर आणि दरिद्री देवीसमान स्त्रीयांचा, तडजोडीची बोलणी करताना आमच्या राजधुरिणांना विसर पडला, तरी त्याचे आम्हाला दुःख नाही. या स्त्रियांना आमचे राजकारणी शत्रू समजतात, कारण त्यांचा 'हिंसेवर विश्वास आहे.' आमच्या राजधुरिणांचा पाय इतका घसरला तरी आम्हाला त्याची पर्वा नाही. त्या वीर स्त्रियांनी निःसंशयपणे आपल्या नव-यांचे बलिदान केलेले आहे. आपल्या भावांना अर्पण केले, स्वतःकडे जे काय होते ते सर्व अर्पण केले, इतकेच नव्हे तर स्वतःलासुद्धा सर्मर्पित केले; परंतु तुमचे सरकार त्यांना बंडखोर मानते. तुमच्या दलालांनी खोट्यानाट्या गोष्टी रंगवून सांगून या वीरांगनांना व त्यांच्या पक्षाला कितीही बदनाम करू द्यात, तरीही युद्ध चालूच राहील.

युद्धाची भिन्नभिन्न रूपे :

वेगवेगळ्या काळात युद्धे वेगवेगळे रूप धारण करते, असे होऊ शकते. युद्ध कधी प्रकट रूप धारण करते तर कधी छुप्या रूपात चालू असते. कधी खळबळ उडवणा-या आंदोलनाचे रूप धारण करते, तर कधी उग्र रूप धारण करून जीवनमूल्याचे दर्शन घडवू शकते. युद्ध कोणत्याही स्वरूपात होवो त्याचा प्रभाव तुमच्यावर पडतच राहील. त्यातील कोणते रूप पसंत करावयाचे हे तुमच्या इच्छेवर आहे; पण युद्ध चालूच राहील. या युद्धात लहानसहान गोष्टींची पर्वा केली जाणार नाही. युद्ध भीषण रूप धारण करण्याचीही बरीच शक्यता आहे. जोपर्यंत साम्यवादी प्रजातंत्राची स्थापना होत नाही, जोपर्यंत सध्याच्या समाजरचनेएवजी, जेथे स्वार्थी लोकांच्या स्वार्थाचे साधन नष्ट होऊन समाज आणि मानवजातीला खरी शांती मिळू शकेल अशा नवीन समाजाच्या उभारणीसाठी समाजाची पुनर्रचना होणार नाही, तोपर्यंत नव्या जोमाने, वाढत्या दृढतेने आणि अढळ विश्वासाने हे युद्ध चालू राहील.

अंतिम युद्ध :

फार लवकर अंतिम युद्धाची दुंदुभी वाजेल आणि त्यात अखेरचा निर्णय होईल. साम्राज्यवाद आणि भांडवलशाही आता फक्त थोड्याच दिवसांचे पाहुणे आहेत. खुल्या दिलाने आम्ही ज्यात भाग घेतला आहे ते युद्ध हेच आहे आणि त्याबद्दल आम्हाला अभिमान वाटतो. या युद्धाची सुरुवात आम्ही केली नाही आणि आमच्या प्राणाबरोबर हे युद्ध समाप्तही होणार नाही. ऐतिहासिक घडामोडी आणि सध्याच्या समाजातील विसंगती यांच्या परिणामी हे युद्ध सुरू झाले आहे. एवढेच होईल की, यतिंद्रनाथ दास आणि कॉम्रेड भगवती चरण यांनी आपल्या अद्वितीय बलिदानांनी आधीच उज्ज्वल बनवलेल्या एका ऐतिहासिक अध्यायात आमच्या बलिदानामुळे थोडी अधिक भर पडेल.

आता उरला आमचा विषय. त्याबद्दल आम्ही इतकेच म्हणतो की, आम्हाला फाशी देण्याचा निर्णय आपण घेतलाच आहे, तर आपण ते करालच. आपल्या हातात तशी शक्ती आहे आणि आपल्यापाशी तो अधिकारसुद्धा आहे, पण आम्ही आपल्याला एवढेच सांगू इच्छितो की 'बळी तो कान पिळी' हाच आदर्श आपल्यासमोर आहे आणि त्याचेच आपण अनुकरण करीत आहात. आमच्या खटल्याची कारवाईच आमचे हे म्हणणे सिद्ध करायला पुरेसे आहे. आम्ही आतापर्यंत कधी कोणाला विनंती केली नाही किंवा कुणाकडून दयेची भीक मागितली नाही आणि आम्ही तशी आशाही बाळगत नाही. तुमच्या कोर्टाच्या निर्णयानुसार आम्ही युद्धात भाग घेतला आणि म्हणून आम्ही युद्धकैदी आहोत, एवढेच फक्त आम्हाला सांगायचे आहे; म्हणूनच आम्हाला युद्धकैद्याप्रमाणे वागणूक दिली जावी अशी आमची इच्छा आहे. म्हणजेच आम्हाला फाशी न देता गोळ्या घालून उडवले जावे असा आमचा दावा आहे. कोर्टाने जे म्हटले आहे तसेच आपणसुद्धा विचारपूर्वक समजता हे सिद्ध करणे आता आपल्या हातात आहे आणि कृतीने आपण ते सिद्ध करावे.

आम्ही अत्यंत उत्सुकतेने हे सांगू इच्छितो की, कृपा करून आपण आम्हाला मृत्युदंड देण्यासाठी एखादी सैनिकाची किंवा बंदुका चालवणारी तुकडी पाठवावी, असा आदेश आपल्या सैन्य विभागाला द्यावा. आमची ही मागणी आपण मान्य कराल अशी आम्हाला आशा आहे आणि त्याबद्दल आम्ही अगोदरच आपले आभार मानू इच्छितो."

('लवकरच अंतिम संघर्षाची दुंदुभी निनादेल!' संदर्भ : शहीद भगतसिंग आठवणी, विवेचन, विचार संपादन डॉ. अशोक ढवळे, डॉ. रमेशचंद्र पाटकर)

श्री. प्राणनाथ वकिलाने हा भगतसिंग आणि त्यांच्या साथीदाराचा दयेचा अर्ज वाचला आणि तो सुन्न झाला. हा दयेचा अर्ज आहे की स्वाभिमानी वीरपुरुषांनी आत्मसमर्पणासाठी काढलेला अक्षय उद्‌गार आहे. या उद्‌गाराने दयेची याचना करणा-यापुढे प्रत्येक भारतीय नतमस्तक झाल्याशिवाय राहणार नाही.

असा दयेचा अर्ज कुणी पूर्वी लिहिला नव्हता आणि कोणी स्वीकारला नव्हता. तसाच हा अर्ज स्वीकारला जाणार नव्हता हे निश्चित. भगतसिंग यांचे निकटवर्ती तरीही सुटकेच्या प्रयत्नात होते. हायकोर्टाचा निर्णय अजूनही झाला नव्हता. गांधीजींनी त्यांचे प्रयत्न चालू केले होतेच. त्यामुळे प्रत्येकाच्या मनात लहानसा आशेचा किरण लुकलुकत होता.

दि. ३ मार्च १९३१ रोजी भगतसिंग यांचे कुटुंबातील सारे भेटायला आले. ही शेवटची भेट होती. प्रत्येकाचं हृदय दुःखभारानं वाकलं होतं. त्यातून शब्दच येत नव्हता. आईवडील, आजा-आजी, चुलते, सारे भाऊ समोर उभे होते. कोणाचेही ओठ विलग होत नव्हते. डोळेच एकमेकांना बोलत होते. आजे-अर्जुनसिंग यांनी भगतसिंग यांचा उपनयन-संस्कार करताना राष्ट्राला सर्मपित करण्याची भगतसिंग यांना प्रेरणा दिली होती. ती प्रेरणा पूर्णरूपात थोड्याच दिवसांत साकार झालेली जगाला दिसणार होती. भगतसिंग आजोबांचा लाडका नातू. ते त्याच्या जवळ गेले. त्याच्या डोक्यावरून त्यांनी मायेने हात फिरवला. ते बोलू शकले नाहीत. त्यांचे ओठ तेवढे थरथरत होते. ते मागे सरले. अश्रूंना थोपविण्याच्या प्रयत्नाला लागले. तेव्हा इतरांनी भगतसिंग यांच्याशी बोलण्याचा केविलवाणा प्रयत्न केला. भगतसिंग सुख-दुःख, जन्म-मृत्यू यांच्या वर जाऊन पोहचले होते. ते खरोखर स्थितप्रज्ञ बनले होते. तेव्हा त्यांनी आपले वजन वाढल्याचे हसत हसत सांगितले. आपल्या आईला ते म्हणाले, "आईसाहेब, आजोबा आता जास्त दिवस जगणार नाहीत. आपण त्यांच्याजवळ जाऊन राहा... माझा मृतदेह नेण्यासाठी तुम्ही येऊ नका. कुलबीरला पाठवा. नाहीतर आपण रडू लागलात तर लोक म्हणतील की भगतसिंग यांची आई रडू लागलीय!" हे बोलून भगतसिंग इतक्या जोरजोराने हसले की अधिकारी विस्मयचकित झाले. नातेवाईक भगतसिंग यांचा चेहरा हृदयात जपून ठेवून बाहेर पडले.

दि. २५ जाने. १९३१ ला गांधीजी आणि इतर कॉंग्रेस नेत्यांची सुटका झाली. लंडनला होणा-या गोलमेज परिषदेत गांधी व इतर नेते भाग घेणार म्हणून ही सुटका व्हॉईसरॉयला आवश्यक वाटली. या परिषदेमुळे काही ना काही तडजोड-समझोता होईल व तो झाला तर भगतसिंग आणि त्याचे साथी फाशीच्या शिक्षेपासून वाचू शकतील, असे काहीना वाटत होते. दि. ६ फेब्रु.ला पं. मोतीलाल नेहरू स्वर्गवासी झाले. १७ फेब्रु. १९३१ रोजी गांधीजी पहिल्या-प्रथम व्हॉईसरॉयला भेटले. भगतसिंग यांच्याबाबत करावयाच्या वाटाघाटीचे सर्व अधिकार कॉंग्रेस पक्षाने महात्माजींना दिले होते.

समझोत्याच्या गोष्टी दि. २७ फेब्रु. ३१ ते ५ मार्च ३१ पर्यंत चालत राहिल्या. दि. ५ मार्च ३१ ला गांधी-आर्यविन करार झाला. तो १६ कलमी होता. पण त्यातील ९ वे कलम तुरुंगातील कैद्यांना सोडण्याबद्दल होते. पण त्या कलमानुसार भगतसिंग, सुखदेव आणि राजगुरूंची सुटका होण्याबाबत काही आशा वाटत नव्हती, पण दुस-या दिवशी म्हणजे दि. ६

मार्च १९३१ ला गांधीजींनी पत्रकार परिषदेत जे निवेदन दिले होते, त्यावरून भगतसिंग व त्यांच्या सहका-यांच्या सुटकेबद्दल लोकमानसात पुन्हा आशा पल्लवीत झाल्या. ते म्हणाले, "जे हिंसा करण्याच्या कृत्यामुळे दोषी आहेत त्यांना तुरुंगात पाठविण्याच्या पद्धतीवर माझा विश्वास नाही. हे त्या लोकांनाही मी न्यायाला स्मरून त्यांच्या सुटकेसाठी बोलू शकत नव्हतो. हे त्यांना चांगले कळत होते, पण मला अगर कार्यसमितीच्या सदस्यांना त्यांची आठवणही नव्हती असा त्याचा अर्थ नव्हता."

म. गांधींनी त्यांना फाशी न देण्याचा आग्रह धरला नाही हे खरे, पण त्या परिस्थितीत त्यांनी सजा नरम करण्याची प्रार्थना जरूर केली होती. या संदर्भात गांधीजींनी आवर्जून सांगितले की, "कसे का असेना, मृत्युदंड ही वाईट गोष्ट आहे. कारण ती अशा व्यक्तीला सुधारण्याची संधीच नाकारते." लॉर्ड आयर्विनच्या शब्दात 'जरी कुठल्याही परिस्थितीत मनुष्य हत्येच्या विरुद्ध असल्यामुळे ते स्वतः फाशीच्या शिक्षेच्याही विरुद्ध होते.'

व्हॉईसरॉय दयेच्या आधारावरच शिक्षा कमी करतात किंवा माफ करतात. राजकीय उद्देशापुढे नव्हे, तरीही वाटाघाटीत भगतसिंग आणि त्यांच्या साथीदारांची सुटका करण्याची अट गांधीनी पुढे ठेवली पाहिजे होती, असे भगतसिंग भक्तांना वाटत होते.

महात्माजींनी दि. ७ मार्च १९३१ रोजीच्या सार्वजनिक सभेत याबाबत खुलासा केला. त्यातील महत्त्वाचा भाग असा : "समझोता करण्याच्यावेळी आम्ही जेवढा दबाव टाकण्याचा प्रयत्न करायचा तेवढा केला. अस्थायी समझोता करण्याची मध्यस्थी करण्यात आम्ही लोक सत्य आणि अहिंसेच्या आपल्या प्राणप्रिय तत्त्वाला आणि न्यायाच्या मर्यादांना विसरू शकत नव्हतो. त्यांची सर्वांची सुटका करण्याचा मार्ग अजूनही खुला आहे. आपण समझोत्याला कार्यरूप दिले तर तसेही होऊ शकते. 'तरुण भारत' समझोत्याला साथ करील आणि दुस-या सा-या शक्ती पूर्णपणे कामाला आल्या तर आणि जर ईश्वराची इच्छा असेल आणि ही स्थिती येईपर्यंत भगतसिंग आणि इतर अपराधी जिवंत राहिले तर ते फाशीच्या दोराला टांगण्यापासून वाचतील, त्यांची सुटकाही होईल... भगतसिंगसारख्या बहादूर माणसाला फाशीला लटकवण्याची गोष्ट तर दूरच राहील, पण माझा अंतरात्मा कुणालाही फाशीवर लटकावण्याचा साक्षीदार होणार नाही... जर अशा हिंसक मार्गावर आपला विश्वास असेल तर मी आपणास ठामपणे सांगतो की केवळ भगतसिंगचीच सुटका होणार नाही; परंतु आपणाला भगतसिंगसारख्या हजारो लोकांना बलिदान करावे लागेल."

दि. ७ मार्च १९३१ च्या या वक्तव्यानंतर गांधीजी १९ मार्च १९३१ रोजी आयर्विनला जाऊन भेटले होते. भगतसिंगसंबंधी काहीतरी बोलणी झाली असणारच! त्याच दिवशी बचाव समितीच्या वतीने वकील प्राणनाथ भगतसिंगला दयेचा अर्ज त्यांनी करावा म्हणून त्यांचे मन वळविण्याच्या हेतूने गेल्याची थोडक्यात हकिगत वर आलेली आहे. भगतसिंग

यांनी स्वतःच दयेचा अर्ज (?) दि. २० मार्च १९३१ रोजी लिहून फाशीतून सुटकेचे दोर स्वतःच्या हातानी कापून टाकल्याचेही वर नमूद केले आहे.

भगतसिंग आणि त्याच्या साथीदारांना दि. २४ मार्च १९३१ रोजी फाशी देण्याचे ठरले होते. त्याच्या आदल्या दिवशी म्हणजेच दि. २३ मार्च १९३१ रोजी व्हॉईसरॉयना या संदर्भात एक पत्र पाठवले होते. त्यातून गांधीजींचे या संबंधीचे विचार आणि त्यावेळच्या भगतसिंगबद्दलच्या भावना उत्कट रीतीने व्यक्त झाल्या आहेत. ते पत्र पुढीलप्रमाणे -

"लोकमत बरोबर की चूक असो पण ते शिक्षेत सूट मिळावी या बाजूलाच आहे. जेव्हा काही प्रश्न प्रतिष्ठेचे होत नसतील तर लोकमताचा मान राखणं आपलं कर्तव्य ठरतं."

"या मामल्याची परिस्थिती अशी आहे की, शिक्षा कमी झाली तर देशांतर्गत शांतता निर्माण होण्यास खूप मदत होईल, पण जर मृत्यूची शिक्षा दिली गेली तर निश्चितपणे शांतता धोक्यात येणार आहे."

"मी आपणास सांगू इच्छितो की क्रांतिकारी पक्षानं मला आश्वासन दिलंय की जर या लोकांचा जीव वाचवला गेला तर ते आपल्या चळवळी थांबविण्यास तयार आहेत. जोपर्यंत क्रांतिकारकांकडून हत्या होण्याचे बंद राहील तोपर्यंत मृत्युदंडाची शिक्षा तहकूब करणं सरकारचं कर्तव्य ठरतं."

"...जर अशा कारणाने पुष्कळशा निर्दोष व्यक्तींचे जीव वाचविणे शक्य होईल आणि त्यांना वाचवणं लाभदायक ठरेल. यामुळे क्रांतिकारकांच्या आतंकवादी कारवाया जवळजवळ बंद पडतील, असेही घडू शकेल."

"कारण की आपण शांती स्थापनेच्या कामात माझा प्रभाव आपण उपयोगी ठरत असल्याचे मानत आहात. म्हणून भविष्यकाळासाठी अकारण माझी परिस्थिती अडचणीची करू नका. नाहीतरी ती सरळही नाहीच."

"मृत्युदंडाच्या शिक्षेची अंमलबजावणी झाल्यानंतर ते पाऊल परत घेता येणे अशक्य असते. तर आपण विचार करत असाल तर या निकालात थोडीशी फट असेल तर मी आपणास प्रार्थना करतो की, ही शिक्षा परत घेणे अशक्य असले तरी पुढे भविष्यात विचार करण्यासाठी त्या शिक्षेला स्थगिती देता येईल."

"जर माझी उपस्थिती या संदर्भात आवश्यक असेल तर मी आपणाकडे येऊ शकतो; परंतु मी बोलू शकणार नाही, पण मी ऐकू शकतो आणि मला जे सांगायचे आहे ते मी कागदावर लिहून सांगू शकतो."

"दया कधीच निष्फळ ठरत नाही."

गांधीजींनी भगतसिंग यांचा जीव वाचविण्यासाठी इतक्या पोटतिडकीने लिहिले होते तरी व्हॉईसरॉयने त्यांची ही विनंती ठोकरून लावली. भगतसिंग यांनी दया मागण्याचा विचार

त्याच पद्धतीने ठोकरून दिला होता. त्या पत्राची माहिती याच विभागात मागे दिलेली आहेच. त्यामुळे भगतसिंग आणि त्यांच्या साथीदारांची फाशी रद्द करण्याचे सारे प्रयत्न फोल ठरले. देशाच्या कल्याणासाठी भगतसिंग यांनी मृत्यूचे चुंबन घेण्याचे निश्चित केलेच होते.

भगतसिंग आणि त्यांच्या क्रांतिकारक साथीदारांनी फाशी जाण्यापूर्वीचे दिवस शांततेत आणि वाचनात घालवले. भगतसिंग यांचे वाचनाचे विषय हे विविध प्रकारचे होते. ते कथा, कविता, कादंबरी वाङ्मयही आवडीने वाचत. साहित्य प्रकारापेक्षा वैचारिक ग्रंथ, समाजपरिवर्तनाला चालना देणारी पुरोगामी सिद्धांत सांगणारी पुस्तके ते आवडीने वाचत. त्यांच्या वाचनात क्रांतिकारक विचाराच्या वाङ्मयीन ग्रंथांचा भरणा अधिक असे. भगतसिंग यांनी जयदेव गुप्तांना पत्र पाठवून पंजाब पब्लिक लायब्ररीतून पुस्तके घेऊन ती वाचायला पाठवण्याची विनंती केली. त्यातील काही पुस्तकांची आणि लेखकांची केवळ नावे पाहिली तरी त्यांच्या क्रांतिकारक व्यक्तिमत्त्वाची प्रचिती येते. ती पुस्तके अशी : (कंसात लेखक) 'सिव्हिल वॉर इन फ्रान्स' (कार्ल मार्क्स); 'मिलीटॅरीझम' (कार्ल लिबनेख्ट); 'हाऊ मेन फाईट' (बर्ट्रॉल्ड रसेल); 'कोलॅप्स ऑफ सेकंड इन्टरनॅशनल' (लेनिन); 'लेफ्ट विंग कम्युनिझम' (लेनिन); 'लॅन्ड रेव्होल्यूशन इन रशिया' (अॅप्टन सिंक्लेअर); 'हिस्टॉरिकल मटेरिऑलिझम' (बुखारिन) ही आहेत उदाहरणादाखल काही पुस्तकांची नावे!

भगतसिंग यांचा वैज्ञानिक दृष्टिकोन पक्का होता. विवेकवादाची बैठकही पक्की होती. शेवटच्या काळात त्यांनी धर्मचिकित्सा तर केलीच केली, पण देवाच्या अस्तित्वालाच हरकत घेतली. मृत्यूच्या भीतीमुळे ते कधीच आपल्या विवेकवादी विचारापासून दूर सरकले नाहीत. शेवटच्या काळातच त्यांनी 'मी नास्तिक का आहे?' याचे विवेकवादी विवरण देणारे सविस्तर पत्र आपल्या मित्रांना पाठवले. या दीर्घ पत्राची आता पुस्तिकाच बाजारात आली आहे. सदर पुस्तिका पुरोगामी कार्यकर्त्यांनी जरूर वाचली पाहिजे. नव्हे तिचे पारायण केले पाहिजे. विस्तारभयास्तव मी येथे फक्त त्या पत्रातील शेवटचे दोन परिच्छेद देत आहे.

"मूर्तीपूजा, धर्माच्या कोत्या समजुती या गोष्टीबरोबरच ईश्वराच्या या श्रद्धेविरुद्धही समाजाने लढा द्यायला हवा. तसेच मनुष्य जेव्हा स्वतःच्या पायावर उभे राहून वास्तववादी बनू पाहतो तेव्हा त्याने श्रद्धा दूर फेकायला हवी व परिस्थितीमुळे तो कोणत्याही निराशेत किंवा संकटात सापडला तरी त्या सर्वांचा समर्थपणे मुकाबला करण्याचा पुरुषार्थ दाखवायला हवा. माझी अवस्था नेमकी अशीच आहे. मित्रांनो, हा माझा पोकळ दिमाख नव्हे. नास्तिक बनणा-या या माझ्या विचारपद्धतीमुळे मी नास्तिक बनलो आहे. अशा माणसाच्या दृष्टीने पाहिले तर दैनंदिन पूजा व ईश्वरावरील श्रद्धा या सर्वांत स्वार्थी आणि स्वतःला काळिमा फासणा-या गोष्टी आहेत, असे मी मानतो... या सर्व प्रकारच्या संकटांना धैर्याने तोंड देणा-या नास्तिकाबद्दल मी वाचले आहे आणि त्याप्रमाणेच शेवटपर्यंत म्हणजे अगदी वधस्तंभापर्यंत

ताठ मान ठेवून उभे राहाणा-या माणसासारखे वागण्याचा मी प्रयत्न करतो आहे."

"मी यातून कसा काय पार पडतो ते पाहू या. माझ्या एका मित्राने मला प्रार्थना करायला सांगितले, मी जेव्हा माझ्या नास्तिकतेबद्दल त्याला सांगितले तेव्हा तो म्हणाला, 'तुझ्या अखेरच्या दिवसात तू देवावर विश्वास ठेवायला लागशील.' त्यावर मी म्हणालो, "नाही महाशय, असे कधीच होणार नाही. असे करणे म्हणजे तोंडाला काळिमा फासणारे आणि मनोधैर्य खचणारे कृत्य आहे, असे मी समजतो. स्वार्थी हेतूसाठी मी प्रार्थना करणार नाही." वाचक आणि मित्रहो, याला तुम्ही पोकळ ऐट म्हणाल काय? तशी जर असेल तर मला तिचा अभिमान आहे."

दि. २४ मार्च १९३१ रोजी भगतसिंग, सुखदेव आणि राजगुरू यांना फाशी देण्याची तिथी ठरलेली, अखेरच्या दोन दिवसांत वाचण्यासाठी भगतसिंग यांनी आपल्या वकील मित्रास- श्री प्राणनाथ मेहता यांना- रशियन क्रांतिकारक नेता लेनिनचे जीवनचरित्राचे पुस्तक आणून देण्याची विनंती केली होती.

लेनिनच्या चरित्राचे पुस्तक भगतसिंग यांना देण्यास श्री प्राणनाथ मेहता तुरुंगात आले. त्यांना पाहताच भगतसिंग यांनी 'साम्राज्यवाद मुर्दाबाद, इन्कलाब जिंदाबाद'च्या घोषणा दिल्या. प्राणनाथ मेहतांनी त्यांना विचारले,

"आपणाला कसे काय वाटते आहे?"

"मी एकदम ठीक आणि प्रसन्न आहे."

"आपली शेवटची इच्छा काय आहे?"

"मातृभूमीची अधिक सेवा करण्याची संधी मिळावी यासाठी भारतात पुन्हा जन्म मिळावा ही एकच इच्छा आहे."

या भेटीत भगतसिंग यांनी आपल्या मित्रांना, त्यांच्या खटल्यात रस घेणा-या लोकांना शुभेच्छा दिल्या. त्यांच्याबद्दल कृतज्ञता व्यक्त केली. हे ऐकताना व बोलताना प्राणनाथांचे ओठ थरथरत होते. पण भगतसिंग शारीरिक आणि मानसिकदृष्ट्या संपूर्ण शांतचित्त होते. ते स्थितप्रज्ञाच्या रूपात दर्शन देणारी जणू देवताच वाटत होते.

भगतसिंग यांची फाशीची शिक्षा कमी व्हावी, यासाठी शेवटपर्यंत अनेकजण अनेकप्रकारे प्रयत्न करत होते. तेव्हा भगतसिंग ज्या तुरुंगात होते, त्या तुरुंगातील चौदा नंबरच्या कोठडीतील मित्रांनी त्यांना एक चिठ्ठी पाठवून रोखठोक प्रश्न विचारला. "सरदार, आपण एक खरेखुरे क्रांतिकारक या नात्याने सांगा की, या शिक्षेपासून वाचण्याबद्दल आपली काय इच्छा आहे?" त्यावर पत्र लिहून भगतसिंग यांनी स्वतःच्या प्रतिमेस आणि प्रतिष्ठेस साजेल असंच उत्तर दिले होते. ते खालीलप्रमाणे असून हे पत्र दि. २२ मार्च १९३१ रोजीचे आहे.

"साथीदारांनो, माझ्यातही जगण्याची इच्छा असणे स्वाभाविक आहे. मला ती (इच्छा)

दडवून ठेवायची नाही. पण कैद किंवा बंधनात राहून मला जगायचे नाही, या एका अटीवर मी जगू शकतो."

"माझं नाव भारतीय क्रांतीचं प्रतीक बनलेलं आहे आणि क्रांतिकारी पक्षांच्या आदर्शांनी व बलिदानांनी मला फारच उच्च स्थान दिलेलं आहे. ते इतक्या वरचं आहे की, जिवंत राहण्याच्या स्थितीतही मी त्यापेक्षा नक्कीच उच्चस्थानी असू शकत नाही."

"माझ्या कमजो-या आज जनतेसमोर नाहीत. जर मी फाशी जाण्यापासून वाचलो तर त्या उघड होतील आणि क्रांतीचे प्रतीक-चिन्ह फिके पडेल किंवा ते नामशेष होण्याचीच शक्यता आहे. पण दिलखुलासपणे हसत हसत मी फाशी जात असलेला चेहरा पाहून भारतीय माता आपल्या मुलांना भगतसिंग बनण्याची आकांक्षा बाळगतील आणि देशासाठी बलिदान करणा-यांची संख्या इतकी वाढेल की क्रांतीला थोपवणे ही गोष्ट फार भयंकर (अति) राक्षसी पराक्रमाच्या सर्व साम्राज्यवादी शक्तींना शक्य होणार नाही."

"होय, एक विचार माझ्या मनात येतो आणि तो म्हणजे देश व मानवतेसाठी काही करण्याच्या माझ्या आकांक्षा होत्या, त्यातील एक हजाराव्वा हिस्साही मी पूर्ण करू शकलो नाही. जर स्वतंत्र व जिवंत राहिलो.... तर कदाचित त्या पूर्ण करायला अवधी मिळाला असता. मग मी माझ्या आकांक्षा पूर्ण करू शकलो असतो. फाशीपासून स्वतःला वाचविण्यासाठी यापेक्षा दुसरा कोणताही लोभी विचार माझ्या मनात कधीच आला नाही. माझ्यापेक्षा अधिक भाग्यवान कोण बरे असू शकेल? अलीकडे मला स्वतःचा अभिमान वाटू लागला आहे. माझ्या मनात आता कुठली भौतिक इच्छा उरलेली नाही. अंतिम परीक्षेची प्रतीक्षा करायला मी आता फारच उतावीळ झालो आहे. तो क्षण अजूनही अधिक जवळ यावा अशी इच्छा आहे."

योगायोग कसा असतो बघा. भगतसिंग आणि त्यांच्या दोन साथीदारांना फाशी देण्याची शिक्षा दि. २४ मार्च १९३१ ही ठरली होती. ब्रिटिश सरकार त्या दिवशी होणा-या घटनेमुळे लोकक्षोभ होईल, या विचाराने हैराण झाले होते. म्हणूनच ही फाशी देण्याची शिक्षा कुणालाही पत्ता लागू न देता एक दिवसाने अगोदर दिली. ही बाब भगतसिंग यांच्या पत्रातील शेवटच्या ओळीतील इच्छेप्रमाणेच घडली!

हे भगतसिंग यांचे पत्र घेऊन परत जाणा-या क्रांतिकारक कैद्यास ते म्हणाले, "मित्रा, गोष्टी तर ब-याच झाल्या आहेत तेव्हा रसगुल्ले तरी खाऊ घाल!" थोड्याच वेळात रसगुल्ले घेऊन तो मित्र आला. भगतसिंग यांना रसगुल्ले फारच आवडत. त्यांनी मोठी मौजमजा मारीत ते रसगुल्ले खाल्ले. तेच त्यांच्या आवडीचे शेवटचे भोजन होते. फाशी दि. २४ मार्चला होणार होती. लेनिनचे चरित्र त्यांच्या हाती २२ मार्चला पडले होते. ते पुस्तक वाचून संपवण्याचा त्यांचा उत्साही इरादा त्यांच्या चेह-यावर स्पष्ट दिसत होता.

भगतसिंग यांच्या जीवनातील शेवटच्या क्षणात घडलेली अजून एक घटना इथं नोंदवलीच पाहिजे. ती अशी - या घटनेवरून भगतसिंग हे आपल्या तत्त्वावर किती निष्ठेने ठाम आणि अविचल राहू शकतात याचे प्रत्यंतर येते. - तुरुंगातील मुख्य वॉर्डरचं नाव होतं. चित्तरसिंह! तो सैन्यातून निवृत्त झालेला हवालदार! गोड स्वभावाचा! धार्मिक वृत्तीचा! तसेच देवभोळा माणूस! आपली नेमून दिलेली कामे करताना तो नेहमी शीख धर्मातील श्लोक गुणगुणत असायचा. ती त्याची नेहमीचीच सवय.

दि. २३ मार्च १९३१ रोजी दुपारी त्याच्याकडे हुकूम आला की, लाहोर कटातील तीन क्रांतिकारक कैद्यांना फाशी द्यायचे आहे. त्यासाठी सर्व आवश्यक ती तयारी करून ठेवा. सरदार चित्तरसिंहाला भगतसिंग यांच्याबद्दल अपत्यवत प्रेम वाटायचे. हा निरोप ऐकून तो दुःखी कष्टी झाला. तो भगतसिंग यांच्याजवळ जाऊन म्हणाला, "बेटा, तुझा शेवट जवळ आला आहे. मी तुझ्या बापाच्या वयाचा आहे. तुला एक विनंती करायला आलो आहे!"

हा आपल्याला काय विनंती करणार? या विचाराने भगतसिंग हसले आणि म्हणाले, "सरदार, कसली विनंती करायला आपण आलात? कळू तरी द्या."

मुख्य वॉर्डरला भगतसिंग यांच्या बोलण्यानं थोडा धीर आला. तो म्हणाला, "माझी एकच विनंती आहे. मी हा छोटासा धर्मग्रंथ आणला आहे. थोडावेळ याचं पारायण कर बेटा!" असं म्हणून मुख्य वॉर्डरने खिशातून धर्मग्रंथ काढून त्याच्यापुढे केला.

भगतसिंग यावर हलकेच हसून म्हणाले, "तुम्ही हे मला पूर्वी कधीतरी सांगितले असते तर केवळ तुमच्या समाधानासाठी हे मी आनंदाने केले असते, पण आज या शेवटच्या वेळी जर मी धर्मग्रंथ वाचला वा प्रार्थना केली तर तुमचा देव मला भित्रा म्हणेल. मी संपूर्ण हयातीत कधीही देव मानला नाही की त्याची प्रार्थना केली नाही. ती मी आज केली तर तो म्हणेल की, हा भीतीपोटी प्रार्थना करतो आहे. हा सारा विचार करून मला वाटते की, प्रार्थनेशिवाय मी हे जग सोडणं अधिक इष्ट ठरेल, कारण आजवर मी तसाच जगलो आहे. माझ्यानंतर कुणी माझ्यावर असा आरोप करणार नाही की, जन्मभर मी नास्तिक राहिलो, पण अखेरच्या क्षणी भीतीपोटी आस्तिक झालो."

मुख्य वॉर्डर त्यावर काय बोलणार? बिचारा भगतसिंग यांना द्यावयाला पुढे केलेला धर्मग्रंथ कुरवाळीत मागे फिरला. त्याला वाटले या धर्मग्रंथाला कुरवाळण्यापेक्षा या भगतसिंग यांच्या डोक्यावरून प्रेमानं हात फिरवावा, पण तसे करणे त्या क्षणी त्याला जमले नाही.

दि. २३ मार्च १९३१ रोजी दुपारीच भगतसिंग यांना आज आपणास फासावर लटकवणार असल्याचे कळाले होते, पण भगतसिंग यांच्यावर त्या बातमीचा कसलाच परिणाम झाला नाही. ना दुःख ना खेद! यावेळी भगतसिंग एक पुस्तक वाचण्यात स्वतःला विसरून गेले होते. सूर्य मावळतीकडे सरकत होता. त्याची पिवळसर किरणं तुरुंगातील कोठीत भगतसिंग

यांच्यावर सोनं उधळीत होती. अखेर त्यांनाही लुप्त व्हावं लागलं. सूर्यनारायण मावळला. उद्या सकाळी उगवायला. जगाला प्रकाश द्यायला. भगतसिंग यांना जणू तो संदेश देत होता की तुही शरीरानं नष्ट झालास तरी तुझ्या विचारांच्या प्रकाशाने, आचाराच्या तेजाने आणि बलिदानाच्या श्रेष्ठत्वाने जगात अमर राहणार आहेस! तुझ्या प्रकाशाने साम्राज्यवाद बुडायची, समता स्थापनेच्या उदयाची किरणं कोट्यवधींच्या हृदयांत प्रकाशत राहतील!

सांजवेळ झालेली तरीही हातातील पुस्तकातील शेवटची एक-दोन पाने भगतसिंग वाचत होता. तो अधून मधून सद्गदित होत होता. मध्येच त्याच्या चेह-यावर क्रांतीचं तेज पसरत होतं. वाचताना त्याची ब्रह्मानंदी टाळी लागली होती. स्वतःला तो पूर्णपणानं विसरून गेला होता.

भगतसिंग यांना फाशीच्या कोठडीकडे नेण्यासाठी एक अधिकारी त्यांच्याजवळ आला तेव्हा भगतसिंग वाचनात गढून गुंगून गेला होता. अधिका-याने भगतसिंग यांना हलक्या आवाजात हाक दिली. ती भगतसिंग यांना ऐकू जाणं अशक्य होतं. इतका तो शरीर-मन-बुद्धीनं वाचनात एकरूप झाला होता. तो अधिकारी मोठ्या आवाजात म्हणाला, “सरदार, आम्ही तुम्हाला फासावर न्यायला आलोय!” भगतसिंग यांनी हे वाक्य ऐकलं. त्यांची तंद्री किंचित भंगली. वाचनातील डोळ्याची पापणीही न हलविता भगतसिंग उत्तरले, “एक मिनिट, फक्त एक मिनिट थांबा. एक क्रांतिकारक दुस-या क्रांतिकारकाला भेटण्यात मग्न आहे!” त्याच्या आवाजात विलक्षण धार होती. निर्धार होता. अधिका-याला स्वतःची दमकोंडी झाल्याचा भास झाला. भगतसिंग यांनी ग्रंथाच्या शेवटच्या प्रकरणातील शेवटचे परिच्छेद वाचून संपविले. पुस्तक बाजूला ठेवले आणि ते म्हणाले, “चला आता!” तेव्हा भगतसिंग यांचा चेहरा फुललेला, उजळलेला वाटत होता. जे पुस्तक ते वाचत होते ते होते ‘लेनिनची जीवनगाथा!’ काही वेळातच भगतसिंग यांची क्रांतियात्रा समाप्त होणार होती.

अधिकारी भगतसिंग, सुखदेव आणि राजगुरूच्या जवळ आला. त्याच्या हातात तीन बेड्या आणि तीन लाल टोप्या होत्या. त्या घालण्यास तीघांनीही स्पष्ट नकार दिला. अधिकारी वरमला, नरमला आणि ओशाळला. तिघांनीही बेडी नाकारली, ती गुलामीची आणि अपराधीपणाचे प्रतीक म्हणून! ते तर स्वतंत्र होते. फाशी जाण्यापूर्वीही ते स्वतंत्र होते. हे त्यांना जगाला दाखवायचे तर नव्हते?

लाल टोपी न घालण्यामागचा क्रांतिकारकांचा हेतू काय असावा? लाल रंग तर क्रांतिकारकांचा आवडता रंग! लाल झेंडा त्यांचा जीव की प्राण! तरीही लाल रंगाची टोपी घालायची नाही, हे कसे? लाल टोपीने तोंड नि डोळे झाकून त्यांना फासावर लटकायचे नव्हते. फासावर लटकताना त्यांच्या चेह-यावर दुःख, भय आणि पराभूत भाव असणार नाहीत. फासावर लटकतानाही त्यांच्या चेह-यावर स्वातंत्र्यासाठी आपण प्राणत्याग करताना चेह-यावर समाधानाचं हसू, दुःखाचा अभाव आणि मरतानाही डोळ्यात असलेला विजयाचा

उन्माद जगाला कळावा हा हेतू होता.

बेड्या आणि लाल टोप्या हातात ठेवून अधिकारी स्तब्ध उभा राहिला. भगतसिंग विजयी वीरासारखा खंबीर पायावर छाती पुढे करून आणि माथा उन्नत करून उभा, त्याच्या डाव्या बाजूला सुखदेव तसाच ताठ खडा आणि उजव्या बाजूला राजगुरू पहाडासारखा निश्चल उभा. जगावेगळी त्रिमूर्ती! स्वातंत्र्य, समता बंधुत्वाची तीन रूपेच जणू! त्या तत्त्वत्रयीतून सामाजिक न्यायाच्या उभारणीला स्फूर्ती, प्रेरणा देणारे जणू देवदूतच! असे तिघे उभे! सुहास्य वदनाने, तेजस्वी डोळ्यांनी अधिका-याकडे तुच्छतेने पाहणारे! एक क्षणभर शांतता! त्याबरोबर तिघांच्याही तोंडातून गाण्याची लकेर उसळली. हे संगीताचे स्वरच त्यांचे अमृत झालेले! असे अमृत प्यालेल्यांना कोण मारणार? ही त्यांची भावना त्या सुरातून सर्वत्र पसरत होती. अधिकारीदेखील या सुरांनी हवालदिल झाले. त्या सुरात स्वराज्य होतं. त्या सुरात देशप्रेम होतं! त्या आवाजात दुर्दम्य आशावाद होता! आकाशाला गवसणी घालणारा अक्षय आवाज! त्यात विषमतेचा दर्द होता आणि समतेचं भव्य स्वप्न होतं! अन्याय करणारांच्या डोळ्यांना दीपवून टाकणा-या शूरवीर धीराच्या शहिदाचं विजेचं कडाडणं होतं! त्या स्वरातून खालील शब्दब्रह्म अवतरले.

“दिलसे निकलेगी न मरकर भी वतन की उल्फत
मेरी मिट्टीसे भी खुशबू ए वतन आएगी।।”

फाशीच्या अंमलबजावणीवर देखरेख करणारा ब्रिटिश डेप्युटी कमिशनर खाली मान घालून उभा होता. एक दिवसाने अगोदर शिक्षेची अंमलबजावणी करताना इंग्रज सरकार, इंग्रज न्यायालय आपण स्वतः अन्यायाची परिसिमा गाठत असलेल्या न्यूनगंडानं पछाडून गेले होते. तो इंग्रजांचा ताबेदार होता. तर फाशी जाणारे कुणाचेही गुलाम नव्हते की बंदिवान! वधस्तंभाकडे जाताना सदर डेप्युटी कमिशनरकडे एक स्नेहार्ध दृष्टिक्षेप टाकत भगतसिंग उद्‌गारले, “मॅजिस्ट्रेट साहेब, तुम्ही फार नशीबवान आहात, भारतीय क्रांतिकारक महान ध्येयासाठी कसे हसत हसत फासावर जातात ते प्रत्यक्ष पाहण्याचे भाग्य तुम्हाला लाभले आहे!”

हे तीन क्रांतिकारक फाशीच्या मंचावर चढून गेले. तेथे तीन फास लोंबकळत होते. त्या तीन फासाखाली तिघेजण उभे राहिले. शेवटच्याक्षणी त्यांच्या मुखातून घोषणा बाहेर पडल्या “इन्कलाब जिंदाबाद!, साम्राज्यवाद मुर्दाबाद!” त्यानंतर तिघांनीही ते दोराचे फास आपल्या हातात घेतले. फुलमाला हुंगाव्यात, प्रेयसीला क्षण एक पुरे प्रेमाचा, वर्षाव पडो मरणाचा, मग पुढे? या भावनेने त्यांनी त्याचे चुंबन घेतले, आणि ते फास गळ्यात घातले आणि गुन्हेगारांना फाशी देणा-या व्यक्तीला भगतसिंग अगदी सहजपणे म्हणाले, “कृपा करा

आणि या फासांना मानेभोवती व्यवस्थित करा." यावेळी फाशी देणा-याच्या अंतःकरणात भावनांचा कल्लोळ माजला होता. तो त्यांच्या डोळयात दाटलेल्या अश्रूंतून डोकावत होता. चाक फिरवायला उचललेला हात जड झाला होता, पण तो हुकमाचा बंदा! त्याने चक्र फिरविले. कालचक्र क्षणभर थांबले आणि भगतसिंग, सुखदेव आणि राजगुरूंची शरीरे लोंबकळू लागली. त्यांच्या शरीरातील मुक्त आत्मा फाशीची शिक्षा देणा-याकडे डेप्युटी कमिशनरकडे पाहून खदखदा हसत होता. भगतसिंग, सुखदेव आणि राजगुरू क्रांतीची त्रिमूर्ती अमर झाली!

त्यावेळी सायंकाळचे सात वाजून तेहतीस मिनिटे झाली होती. भगतसिंग यांनी आपले मित्र दत्त यांना लिहिलेल्या पत्रातील एका वाक्याने जगाला क्रांतीचा अखेरचा संदेश दिला. ते मूळ वाक्य इंग्रजीतून लिहिलेलं होतं. "Now I see my God in his visiable form on the gallows" आपल्या परमेश्वराच्या दर्शनीय स्वरूपात फाशीच्या तख्तावर मी त्याला आता पाहत आहे. भगतसिंग, सुखदेव आणि राजगुरू यांनी समाजमान्य परमेश्वराला आलिंगन दिले नव्हते. त्यांनी त्याच्या ध्येय देवतेला आलिंगन दिले होते. म्हणूनच ते हुतात्मा झाले. येशू ख्रिस्तासारखे नवे येशू झाले.

(२५)

भगतसिंग, सुखदेव आणि राजगुरूला न्यायालयाने ठरवून दिलेल्या तारखेच्या एक दिवस अगोदरच फाशी देऊन कायद्याचा भंग केला. न्यायालयाचा अपमान केला. पण राज्य त्यांचे! न्यायही तेच देणार, त्याबाबत कोण विचारणार? विचारले तरी ते ऐकणार होते थोडेच? दि. २३ मार्च १९३१ रोजी सायंकाळी ७ वा. ३३ मिनिटांनी क्रांतिकारक त्रिमूर्तींना फाशी दिल्याचे गुप्त ठेवण्याचा सरकारच हेतू होता. पण फाशी दिल्याचे तुरुंगातील कैद्यांपासून कसे लपवून ठेवणार? सा-या कैद्यांनी या त्रिमूर्तींच्या जयजयकाराच्या आणि जिंदाबादच्या घोषणांनी तुरुंग दणाणून सोडला. हा आवाज तुरुंगातील गजातून बाहेर जायला वेळ लागला नाही. तेव्हा भारतीयांची इच्छा होती की निदान त्यांची कलेवरे तरी आपल्या ताब्यात मिळावी, पण सरकारला लोकक्षोभाची आणि उद्रेकाची चांगलीच कल्पना होती. ६३ दिवसांच्या उपोषणानंतर मृत झालेल्या जतिंद्रनाथ दास यांच्या प्रेतयात्रेला जनतेचा मिळालेला प्रचंड संतप्त प्रतिसाद सरकार विसरले नव्हते. म्हणूनच फाशी दिल्याची बातमी ते गुप्त ठेवण्याची पराकाष्ठा करीत होते.

त्याच दिवशी भगतसिंग यांना भेटायला त्यांच्या कुटुंबातील सर्वजण तुरुंगात आले होते; परंतु तुरुंगाधिका-यांनी त्यांना निरोप पाठवला "फक्त आई-बापच त्याला भेटू शकतील." पण भगतसिंग यांचे आईवडीलही याच मातृभूमीच्या मानी मातीचे बनलेले होते. त्यांनी अधिका-याला उलट निरोप पाठवला होता "आम्ही सारेजणच भगतसिंगला भेटू, नाहीतर कुणीच भेटणार नाही." अधिकारी आपल्या निर्णयावर ठाम तर भगतसिंग यांच्या परिवारातील लोकही त्यांच्या निर्णयावर ठाम! त्यामुळे भगतसिंग यांना न भेटताच ते सारे परत गेले.

इकडे सरकार घाबरलेले! जनता क्रुद्ध झालेली. अधिकारी कमालीचे भ्यालेले! या त्रिमूर्तींची कलेवरे नातेवाइकांच्या ताब्यात दिली गेली तर मोठा गहजब होण्याची शक्यता होती. लोकक्रांतीची सुरूवात होण्याची शक्यता त्यांना नाकारता येत नव्हती. तेव्हा त्यांनी फाशी गेलेल्या क्रांतिकारी त्रिमूर्तीच्या मृतदेहाचे तुकडे तुकडे केले. ते पोत्यात भरले. पोती ट्रकात टाकली. मुख्य प्रवेशद्वारातून ते ट्रक न्यावे तर जनतेने त्या कलेवराची मागणी केली असती. एवढेच नाहीतर इंग्रज अधिका-यासह तो ट्रक त्यांनी जाळून टाकला असता. जमावानेच पोलिसांना आणि अधिका-यांना उभे जिवे जाळले असते. या क्रांतीचा वणवा देशभर पसरला तर ब्रिटिशांना हा देश सोडून पळून जावे लागले असते. म्हणून तुरुंगाधिका-याने पुढील मुख्य प्रवेशदारातून तो ट्रक बाहेर काढला नाही. तुरुंगाच्या पाठीमागे तर दारच नव्हते, काय करायचे? त्यांनी पाठीमागची भिंत पाडली. हुतात्म्यांच्या शरीराच्या तुकड्यांनी भरलेली पोती ट्रकमधून पाठीमागून चोराप्रमाणे बाहेर नेली. त्या कलेवरांच्या तुकड्यांना विधिपूर्वक अग्नी देण्यासाठी एक शीख ग्रंथीसाहेब आणि एक हिंदू पंडितांला सोबत घेतले. अंत्यसंस्काराला वेळ लागणार. त्यावेळेत बातमी गुप्त कशी राहणार? म्हणून ती कलेवरे जाळण्यासाठी तुपाऐवजी रॉकेल वापरायचे त्यांनी ठरवले. त्याप्रमाणे रॉकेलचे डबे घेऊन ते सारे फिरोजपूर जवळच्या सतलज नदीच्या तीराजवळ गेले. तेथे घाईगडबडीत त्या पवित्र देहाच्या तुकड्यांना अग्नी देण्यात आला. अग्निसंस्काराने तो भाग प्रकाशाने उजळून निघाला. लोकांचा संशय वाढलेला. तेथे या प्रेताचा माग काढत, जमाव झुंडीने घोषणा देत तेथे निघाला. हे पाहून तुरुंगाधिका-याने अर्धवट जळालेले शरीराचे तुकडे गोळा करून सतलज नदीत फेकून दिले आणि उरलेल्या जाळावर माती आणि वाळू टाकली आणि प्राण वाचविण्यासाठी ट्रकमध्ये बसून ते पळून गेले!

इकडे लाहोरमध्ये भगतसिंग यांचे आई-वडील आणि जवळचे नातेवाईक भगतसिंग यांना न भेटताच तुरुंगातून बाहेर पडले. वडील किशनसिंह मोठे देशभक्त. गांधीजींचे अनुयायी! आपल्या पुत्राच्या फाशीनंतर लोकांच्या भावनेचा स्फोट होऊन कायदा आणि शांतता धोक्यात येऊ नये म्हणून ते मोरी गेटवर आले. तेथे क्षुब्ध लोकांची हीऽऽ गर्दी जमलेली. त्यांना शांत करण्यासाठी श्री. किसनसिंह भाषण देऊ लागले. एका ठिकाणी मुलगा

फासावर चढण्याच्या तयारीत होता तर त्याचे वडील शांतता राखण्यासाठी भाषणाद्वारे लोकांची आर्जवे करीत होते.

श्री. किसनसिंह यांना कल्पना नव्हती की उद्याऐवजी आजच आपल्या मुलाला फाशी देणार आहेत. तेव्हा कुलवरसिंह पळत-पळत त्याच्याकडे आले. व्यासपीठावर जाऊन त्याने वडिलांना भगतसिंग यांना व त्यांच्या साथीदारांना फाशीच्या तख्ताकडे नेत असल्याची दुःखद बातमी सांगितली तेव्हा किसनसिंह यांनी कुलवरसिंहाला आपल्याजवळ बसायचा इशारा केला आणि त्यांनी भाषण देण्यास पुन्हा सुरुवात केली. त्यानंतर काही वेळाने तुरुंगात दूध घालणारा गवळी दुःखद वार्ता घेऊन आला. 'क्रांतिकारकांना फाशी देण्यात आली.' श्री. किशनसिंह तरीही भाषणच देत उभे होते. जनतेला शांतता राखण्याचे आवाहन करत होते. ते म्हणाले, "बातमी आली आहे की, भगतसिंगला फाशी देण्यात आली आहे. मी त्याचा मृतदेह आणण्यासाठी तुरुंगाकडे जात आहे. तुम्ही येथे बसल्या ठिकाणीच स्वस्थ राहा. तुरुंगाकडे कोणीही येऊ नका. नाहीतर काय होईल? आपण एका भगतसिंगची डेडबॉडी आणायला जाऊ आणि शेकडो भगतसिंगचे बळी देऊन परत येऊ!"

तरीही काही लोक श्री. किशनसिंहासोबत तुरुंगात गेले! तेथे त्यांना खरी परिस्थिती कळाली. तेव्हा जेथे भगतसिंग आणि त्यांच्या साथीदारांना जाळले जात असेल तेथे जाण्यास लोंक विखुरले गेले. सैरावैरा धावू लागले. सरकारने तीन क्रांतिकारकांची अचेतन शरीरे जाळून टाकली, पण हे कृत्य भगतसिंग यांना अमरपद देऊन गेले.

दुस-या दिवशी सरकारी जाहिराती सर्वत्र चिकटलेल्या आढळल्या. भगतसिंग, सुखदेव आणि राजगुरू यांचे विधिवत अंत्यसंस्कार केल्याचे त्यात नमूद केले होते. या सरकारच्या राक्षसी कृत्याच्या विरोधात निषेध व्यक्त करण्यासाठी इन्कलाब जिंदाबादच्या आणि भगतसिंग यांच्या जयजयकाराच्या घोषणांनी शहर कोंदून गेले. आंदोलन सर्वत्र सर्वव्यापी बनले. ते आटोक्यात आणण्यासाठी सरकारला लष्कर बोलवावे लागले. लोकांच्या अंतःकरणात बसलेले भगतसिंग कॅलेंडर, बिल्ले, पोस्टर्स, वर्तमानपत्रे यातून व्यक्त होऊ लागले. होशियारपूरचा एक इंग्रज अधिकारी तर भगतसिंग यांच्यावर इतका चिडला की, त्याने भगतसिंग यांचं टांगलेलं पोस्टर खाली ओढून घेतलं व ते पायाखाली पुन्हा पुन्हा तुडवलं! चित्रावर कसला राग काढतोस? या त्याच्या कृत्याने भगतसिंग महान आणि अमर होत होते तर तो इंग्रज अधिकारी बनत होता लहानातला लहान क्षुद्र किडा!

भारतीयांच्या हृदयसिंहासनावर भगतसिंग, सुखदेव आणि राजगुरू राज्य करीत होते. प्रत्येकाच्या मुखातून कवितेच्या खालील ओळी बाहेर पडत होत्या.

भगतसिंग, सुखदेव आणि राजगुरूच्या अमर आत्म्यांच्या खालील भावना सरदार जाफरी या कवीने योग्य शब्दात व्यक्त केल्या आहेत.

"हमसे बढकर जिंदगी को कौन कर सकता है प्यार।
और अगर मरने पे आ जाएँ तो मर जाते हम।।
जाग उठते है तो सुली पर भी निंद आती नही।
वक्त पड जाए तो अंगारों पे सो जाते है हम।।
मर के भी इस खाक में हम दफन रह सकते नहीं।
लाला-ओ-गुल बन के वीरानों पे छा जाते है हम।।"

त्याकाळी भगतसिंग यांची लोकप्रियता कळसाला पोहचली होती. प्रसिद्ध इतिहासकार डॉ. पट्टाभिसितारामय्या यांनी या संबंधात लिहिलं : "भगतसिंग यांची लोकप्रियता म. गांधीजींच्या लोकप्रियतेएवढी होती. असे म्हटले तर ती अतिशयोक्ती होणार नाही." भगतसिंग, सुखदेव आणि राजगुरू यांच्या आत्म्यांनी भारतवासीयांच्या हृदयात घरच केले होते. याच काळात काँग्रेसचे अधिवेशन कराचीला होते. त्या अधिवेशनावर या तीन क्रांतिकारी हुतात्म्यांचे आत्मे फिरत असल्याचा भास तेथील लोकांचं दुःख आणि संताप पाहून वाटत होतं. लोक गांधीजींनाही दोष देत होते. म्हणून गांधीजीही अधूनमधून आपली बाजू लोकांसमोर स्पष्ट करीत होते. कराची येथे भरलेल्या काँग्रेसच्या अधिवेशनाचा मोका साधून दि. २६ मार्च १९३१ रोजी गांधीजींनी या संदर्भात जे भाषण केले, त्यातील महत्त्वाचा भाग असा : "ज्या त-हेने मी व्हॉइसरॉयना समजावून सांगू शकत होतो त्या त-हेने मी त्यांना समजावून सांगितले आहे. समजावून सांगण्याची जेवढी शक्ती माझ्याकडे होती ती सारी मी पणाला लावली होती. भगतसिंगची शेवटची भेट दि. २३ मार्च १९३१ ला होणार होती. त्या दिवशी सकाळीच मी व्हॉइसरॉयना एक खाजगी पत्र लिहिले होते. त्यात मी माझा सारा आत्मा ओतला होता; परंतु सारे काही व्यर्थ गेले. आपण मला म्हणाल की, या संदर्भात मी आणखी एक गोष्ट बोलायला हवी होती. शिक्षा कमी करण्यासाठी समझोत्यात ती एक अट ठेवायला हवी होती. असे होऊ शकत नव्हते आणि समझोता परत घेण्याची धमकी देणं हा विश्वासघात ठरला असता. शिक्षा कमी करण्याची अट समझोत्यातील अट होऊ शकत नाही, याबाबत कार्यसमितीचे सारे सदस्य माझ्याबरोबर होते. म्हणून याची चर्चा समझोत्याच्या बातमीपेक्षा वेगळ्या स्तरावर केली जाऊ शकत होती. मी उदारपणाची आशा बाळगली होती. माझी ही आशा सफल होणार नव्हती, कारण समझोता हा कधीच तोडला/मोडला जाऊ शकत नव्हता."

भगतसिंग व त्यांच्या साथीदारांचे जीव वाचवण्याचे प्रयत्न केवळ गांधीजींनीच केले

नव्हते, तर भगतसिंग यांच्या भक्तांनी, चाहत्यांनी, मित्रांनी, नातेवाईकांनी आणि राष्ट्रीय नेते पंडित मालवीय आणि डॉ. सप्रू यांनीही आपल्या शक्तीनुसार प्रयत्न केले होतेच. त्यांनी दि. २९ मार्च १९३१ रोजीच्या 'भगतसिंग' या शीर्षकाची टिपणी 'नवजीवन' या वृत्तपत्रात लिहिली. त्यात ते म्हणतात, "भगतसिंगला जिवंत राहण्याची मुळीच इच्छा नव्हती. त्यांनी सरकारपुढे माफी मागण्यास स्पष्ट नकार दिले. अर्ज तर देणे दूरच राहिले. जर ते जिवंत राहण्यास तयार झाले असते तर त्यांनी दुस-यासाठी काम करण्याच्या दृष्टीनुसार झाले असते भगतसिंग हे अहिंसेचे पुजारी नव्हते परंतू ते हिंसेला धर्मही मानत नव्हते. त्यांच्यापुढे अन्य पर्याय उरला नसल्याचे पाहून ते खून करण्यास तयार झाले होते. त्यांचं शेवटचं पत्र असं होतं- 'मी तर संघर्ष करीत असताना पकडलो गेलो आहे. मला फाशी दिली जाऊ शकत नाही. मला तोफेच्या तोंडी देऊन उडवायला हवे. बंदुकीच्या गोळ्यांनी मारायला हवे!' या वीरांनी मृत्यूच्या भयावर विजय मिळवला होता. त्यांच्या शौर्यासाठी त्यांना हजार लाल सलाम!"

"सरकारने (त्यांना) फाशी देऊन आपली पशूप्रवृत्ती प्रकट केली आहे. लोकमताचा तिरस्कार करून सत्तेच्या माजाचे ताजे प्रदर्शन केले आहे. सरकारला फाशी देण्याचा अधिकार जरूर होता; परंतु काही अधिकाराची शान ते फाईली बंद करण्यात असते. कारण शेवटी तर सारेच अधिकार नष्ट होत असतात. या वेळेस सरकारने आपल्या अधिकाराचा वापर केला नसता तर तो अधिक शोभून दिसला असता आणि शांती रक्षणात त्याची खूपच मदत झाली असती, पण आतापर्यंत सरकारकडे इतकी विवेकशक्ती आली नसल्याचे जगजाहीर झाले आहे."

त्याच दिवशी (दि. २९ मार्च १९३१ रोजी) सरदार वल्लभभाई पटेल यांच्या अध्यक्षतेखाली भरलेल्या काँग्रेस अधिवेशनात भगतसिंग आणि त्यांच्या साथीदारांच्या संबंधात करावयाचा ठराव वादविवाद होऊनच पास झाला. त्या प्रस्तावाचे शब्द खालीलप्रमाणे आहेत.

"ही काँग्रेस कोणत्याही स्वरूपाची किंवा राजकीय हिंसेशी कसलाही संबंध ठेवत नसली आणि तिचे समर्थनही करीत नसली तरी स्वर्गीय भगतसिंग आणि त्यांचे साथीदार सर्वश्री सुखदेव आणि राजगुरू यांच्या बहाद्दरीची आणि बलिदानाची शब्दफुलांनी मुक्तकंठाने स्तुती करीत आहोत आणि त्यांच्या जीवन हस्तीवर त्यांच्या शोकाकुल परिवाराच्या दुःखात आम्ही सहभागी आहेत. या तिघांना फाशी देणं अत्यंत नीचतम पातळीवर जाऊन सूड घेण्याचे घृणास्पद कृत्य आहे आणि शिक्षा कमी करण्याच्या राष्ट्राच्या सर्वमुखी मागणीचा जाणूनबुजून अनादर केला गेला आहे. हे काँग्रेसचे मत पक्के ठाम आहे. या काँग्रेसचीदेखील धारणा आहे की, दोन राष्ट्रामध्ये अत्यंत आवश्यक अशी सद्भावना वाढविण्याची गरज असलेल्या सुवर्णसंधीचा तसेच जे पक्ष निराश होऊन राजकीय हिंसेचा मार्ग स्वीकारतात

त्यांना शांतीच्या मार्गावर आणण्याच्या प्रयत्नाला सरकार मुकले आहे.”

या क्रांतिकारक त्रिमूर्तीच्या बलिदानाचा आणि अन्य हुतात्म्यांचा भारतीय इतिहासात गर्वाने उल्लेख होणार आहे. असा हा मृत्यू पाहून मृत्यूही ओशाळला असेल! ते तिघेही ख-या अर्थाने मृत्युंजय ठरले आहेत. येशू ख्रिस्तासारखे! येशू ख्रिस्तासारखे!

भगतसिंगची क्रांतियात्रा त्यावेळेपासून ख-या अर्थाने सुरू झाली आहे. त्या यात्रेतील यात्रेकरू नवभारताचे युवक आहेत. तेच या देशात भगतसिंग यांच्या मनात असलेली क्रांती वास्तवात आणतील, असा भारतवासीयांना विश्वास वाटत आहे!

भगतसिंगचा अमर आत्मा त्यांना सतत प्रेरणा देत आहे. “तुम्ही खरे सर्वहारा आहात... नाही रे वर्गातील आहात... शिका संघटनाबद्ध व्हा, संघर्ष करा. तुमचे काहीच नुकसान होणार नाही, फक्त गुलामीच्या शृंखला तुटून पडतील. हळूहळू होणा-या सुधारणांनी काहीच होत नाही. सामाजिक आंदोलनांनी क्रांती निर्माण करा, तसेच राजकीय व आर्थिक क्रांतीसाठी कंबर कसून उभे राहा. तुम्हीच देशाचे मुख्य आधार आहात. निद्राग्रस्त सिंहांनो उठा! उठा व विद्रोह करा.”

■■■

संदर्भ ग्रंथ सूची

१. भगतसिंह और उनके साथियोंके दस्तावेज संपादक : जगमोहन सिंह/चमनलाल : राजकमल प्रकाशन, नवी दिल्ली, पटना.

२. अमर शहीद भगतसिंह : विष्णू प्रभाकर : आर्य प्रकाशन मंडळ, सरस्वती भांडार, गांधीनगर, दिल्ली- ११० ०३१.

३. भगतसिंह- डॉ. रूपेश पाटकर भारतीय कम्युनिस्ट पक्षाचे प्रकाशन, राजभुवन, ३१४, सरदार पटेल रोड, मुंबई.

४. शहीद भगतसिंग- एक झंझावात : प्रकाश रेड्डी, लोकवाड्मय गृह, भूपेश गुप्ता भवन ८५, सयानी रोड, प्रभादेवी, मुंबई- ४०००२५.

५. भगतसिंग, चंद्रशेखर आझाद आणि इतर क्रांतिकारक; अजय घोष : अनुवाद- आत्माराम वैद्य, प्रकाशक - भारतीय कम्युनिस्ट पक्ष, सरदार पटेल रोड, मुंबई - ४००००४.

६. शहीद भगतसिंग : आठवणी, विवेचन, विचार : संपादक- डॉ. अशोक ढवळे / डॉ. रमेशचंद्र पाटकर, जनशक्ती प्रकाशन, पांडुरंग बुधकर मार्ग, वरळी, मुंबई - ४०००१३.

७. क्रांतिवीर भगतसिंग - अर्जुन जयराम परब : मेहता पब्लिशिंग हाऊस, २०६, चिंचशाळा बिल्डिंग, सदाशिवपेठ, पुणे- ३०.

८. शहीद भगतसिंग : जीवन व कार्य - डॉ. अशोक चौसाळकर, प्रकाशक- श्री. एस. डी. लाड, विद्याभवन, शिवाजी पार्क, कोल्हापूर.

९. मी नास्तिक का आहे? : शहीद भगतसिंग : अनुवाद - बी. नीलप्रभा : लोक वाड्मयगृह, मुंबई.

१०. माझं क्रांतिस्वप्न - भगतसिंग : अनुवाद व संपादन- डॉ. गिरीश काशिद प्रकाशक- श्रमिक प्रतिष्ठान, ६३५, सी वार्ड, बिंदू चौक, कोल्हापूर.

११. आम्ही कशासाठी लढत आहोत - भगतसिंग लेख संग्रह : मागोवा प्रकाशन, ७५९/९७८ डी, डेक्कन जिमखाना, शांति भुवन, पुणे - ४११००४.

१२. निद्राग्रस्त सिंहानो, उठा! उठा व विद्रोह करा - शहीद भगतसिंग : प्रकाशक - आव्हान नाट्य मंच, कुर्ला (पश्चिम), मुंबई - ४०००७०.

१३. भगतसिंह - ईश्वरचंद्र/ अनुवादक- गोविंद महेश्वर गोडबोले, प्रकाशक - भारत-भारती (मराठी संस्करण), रुईकर पथ, नागपूर - ४४०००२ (महाराष्ट्र).

१४. शहीद भगतसिंह यांचे १०१ मौलिक विचार : संकलन आणि अनुवाद : रमेशचंद्र पाटकर. लोकवाड्मय गृह, मुंबई.